ध्यानसूत्र

ओशो

ओशोंनी दिलेल्या नऊ अमृत-प्रवचनांचे संकलन

अनुवाद
माधव कर्वे

मेहता पब्लिशिंग हाऊस

DHYAN SUTRA by OSHO

This book is a translation, in Marathi, of a series of original Hindi talks by Osho, given to a live audience. All of Osho's talks have been published in full as books, and are also available as original audio recordings. Audio recordings and the complete text archive can be found via the online OSHO Library at www.osho.com/library
Translated into Marathi Language by Madhav Karve

ध्यानसूत्र / वैचारिक

अनुवाद : माधव कर्वे

मराठी अनुवादाचे व प्रकाशनाचे हक्क : मेहता पब्लिशिंग हाऊस, पुणे.

प्रकाशक : सुनील अनिल मेहता, मेहता पब्लिशिंग हाऊस,
१९४१ सदाशिव पेठ, माडीवाले कॉलनी, पुणे - ४११०३०.

मुद्रक : ट्रिनिटी अॅकॅडमी फॉर कॉर्पोरेट ट्रेनिंग लिमिटेड

मुखपृष्ठ : मनोहर दांडेकर

प्रकाशनकाल : ऑगस्ट, १९९९ / मार्च, २००० / जुलै, २००४ / जानेवारी, २००८ / जुलै, २०१० / सप्टेंबर, २०१२ / एप्रिल, २०१५ / पुर्नमुद्रण : ऑगस्ट, २०२१

किंमत : ₹ २४०

P Book ISBN 9788177660272
E Book ISBN 9788184986679
E Books available on : amazonkindle Apple Books Google Play Books

---

आमंत्रण

आपण ईश्वराविषयी जाणून घेण्याची इच्छा व्यक्त केली, त्याबद्दल मी सर्वप्रथम आपलं स्वागत करतो. सर्वसामान्य जीवनापेक्षा साधक बनण्याची आकांक्षा ठेवणे, ही निश्चितच श्रेष्ठतम बाब आहे. त्यात सत्य जाणण्याची तृष्णा आहे.

अनेक लोक जन्म घेतात; पण फार कमी लोकांना सत्य जाणून घ्यायची जिज्ञासा असते. अशा मुमुक्षूंनाच सौभाग्य प्राप्त होतं. सत्याचा शोध लागो अथवा न लागो; मात्र सत्य जाणून घ्यायची तृष्णा मात्र असायलाच हवी. अन्यथा हे जीवनच दुर्भाग्यपूर्ण होईल.

मी हे आवर्जून सांगेन की, प्रत्यक्ष सत्याची प्राप्ती होण्यापेक्षाही सत्याच्या शोधासाठीची तृषार्तता महत्त्वाची असते. क्षुद्रतेची अभिलाषा असणारा ते मिळूनही अतृप्तच राहतो. मात्र विशालतेची अपेक्षा करणाऱ्याला ते मिळालं नाही, तरी तो समाधानी, आनंदी राहतो.

मी पुनःपुन्हा सांगेन की, क्षुद्र बाबींची अपेक्षा करणाऱ्याला ती प्राप्त झाली तरीही, तो अशांत, असंतुष्ट राहतो. म्हणून आपण विशालतेचीच अपेक्षा करावी, मग ते प्राप्त झाले नाही तरी बेहत्तर! अशी इच्छा करण्यातच आनंद सामावलेला असतो! श्रेष्ठतेचा संकल्पच आपल्यात श्रेष्ठत्व निर्माण करतो.

ईश्वर इतरत्र कुठेही नसतो. तो आपल्या अंतर्यामी वास करतो. त्याच्या प्राप्तीच्या अभिलाषेतच त्याचे अस्तित्व प्रतीत होते. आपल्या अंतरंगात दडलेल्या

ईश्वराविषयीची तळमळ, आर्तता आपल्याला ईश्वराचा साक्षात्कार घडवते.

ईश्वरप्राप्तीची उत्कंठा आणि ओढ आपल्यातील ईश्वराचे दर्शन करविते. आपल्या तरल जाणिवा ईश्वरासाठी तेवत राहिल्या पाहिजेत. ही अंत:जागृती महत्त्वाची आहे. हे एक अभियानच आहे. आपणच हे अभियान निरंतर सुरू ठेवायचे आहे. बीजाचा वृक्ष करायचा असेल, तर त्याची सर्वार्थाने जोपासना करावी लागेल. एका बीजापासूनच अनेकांची निर्मिती होते. त्यातूनच घनदाट अरण्याची निर्मिती होते.

एका बीजाची एवढी क्षमता असेल तर मनुष्यमात्राची क्षमता किती अफाट असेल? छोटासा अणू विस्फोट घडवू शकतो; तर मानवाच्या चेतनेत केवढी प्रचंड ऊर्जा सामावली आहे? ही ऊर्जा म्हणजेच ईश्वर होय! अशा ईश्वरासाठी आपण तृषार्त आहात म्हणूनच मी आपलं स्वागत करतो!

अनुक्रमणिका

तहान आणि संकल्प / १

शरीरशुद्धीची अंतरंगसूत्रं / २०

चित्शक्तीचं रूपांतर / ४७

विचारशुद्धीची सूत्रं / ७१

भाव-शुद्धीची किमया / ८८

सम्यक रूपांतराची सूत्रं / ११०

शुद्धी आणि शून्यतेतून समाधि फलित / १३५

समाधी हेच दार / १५१

आमंत्रण– एक पाऊल चालण्याचं / १७०

ओशो – एक परिचय / १८६

ओशो इंटरनॅशनल मेडिटेशन रिझॉर्ट / १८८

ओशो का हिंदी साहित्य / १९२

Please contact us at **Mehta Publishing House,** Pune 411030.
© +91 020-24476924 / 24460313 / Mob. No. 9545000513
Email : production@mehtapublishinghouse.com
author@mehtapublishinghouse.com
Website : www.mehtapublishinghouse.com

- *या पुस्तकातील लेखकाची मते, घटना, वर्णने ही त्या लेखकाची असून त्याच्याशी प्रकाशक सहमत असतीलच असे नाही.*

प्रवचन पहिले

तहान आणि संकल्प

माझे प्रिय आत्मन्,

सर्वांत आधी तर मी आपले स्वागत करू इच्छितो– अशासाठी की आपण परमात्म्याबद्दल उत्सुक आहात– अशासाठी की, सामान्य जीवनाच्याही वरच्या स्तरावर जाऊन एका साधकाच्या जीवनात प्रवेश करण्याची इच्छा आहे– अशासाठी की, या जगापलीकडचं सत्य शोधण्याची तहान आहे.

जे सत्यासाठी तहानलेले, व्याकुळ होऊ शकतात, ते लोक खरंच भाग्यवान! खूप लोक जन्म घेतात, मात्र सत्यासाठी फारच थोडे लोक व्याकुळ होऊ शकतात. सत्य हाती लागणं मोठीच भाग्याची गोष्ट आहे, पण सत्याची तहान असणंही तेवढीच मोठी भाग्याची गोष्ट आहे.

सत्याची प्राप्ती झाली नाही तरी, मी म्हटलं, काही हरकत नाही. आम्हाला इच्छा होती आणि आम्ही प्रयत्न केले होते; आम्ही कष्ट केले होते आणि आम्हाला त्याची आकांक्षा होती, आम्ही संकल्प केला होता आणि आम्हाला शक्य होतं, ते आम्ही केलं होतं आणि

सत्य जरी सापडलं नाही, तरी काही हरकत नाही, पण सत्याची तहानच आमच्यात निर्माण झाली नाही तर जीवन अतिशय दुर्दैवी होऊन जातं.

आणि मी आपल्याला असंही सांगेन की, सत्यासाठी योग्य अर्थांनी तहानेलं होणं जेवढं महत्त्वाचं असतं तेवढं सत्य मिळवणं महत्त्वपूर्ण नसतं. तोसुद्धा एक आनंद आहे. जो क्षुद्र गोष्टींसाठी व्याकुळ होतो, तो ते क्षुद्र प्राप्त करूनही आनंद मिळवू शकत नाही; आणि जो भव्य-दिव्य मिळवण्यासाठी तहानेला होतो, तो ते मिळवू शकला नाही, तरी आनंदानं न्हाऊन निघतो.

पुन्हा एकदा हे सांगतो— जो क्षुद्राची आकांक्षा ठेवतो, त्याला क्षुद्र जरी मिळालं तरीही त्याला शांती आणि आनंद लाभत नाहीत; आणि जो भव्याच्या इच्छेनं झपाटला जातो, त्याला भव्य मिळालं नाही, तरी त्याचं जीवन आनंदानं भरून जातं. ज्या अर्थांनी आपण श्रेष्ठाची इच्छा करू लागतो, त्याच अर्थांनी आपल्या अंतरंगात काहीतरी श्रेष्ठ तयार होऊ लागतं.

कुठला परमात्मा किंवा कुठलं सत्य आपल्या बाहेर आपल्याला मिळणार नाही, त्याची बीजं आपल्या आत आहेत आणि ती विकसित होतील; पण ती तेव्हाच विकसित होतील जेव्हा तहानेची आग, तहानेची धग आणि तहानेची उष्णता आपण निर्माण करू शकू. मी जेवढी श्रेष्ठाची आकांक्षा ठेवतो, तेवढी माझ्या मनात दडून बसलेली ती बीजं; जी भव्य आणि श्रेष्ठ होऊ शकतात, थरथरू लागतात आणि त्यांच्यात अंकुर फुटण्याची शक्यता निर्माण होते.

जेव्हा आपल्या अंतरंगात कधी असा विचारही उत्पन्न झाला की, परमात्म्याला मिळवायचं आहे, कधी असाही विचार आला की, शांती आणि सत्य मिळवायचं आहे, तर ही गोष्ट लक्षात ठेवा की, आपल्या अंतरंगात कुठलंसं बीज अंकुरण्यासाठी उत्सुक आहे. ही गोष्ट लक्षात ठेवा की, आपल्या आत कुठल्याशा दबून राहिलेल्या इच्छेला जाग येत आहे. ही गोष्ट लक्षात ठेवा की, आपल्या अंतरंगात काही महत्त्वपूर्ण आंदोलन होत आहे.

हे आंदोलन आपल्याला सांभाळावं लागेल. त्या आंदोलनाला आश्रय द्यावा लागेल. कारण बीजाचा तेवढा अंकुर झाला तर तेवढंच पुरेसं नाही. आणखीही बऱ्याचशा संरक्षणांची आवश्यकता आहे आणि बीजाचा अंकुर होण्यासाठी बीजाची क्षमता पुरेशी नाही, तर बऱ्याचशा सोयी-सुविधांची आवश्यकता आहे.

जमिनीवर खूप बीजं तयार होतात, पण फार थोड्या बीजांचे वृक्ष होऊ शकतात. त्यांच्यात क्षमता होती, ती फुलू शकत होती आणि एक-एक बीजात पुन्हा कोटी-कोटी बीजं पडणं शक्य होतं. एका लहानशा बीजात एवढी शक्ती असते की, त्यातून एक संपूर्ण जंगल उभं राहू शकतं. एका लहानशा बीजात एवढी शक्ती असते की, सगळ्या जमिनीवर त्यातून रोपं उगवतात; पण असंही होऊ

शकतं की, एवढी प्रचंड क्षमता, एवढी प्रचंड शक्ती असलेलं बीज नष्ट होऊन त्यातून काहीच निर्माण होणार नाही.

एका बीजात एवढी क्षमता असते, एका माणसाची क्षमता तर आणखीनच जास्त असते. एका बीजापासून एवढा मोठा, प्रचंड विकास होऊ शकतो. एका दगडाच्या लहान तुकड्यापासून जर अणुविस्फोट केला तर महान ऊर्जा जन्म घेते, मोठ्या शक्तीचा जन्म होतो. माणसाच्या आत्म्याचा आणि माणसाच्या चेतनेचा जो अणू असतो, त्याचा जर विकास झाला, त्याचा जर विस्फोट होऊ शकला, तो जर विकसित झाला, तर ज्या शक्तीचा आणि ऊर्जेचा जन्म होतो, त्याचंच नाव परमात्मा असतं. परमात्म्याला आपण कुठे मिळवत नाही, तर आपल्याच विस्फोटातून, आपल्याच विकासातून ज्या ऊर्जेला आपण जन्म देतो, ज्या शक्तीला जन्म देतो, त्या शक्तीचा अनुभव म्हणजेच परमात्मा होय. त्याची तहान आपल्यामध्ये आहे, म्हणून मी आपलं स्वागत करतो.

मात्र यावरून असं कोणी समजू नये की, तुम्ही इथं एकत्र जमलायत म्हणजे आपण तहानेले असायलाच पाहिजे. केवळ एखाद्या प्रेक्षकाप्रमाणेही तुम्ही इथं एकत्र येऊ शकता. केवळ एका सामान्य जिज्ञासूप्रमाणेही तुम्ही इथं एकत्र येऊ शकता. एक कुतूहल म्हणूनही तुम्ही इथं जमू शकता; परंतु कुतूहलामुळे कुठलीही दारं उघडत नाहीत आणि जो असाच प्रेक्षकाप्रमाणे उभा राहील त्याला कुठलंच रहस्य उलगडणार नाही. या जगात जे काही मिळवलं जातं, त्यासाठी बरंच काही द्यावंही लागतं. कुतूहल काहीच देत नाही. म्हणून कुतूहल काहीच मिळवू शकत नाही. कुतूहलामुळे कोणी साधनेत प्रवेश करत नाही. एकटी जिज्ञासा नाही, तर मुमुक्षा! एक खोल तहान!

काल संध्याकाळी मी कोणाला तरी सांगत होतो की, आपण जर एखाद्या वाळवंटात असाल आणि आपल्याला पाणी मिळालं नाही, तहान वाढत गेली आणि आता आपण मरणार अशी वेळ आली असताना पाणी जर मिळालं नाही, तर आपण जिवंत राहू शकणार नाही. त्या वेळी आपल्याला कोणी म्हणालं की, आम्ही हे पाणी देतो; पण पाणी देऊन आपला जीव घेऊ, म्हणजे प्राणांच्या मोबदल्यात आम्ही पाणी देतो, तर आपण तेही पाणी घ्यायला तयार व्हाल. कारण मरायचं तर आहेच; तहानेल्या अवस्थेत मरण्यापेक्षा, तृप्त होऊन मरणं चांगलं.

तेवढी जिज्ञासा, तेवढी आकांक्षा जेव्हा आपल्या अंतरंगात निर्माण होते, तेव्हा त्या जिज्ञासेच्या आणि त्या आकांक्षेच्या दडपणानं आपल्यातलं बीज फुटतं आणि त्यातून अंकुर उगवतो. बीजं अशीच त्यांची ती फुटत नाहीत, त्यांना दडपण हवं. त्यांना खूप दडपण हवं, खूप उष्णता हवी, तेव्हा त्यांची कठीण

कवचं फुटतात आणि त्यातून कोमल रोपट्याचा जन्म होतो. आपल्या सगळ्यांमध्येही फार कठीण कवच आहे आणि जे कोणी त्या कवचाच्या बाहेर येऊ इच्छितात, ते एकट्या कुतूहलामुळे येऊ शकणार नाहीत. म्हणून लक्षात असू दे, जे केवळ कुतूहलापोटी एकत्र जमले आहेत, ते केवळ कुतूहल घेऊन परत फिरतील. त्यांच्यासाठी काहीच होऊ शकणार नाही. जे प्रेक्षकाप्रमाणे एकत्र जमले आहेत, ते प्रेक्षकाप्रमाणेच परत जातील, त्यांच्यासाठी काहीच होऊ शकणार नाही.

म्हणून, प्रत्येकानं आपल्या अंतरंगात पहिल्यांदा अशी कल्पना करावी की, त्याच्यात तहान आहे? प्रत्येकानं आपल्या अंतरंगात हा विचार करावा की, तो तहानेला आहे? हे अगदी स्पष्टपणे अनुभवावं की, तो खरंच परमात्म्यासाठी उत्सुक आहे? सत्य, शांती, आनंद मिळवण्यासाठी त्याच्यात खरंच काही उत्सुकता आहे का?

जर नसेल, तर त्यानं समजावं की तो जे काही करेल, त्या करण्यात काही जिवंतपणा नसेल, ते निष्प्राण असेल आणि तेव्हा त्या निष्प्राण प्रयत्नाचं काही फळ मिळालं नाही, तर त्याला साधना जबाबदार नसेल, आपण स्वतःच जबाबदार असाल.

म्हणून पहिली गोष्ट म्हणजे आपल्या आत आपली तहान शोधायची आहे आणि ती स्पष्ट करून घ्यायची आहे. आपण खरंच काही मिळवू इच्छित आहात? जर मिळवू इच्छित असाल, तर मिळवण्याचा मार्ग आहे.

एकदा असं झालं, गौतम बुद्ध एका गावात उतरले होते. एक व्यक्ती त्यांच्यापाशी येऊन म्हणाली, 'आपण रोज म्हणता की प्रत्येक व्यक्ती मोक्षप्राप्ती करू शकते; पण प्रत्येक व्यक्ती मोक्ष का मिळवत नाही?' बुद्ध म्हणाले, 'माझ्या मित्रा, एक काम कर. संध्याकाळी गावात जा आणि सगळ्या लोकांना विचारून ये की, ते काय मिळवू इच्छितात? एक यादी तयार कर. प्रत्येकाचं नाव लिही आणि त्या नावासमोर लिहून घे, की त्यांची आकांक्षा काय आहे?'

तो माणूस गावात गेला. त्यानं जाऊन विचारलं. त्यानं प्रत्येक माणसाला विचारलं. थोडेच लोक होते त्या गावात, त्या सगळ्यांनी उत्तरं दिली. तो माणूस संध्याकाळी परत आला. त्यानं बुद्धांपाशी येऊन ती यादी दिली. बुद्ध म्हणाले, 'यातल्या किती लोकांना मोक्षाची इच्छा आहे?' तो माणूस खूपच गोंधळून गेला. त्यात एकाही माणसानं आपल्या इच्छेत 'मोक्ष' लिहिलेलं नव्हतं. बुद्ध म्हणाले, 'प्रत्येक माणूस मिळवू शकतो, असं मी म्हणतो; पण प्रत्येक माणूस मोक्ष मिळवू इच्छितो, असं मी नाही म्हणत.'

प्रत्येक माणूस मिळवू शकतो, ही फार वेगळी गोष्ट आहे; आणि प्रत्येक माणूस मिळवू इच्छितो, हीसुद्धा फार वेगळी गोष्ट आहे. जर आपण मिळवू इच्छित

असाल, तर हे एक आश्वासन मानावं. जर आपण खरंच मिळवू इच्छित असाल, तर या भूतलावर कोणतीही शक्ती आपल्याला रोखून धरायला समर्थ नाही आणि आपण जर मिळवू इच्छित नसाल, तर या भूतलावर कुठलीही शक्ती आपल्याला द्यायलासुद्धा समर्थ नाही.

तेव्हा सगळ्यात पहिली गोष्ट, सगळ्यात पहिलं सूत्र लक्षात ठेवायचं ते हे की, आपल्या आत एक अस्सल तहान आहे? जर असेल, तर विश्वास बाळगा की, मार्ग मिळेल आणि जर नसेल तर कुठलाच मार्ग नाही. आपली तहान आपल्यासाठी मार्ग होईल.

दुसरी गोष्ट प्राथमिक स्वरूपात मी इथं सांगेन ती ही की, बऱ्याचदा आपण कुठल्याशा गोष्टीसाठी तहानेलेही होतो, पण आपण आशेनं भरून जात नाही. आपण तहानलेले होतो, पण आशा नसते, आपण तहानेले होतो, पण निराश राहतो आणि ज्याचं पहिलं पाऊल निराशेत उचललं जाईल, त्याचं अखेरचं पाऊल निराशेतच संपेल. हेही लक्षात असू दे, ज्याचं पहिलं पाऊल निराशेत उठेल, त्याचं शेवटचं पाऊलही निराशेतच थांबेल. शेवटचं पाऊल जर साफल्य आणि सार्थकतेत जाणार असेल, तर पहिलं पाऊल फार आशेनं टाकलं गेलं पाहिजे.

तेव्हा या तीन दिवसांसाठी तुम्हाला सांगेन– खरं तर संपूर्ण जीवनासाठीच म्हणेन– एक खूप आशेनं भरून गेलेला दृष्टिकोन. तुम्हाला हे माहिती आहे की, आपल्या चित्ताचं बरंच काही या गोष्टीवर अवलंबून असतं की, आपण आशेनं भरून जाऊन एखादं काम करत आहात का निराशेनं? जर तुम्ही सुरुवातीपासूनच निराश असाल, तर तुम्ही जिच्यावर बसला आहात, ती फांदी आपल्याच हातांनी तोडत आहात.

तेव्हा मी तुम्हाला असं सांगेन, साधनेच्या संबंधात आशेनं भरलेलं असणं फार महत्त्वाचं असतं. आशेनं भरलेलं असणं त्याचा अर्थ हा की, जर या जमिनीवर कुठल्याही माणसानं कधी सत्य मिळवलं आहे, जर या जमिनीवर माणसाच्या इतिहासात कधीही कुठल्या माणसाला आनंद आणि परम शांती मिळाली आहे, तर मला ते न मिळण्याचं काहीच कारण नाही.

ज्यांचं जीवन अंध:कारानं भरलंय आणि ज्यांना कुठली आशा, कुठला किरण आणि कुठला प्रकाश दृष्टीस पडत नाही, अशा लक्षावधी लोकांकडे पाहू नका. ज्यांना सत्य सापडलंय, त्या थोड्याशा लोकांना इतिहासात पाहावं. ती बीजं पाहू नका, ज्यांचे वृक्ष झाले नाहीत, जी सडली आणि नष्ट होऊन गेली. जी फुलली आणि परमात्म्यापर्यंत पोचली अशा थोड्याशा बीजांकडे पाहावं आणि लक्षात ठेवावं की, त्या बीजांना जे शक्य झालं ते प्रत्येक बीजाला शक्य

आहे. एका माणसाला जे शक्य झालं आहे, ते प्रत्येक दुसऱ्या माणसाला शक्य आहे.

मला तुम्हाला हे सांगायचंय की, बीजरूपानं आपली शक्ती तेवढीच आहे जेवढी बुद्ध, महावीर, कृष्ण किंवा ख्राइस्ट यांची आहे. परमात्म्याच्या जगात अशा अर्थांनी कुठलाही अन्याय नाही की, तिथं कमी आणि जास्त शक्यता दिल्या असतील. शक्यता सगळ्यांच्या बाबतीत सारख्याच आहेत, परंतु सगळ्यांची वास्तवं सारखी नाहीत. कारण आपल्यापैकी खूप लोक आपल्या शक्यता प्रत्यक्षात उतरवण्याचा प्रयत्नच कधी करत नाहीत.

तेव्हा एक मूलभूत कल्पना, म्हणजे आशेनं भरलेलं असणं. हा विश्वास बाळगावा की, कधीही कोणाला शांती मिळाली आहे, आनंद मिळाला आहे, तर तो मलाही लाभेल. निराश होऊन आपलाच अपमान नका करून घेऊ! निराशा स्वत:च सगळ्यात मोठा अपमान असतो. त्याचा अर्थ हा की. मीसुद्धा मिळवू शकेन असं म्हणायला मी लायक नाही. मी तुम्हाला सांगतो, तुम्ही त्याला लायक आहात, निश्चितपणे मिळवू शकाल.

पाहू या! निराशेतही आयुष्यभर चालून पाहिलं आहे. हे तीन दिवस आशेनं चालून पाहू. एवढ्या आशेनं भरून जाऊन चालू की. काहीतरी घडेल, नक्कीच काहीतरी घटना घडेल का! हे शक्य आहे की तुम्ही आशेनं भरलेले आहात, पण असंही होऊ शकतं की, बाहेरच्या जगात आशेनं भरलेलं असूनही कुठलंसं काम तुम्ही करू शकला नाहीत; परंतु आतल्या जगात आशा म्हणजे फार मोठा मार्ग आहे. तुम्ही जेव्हा आशेनं भरून जाता, तेव्हा तुमचा कण-कण आशेनं भरून जातो, रोम-रोम आशेनं भरून जातो, प्रत्येक श्वास आशेनं भरून जातो. आपल्या विचारांवर आशेचा प्रकाश पसरून राहतो आणि आपल्या प्राणस्पंदनात, आपल्या हृदयाच्या स्पंदनात आशा व्यापून राहते.

तुमचं पूर्ण व्यक्तित्व आशेनं जेव्हा भरून जातं, तेव्हा तुमची काही करू शकण्याची पूर्वतयारी होते आणि निराशेचंही व्यक्तित्व असतं– कण-कण रुदन करत आहे, उदास आहे, थकलेला आहे, बुजलेला आहे, काही प्राण राहिलेला नाही. सगळं– जणू माणूस नावालाच जिवंत आहे आणि मेलेला आहे. असा माणूस कुठल्या प्रयत्नासाठी, कुठल्या मोहिमेवर निघाला तर काय मिळवू शकेल? आणि आत्मिक जीवनाची मोहीम सगळ्यात मोठी मोहीम असते. ज्यावर कुठला मनुष्य कधी चढला असेल असं त्याहून कुठलं मोठं शिखर नाही. त्याहून समुद्राची कुठली खोली मोठी नाही, ज्यात माणसानं कधी बुडी मारलेली असेल. स्वत:ची खोली सगळ्यात मोठी खोली असते आणि स्वत:ची उंची सगळ्यात मोठी उंची असते.

या मोहिमेवर जो निघाला आहे, त्याला मोठ्या आशांनी भरलेलं असायला हवं.

तेव्हा मी आपल्याला म्हणेन, तीन दिवस आशेची एक भावस्थिती कायम ठेवा. आज रात्री जेव्हा झोपू, तेव्हा खूप आशेनं भरून जाऊन झोपू आणि हा विश्वास बाळगून झोपी जा की, उद्या सकाळी जेव्हा तुम्ही उठाल, तेव्हा काही होईल, काही होऊ शकेल, काही करता येईल.

दुसरी गोष्ट मी सांगितली, एक आशेचा दृष्टिकोन. आशेच्या या दृष्टिकोनाबरोबरच तुम्हाला मी याचंही स्मरण करून देईन, गेल्या काही वर्षांच्या अनुभवानं मी एका निष्कर्षापर्यंत येऊन पोचलो आहे. तो म्हणजे आपली निराशा एवढी खोल असते की, आपल्याला जेव्हा काही मिळायला सुरुवात होते, तेव्हा निराशेमुळे ते दिसत नाही.

अलीकडेच माझ्याकडे एक गृहस्थ येत होते. त्यांनी त्यांच्या पत्नीला माझ्यापाशी आणलं. त्यांनी पहिल्या दिवशी जेव्हा ते आले होते तेव्हा मला सांगितले की माझ्या पत्नीला झोप येत नाही, औषधांशिवाय अजिबात झोप येत नाही आणि औषधानंही तीन-चार तासांपेक्षा जास्त झोप येत नाही आणि माझी पत्नी भयभीत झाली आहे. अनामिक भयं तिला ग्रासून राहतात. घराबाहेर पडते तरी घाबरते. घरात असते तेव्हा घर तर पडणार नाही या भीतीनं घाबरून जाते. जवळ कोणी नसेल तर एकटी असताना मृत्यू तर येणार नाही ना, असं वाटून घाबरते. म्हणून तिच्याजवळ कोणीतरी असावं लागतं. मध्येच कुठला धोका नको म्हणून रात्री सगळी औषधं आपल्या जवळ ठेवून झोपते. त्यांनी मला आपल्या पत्नीची ही भय आणि निराशाग्रस्त अवस्था सांगितली.

मी त्यांना सांगितलं की, ध्यानाचा हा लहानसा प्रयोग सुरू करा, फायदा होईल. त्यांनी प्रयोग सुरू केला. सात दिवसांनंतर ते मला भेटले. मी त्यांना विचारलं, 'काय झालं? कसं आहे?' ते म्हणाले, 'अजून विशेष काही नाही झालं. थोडी झोप यायला लागलीय.'

सात दिवसांनंतर ते पुन्हा मला भेटले. मी त्यांना विचारलं, 'काय झालं?' म्हणाले, 'अजून विशेष काही झालं नाही, थोडीशी भीती दूर झाली आहे.' ते गृहस्थ सात दिवसांनंतर मला पुन्हा भेटले. मी त्यांना विचारलं, 'काही झालं?' ते म्हणाले, 'अजून काही विशेष तर झालं नाही, एवढंच की थोडी झोप लागते, भीती कमी झालीय, औषधं-बिवशदं आपल्याजवळ ठेवत नाही. आणखी विशेष काही झालं नाही.'

याला मी निराशेची दृष्टी म्हणतो आणि अशा माणसाला काही झालं तरी त्याला ते कळणार नाही. ही दृष्टी तर मुळातूनच चुकीची आहे. याचा अर्थ असा

की, या माणसाच्या बाबत काही होऊ शकत नाही आणि झालं तरी– तरी त्याला काही झालंय हे कधी कळणार नाही. आणखी बरंच काही घडणं शक्य होतं, पण ते थांबेल.

तेव्हा आशेच्या या दृष्टिकोनाबरोबरच या प्रसंगानं मी आपल्याला असं सांगेन की, या तीन दिवसांमध्ये जे घडेल, ते लक्षात ठेवा आणि जे घडणार नाही, ते अजिबात लक्षात ठेवू नका.

या तीन दिवसांमध्ये जे घडेल ते लक्षात ठेवा आणि जे घडणार नाही, घडू शकणार नाही, ते अजिबात लक्षात ठेवू नका. जे घडतं तेच स्मरणीय असतं. शांतीचा थोडासा कणही जर हाती लागला तर तो पकडून ठेवा. तो आपल्याला आशा देईल आणि गतिमान करेल आणि जे झालं नाही, ते तुम्ही पकडलंत तर तुमचीही गती रोखली जाईल आणि जे घडतंय, तेही मावळून जाईल.

तेव्हा या तीन दिवसांमध्ये हेही लक्षात ठेवा की, या ध्यानाच्या प्रयोगांमध्ये जे थोडंसं तुमच्या अनुभवाला येईल; ते लक्षात ठेवा, पुढच्या वाटचालीसाठी त्याचा आधार घ्या. जे होणार नाही, त्याचा आधार घेऊ नका. माणूस आयुष्यभर याच दु:खात राहतो. त्याला जे मिळतं, ते तो विसरून जातो आणि त्याला जे मिळत नाही, ते तो लक्षात ठेवतो. असा माणूस चुकीच्या आधारावर उभा आहे. जे मिळालं आहे, त्याचं स्मरण ठेवून त्याच्या आधारावर उभा आहे, असा माणूस व्हा.

एवढ्यातच मी वाचत होतो. एक व्यक्ती कोणाला तरी म्हणाली, 'माझ्यापाशी काहीच नाही. मी फार दरिद्री आहे.' ती दुसरी व्यक्ती म्हणाली, 'तू जर दरिद्री असशील तर एक काम कर. मला तुझा डावा डोळा हवा आहे. त्याचे मी पाच हजार रुपये देतो. तू पाच हजार रुपये घे आणि डावा डोळा दे.' तो माणूस म्हणाला, 'हे अवघड आहे, मी डावा डोळा देऊ शकत नाही.' दुसरा म्हणाला, 'मी दहा हजार रुपये देतो, दोन्ही डोळे दे.' तो म्हणाला, 'दहा हजार! तरीसुद्धा मी देऊ शकत नाही.' दुसरा म्हणाला, 'मी तुला पन्नास हजार रुपये देतो, तू आपला जीव मला दे.' तो माणूस म्हणाला, 'हे अशक्य आहे. मी देऊ शकत नाही.' तेव्हा तो दुसरा माणूस म्हणाला, 'मग तर खूप किंमत आहे असं तुझ्यापाशी बरंच काही आहे. दहा हजार रुपयांमध्येही द्यायला तू तयार नाहीस असे दोन डोळे तुझ्यापाशी आहेत; पण तू तर म्हणत होतास, माझ्यापाशी काहीच नाहीये.'

मी तो माणूस आणि त्याच्या विचाराची गोष्ट तुम्हाला सांगतोय. जे तुमच्यापाशी आहे, त्याचं स्मरण ठेवा आणि साधनेत जे थोडंसं मिळेल, रत्तीभर का होईना, त्याचं स्मरण ठेवा. त्याचा विचार करा, त्याची चर्चा करा. त्याच्या आधारानं

आणखी काही मिळण्याचा मार्ग तयार होईल, कारण आशा वाढेल आणि जे मिळालं नाही...

एक बाई माझ्याकडे यायच्या. शिकल्या-सवरलेल्या होत्या. एका कॉलेजात प्रोफेसर होत्या, संस्कृतच्या विद्वान होत्या. त्या माझ्याकडे यायच्या. सात दिवसांचा ध्यानाचा एक प्रयोग चालायचा, त्यात यायच्या. पहिल्या दिवशी ध्यान झाल्यावर त्या उठल्या आणि बाहेर येऊन मला म्हणाल्या, 'क्षमा करा, मला आज आता कुठल्या देवाचं दर्शन झालं नाही.' पहिल्या दिवशी त्यांनी ध्यानाचा प्रयोग केला आणि बाहेर येऊन मला म्हणाल्या, 'क्षमा करा, अजून मला कुठल्या देवाचं दर्शन झालं नाही.'

मी म्हटलं, 'ईश्वराचं जर दर्शन झालं असतं तरच ती धोक्याची गोष्ट झाली असती. कारण देव इतक्या स्वस्तात आपल्याला मिळाला असता तर पुन्हा कदाचित आपण त्याला महत्त्वही दिलं नसतं.' आणि मी त्यांना म्हटलं, 'जो अशी इच्छा धरेल की, आपण दहा मिनिटं डोळे बंद करून बसलोय म्हणजे ईश्वरप्राप्तीचा हक्कच आपल्याला मिळाला आहे, तर त्याहून अधिक मूर्खपणाची वृत्ती आणि विचार नसेल.'

तेव्हा मी तुम्हाला असं सांगतो की, जे थोडेसे का होईना, शांतीचे किरण तुम्हाला मिळतील, त्यांना तुम्ही सूर्य समजून चाला, अशासाठी सूर्य समजायचं की त्या किरणाचा आधार घेऊनच तुम्ही सूर्यापर्यंत पोचाल. या अंधारानं भरलेल्या खोलीत मी बसलो आहे आणि मला थोडासा एक किरण दिसला तरी माझ्यापाशी दोन मार्ग आहेत. एक तर मी असं म्हणेन की, या किरणात काय आहे, अंधार किती दाट आहे. या किरणानं काय होणार! अंधार एवढा जास्त आहे. एक मार्ग असाही आहे, मी असं म्हणेन की, अंधार कितीही असू दे, पण एकत्र किरण मला मिळालाय आणि मी जर त्याच्या दिशेनं त्याच्या मागून गेलो तर जिथून किरण निर्माण होतात आणि जिथं सूर्य असेल, तिथपर्यंत मी पोचेन.

तेव्हा मी तुम्हाला अंधार जास्त असला तरी त्यावर विचार करायला सांगत नाही. किरण लहान असला तरी त्याच्यावरच विचार उभा करायला सांगतोय. त्यामुळे आशेची दृष्टी उभी राहील.

अन्यथा तुमची आयुष्यं फार उफराटी असतात. मी तुम्हाला एखाद्या गुलाबाच्या रोपाजवळ नेलं आणि तुम्हाला ते दाखवलं तर तुम्ही कदाचित मला म्हणाल, 'यात काय आहे? देव किती अन्यायी आहे! दोन-चार तर फुलं आहेत, बाकी हजारो काटेच आहेत.' एक दृष्टी अशीही असते की, गुलाबाजवळ जाऊन आपण असं म्हणतो की, 'देव किती अन्यायी आहे! हजारो काटे आहेत, कुठेतरी एखादं फूल आहे.'

हे सांगण्याची आणखीही एक पद्धत असू शकते, आणखीही एक दृष्टी असू शकते, आणखीही एक अप्रोच असू शकतो, तो असा की, एखादा माणूस त्याच रोपाजवळ जाऊन असं म्हणेल, 'परमेश्वर किती अद्‌भुत आहे! जिथं लाखो काटे असतात, त्यांच्यात एक फूल उगवतं.' कोणी त्याच्याकडे असंही बघू शकतं आणि म्हणतं की, 'लाखो काट्यांमध्ये एक फूल उमलतं. जग अद्‌भुत आहे. काट्यांमध्येही एक फूल उमलण्याची शक्यता किती आश्चर्यजनक आहे!'

तेव्हा हे तीन दिवस, मी तुम्हाला दुसऱ्या दृष्टीचा अवलंब करायला सांगेन. साधनेमध्ये आपल्याला आशेची जी काही लहानशी का होईना झलक मिळेल, तिचा आधार घ्या.

तिसरी गोष्ट, साधनेच्या या तीन दिवसांमध्ये आज संध्याकाळपर्यंत तुम्ही जसे जगत आला आहात, अगदी तसंच राहायचं नाहीये, मनुष्य बऱ्याचशा सवयींचं एक यंत्र असतं आणि माणूस जर आपल्या जुन्या सवयींच्या वेढ्यातच चालला, तर साधनेची नवी दृष्टी उघडायला त्याला बरंच अवघड जातं. तेव्हा थोडासा बदल करायला मी तुम्हाला सांगेन.

मी तुम्हाला सांगेन तो एक बदल म्हणजे या तीन दिवसांमध्ये जास्त संभाषण करू नये. संभाषण हा या शतकातला सगळ्यात मोठा आजार आहे आणि आपल्याला कळत नाही, आपण किती बोलत आहोत ते. सकाळपासून संध्याकाळपर्यंत जागे असता तोपर्यंत आपण बोलत असता. कधी कोणाशी तरी बोलत असता किंवा कोणी जवळ उपस्थित नसलंच तर आपल्या आत स्वत:शीच बोलत असता.

या तीन दिवसांमध्ये फार यांत्रिक अशी सवय असलेलं आपलं संभाषण चालणार नाही, याचा फार सजग प्रयत्न करा. सवय आहे आमची. ही साधकाच्या जीवनात फार घातक असते.

या तीन दिवसांमध्ये तुम्ही कमीत कमी बोलावं असं मला वाटतं आणि जे बोलाल, ते तेच नेहमीचं सामान्य तुम्ही जे रोज बोलता, ते नसलेलं चांगलं. तुम्ही रोज जे बोलता त्याला काही खूप किंमत आहे? तुम्ही ते संभाषण केलं नाहीत तर काही नुकसान होईल? तुम्ही ज्याच्याशी बोलत आहात, त्याला ते जर सांगितलं नाही, तर त्यात काही अहित आहे?

या तीन दिवसांत लक्षात ठेवायचं की, तुम्हाला कोणाशी विशेष काही बोलायचं नाहीये. तुम्ही काही थोडीफार बातचीत केलीत तरी ती साधनेशी संबंधित असावी. आणखी कशाशी नसलेलं चांगलं. न केलेलीच खरं तर चांगलं. जास्तीत जास्त वेळ मौन पाळा. आपण अजिबातच बोलू नये किंवा

लिहूनच बोलावं, असं सक्तीनं मी मौन पाळायला सांगत नाही. तुम्ही बोलायला मुक्त आहात, संभाषण करायला नाही; आणि स्मरणपूर्वक जेवढं अर्थपूर्ण होईल तेवढंच बोला, एरवी शांत राहा.

दोन फायदे होतील. एक तर मोठा फायदा होईल तो म्हणजे बोलण्यात जी शक्ती निष्कारण खर्ची पडते, ती वाचेल आणि त्या शक्तीचा उपयोग आपण साधनेत करू शकू. दुसरा फायदा असा होईल की, तुम्ही बाकीच्या लोकांपासून वेगळे व्हाल आणि तुम्हाला थोडा एकांत मिळेल. आपण इथं डोंगरावर आलो आहोत. जर आपण दोनशे लोक एकत्र जमलो आहोत आणि आपापसात बातचीत केली, बसून गप्पा मारत राहिलो तर डोंगरावर येण्याचा कोणताच हेतू पूर्ण साध्य होणार नाही. आपण गर्दीतले गर्दीतच राहू, आपण एकांतात येऊ शकणार नाही.

एकांतात जाण्यासाठी डोंगरावरच जाणं आवश्यक नसतं, तर बाकीच्या लोकांपासून आपले संबंध थोडे सैल करण्याची आणि एकटं होण्याचीही आवश्यकता असते. अगदी नाममात्र संबंध ठेवा. असं समजा की, या डोंगरावर तुम्ही एकटेच आहात, दुसरं कोणीही नाहीये आणि तुम्ही एकटे आल्यावर जसे राहिला असता– एकटे राहिले असता, एकटे फिरायला गेला असता, एकटेच कुठल्याशा जागी बसला असता, तसंच तुम्हाला राहायचं आहे. गर्दीत तुम्ही जाऊ नये. चार-सहा मित्र मिळून जाऊ नये. या तीन दिवसांमध्ये आपण अशा पद्धतीनं राहू... अलग-अलग, एकेकटे.

मी तुम्हाला असं सांगेन की, गर्दीत जीवनाचं कोणतंही श्रेष्ठ सत्य ना कधी निर्माण होतं, ना कधी अनुभवास येतं. गर्दीत कोणतीही महत्त्वाची गोष्ट कधी झालेली नाही. जे काही सत्याचे अनुभव आले आहेत ते अतिशय एकांतात आणि एकटेपणात आलेले आहेत.

तुम्ही जेव्हा एखाद्या माणसाशी बोलत नाही आणि आपली सगळी बातचीत अंतर्बाह्य बंद करता, तेव्हा निसर्ग कुठल्याशा रहस्यमय पद्धतीनं तुमच्याशी संभाषण सुरू करतो. बहुधा तुमच्याशी तो सततच बोलत असतो, पण आपण आपल्या संभाषणात इतके दंग आहोत की, तो हळुवार आवाज आपल्याला ऐकू येत नाही. आपल्याला आपले सारे आवाज बंद करावे लागतील, म्हणजे प्रत्येकाच्या आत चाललेला त्या अंतस चेतनेचा आवाज आपल्याला ऐकू येईल.

तेव्हा या तीन दिवसांमध्ये स्मरणपूर्वक संभाषण अगदी कमी करा. जर सवयीनं संभाषण सुरू झालं आणि आठवण झाली, तर ते मध्येच थांबवा आणि चूक झाली म्हणून क्षमा मागा. एकट्यानं जा. इथं आपण जे प्रयोग करू ते तर करूच, पण तुम्ही एकांतात प्रयोग करा. कुठेही जा. एखाद्या झाडाखाली बसा.

आपला निसर्गाशी काही संबंध आहे, काही नातं आहे, हेही आपण विसरून गेलो आहोत. निसर्गाच्या सान्निध्यात व्यक्ती जेवढ्या वेगानं परमात्म्याच्या जवळ पोचते, तेवढी ती कुठे पोचत नाही, याचीही आपल्याला जाणीव नाही.

तेव्हा या अद्‌भुत तीन दिवसांच्या संधीचा लाभ घ्या. एकांतात जा आणि व्यर्थ संभाषण करू नका. ते पुन्हा करायला तीन दिवसांनंतर आपल्याला पुष्कळ वेळ मिळेल, ते नंतर करता येईल.

ही तिसरी गोष्ट लक्षात ठेवा की, जास्त करून तीन दिवस, मौनात, एकांतात आणि एकट्यानं घालवायचे आहेत. सगळे बरोबर असले तरी आपण एकट्यानंच राहतोय. साधनेचं जीवन हे एकट्याचं जीवन असतं. आपण इथं एवढे लोक आहोत, आपण ध्यान करायला बसलो तर वाटेल की, आपण समूहात ध्यान करत आहोत; पण सगळं ध्यान वैयक्तिक आहे. समूहाचं कुठलं ध्यान नसतं. बसलोय नक्कीच आपण एवढे लोक इथं; पण प्रत्येक जण जेव्हा आपल्या आत जाईल, तेव्हा एकटा राहील. तो जेव्हा डोळे मिटून घेईल, तेव्हा एकटा होईल आणि जेव्हा शांतीत प्रवेश करेल, तेव्हा त्याच्याबरोबर कोणीही नसेल. आपण इथं दोनशे लोक असू; पण प्रत्येक व्यक्ती फक्त स्वत:बरोबरच असेल. बाकी एकशेनव्व्याण्णव लोकांबरोबर नसेल.

सामूहिक असं कुठलंही ध्यान नसतं, ना कुठली प्रार्थना. सगळं ध्यान, सगळ्या प्रार्थना वैयक्तिक असतात, एकट्या असतात. इथंही आपण एकटे राहू, बाहेरही आपण एकटे राहू आणि बहुतांशी मौनात वेळ व्यतीत करू, बोलणार नाही. बोलणार नाही एवढंच पुरेसं नाही. अंतरंगातही लक्षात ठेवू की, आपल्या आत जी सततची निरर्थक बडबड चाललीय-आपण स्वत:च बोलत आहात, आपण स्वत:च उत्तरं देत आहात–तीही सैल करू, सोडून देऊ. जर आत ती बडबड मंदावली नाही, तर आत अगदी स्पष्ट आदेश द्या की, ही बडबड बंद कर. बडबड मला आवडत नाही. आपल्या आत स्वत:ला सांगा.

असंही मी तुम्हाला सांगेन की, साधनेच्या जीवनात स्वत:ला काही आदेश देणं फार महत्त्वाचं असतं. कधीतरी आदेश देऊन पाहा. एकटेच बसा आणि आपल्या मनाला सांगा की, 'बडबड बंद! मला ती आवडत नाही.' आणि तुम्ही चकित व्हाल की एका झटक्यात आतली बडबड बंद होईल.

तीन दिवस लक्षपूर्वक आत आदेश द्या की, मला संभाषण करायचं नाहीये. तुम्हाला तीन दिवसांत लक्षात येईल की, फरक पडलाय आणि क्रमश: आतलं संभाषण थांबलंय.

पाचवी गोष्ट, काही तक्रारी असू शकतील, काही त्रास असू शकेल. तीन दिवस त्याचा कोणी विचार करणार नाही. लहान-मोठी काही गैरसोय असेल,

अडचण असेल, तर त्याचा कोणी विचार करणार नाही. आपण कुठल्या सोयी-सुविधांसाठी इथं एकत्र आलेलो नाही.

अलीकडेच मी एका चिनी साध्वीचं चरित्र वाचत होतो. ती एका गावात गेली होती. त्या गावात थोडीच घरं होती. तिनं त्या घरांसमोर जाऊन–संध्याकाळ होत होती, रात्र पडायला आली होती, ती साध्वी एकटीच होती–ती लोकांना म्हणाली, 'मला घरात राहू दे.' अनोळखी स्त्री, शिवाय त्या गावात जे लोक राहत होते, त्यांचा धर्म मानणाऱ्यांपैकी ती नव्हती. लोकांनी आपल्या घरांचे दरवाजे बंद करून घेतले. दुसरं गाव खूप लांब होतं आणि रात्र, आणि एकटी. तिला त्या रात्री एका शेतात जाऊन झोपावं लागलं. ती एका चेरीच्या झाडाखाली जाऊन गुपचूप झोपी गेली.

रात्री दोन वाजता तिला जाग आली. थंडी होती आणि थंडीमुळे तिची झोपमोड झाली. तिनं पाहिलं, सगळी फुलं फुललीयत आणि चेरीचा सगळा मळा फुलांनी लगडलाय, चंद्र वर आलाय आणि खूप अद्‌भुत असं चांदणं आहे आणि तो आनंदक्षण तिनं अनुभवला.

सकाळी ती त्या गावात गेली आणि ज्यांनी रात्री दारं बंद करून घेतली होती, त्या सगळ्यांना धन्यवाद दिले. त्यांनी विचारलं, 'कसले धन्यवाद!' ती म्हणाली, 'तुम्ही तुमच्या प्रेमामुळे, माझ्यावर करुणा आणि दया दाखवून रात्री तुमची दारं बंद केली, त्याबद्दल धन्यवाद. एक फार अद्‌भुत क्षण माझ्या हाती लागला. मी चेरीची फुलं फुललेली पाहिली आणि पूर्णचंद्र पाहिला आणि मी असं काही पाहिलं की, जे आयुष्यात पाहिलं नव्हतं आणि तुम्ही जर मला आश्रय दिला असतात तर मी त्या आनंदाला मुकले असते. तेव्हा माझ्या लक्षात आली त्यांची करुणा आणि त्यांनी माझ्यासाठी दारं का लावून घेतली ते.'

ही एक दृष्टी आहे, एक कोन आहे. शक्य आहे की तुम्हालाही त्या रात्री दारातून परत पाठवलं गेलं असतं. तेव्हा कदाचित तुम्ही रात्रभर इतके संतापला असता आणि त्या लोकांबद्दल तुमच्या मनात एवढी घृणा आणि क्रोध आला असता की, चेरीत जेव्हा फुलं फुलली असती, तेव्हा तुम्हाला ती दिसली नसती आणि जेव्हा चंद्र वर आला असता, तेव्हा तुम्हाला त्याची जाणीव झाली नसती. धन्यवाद तर फारच दूर, तुम्ही हे सगळं अनुभवूही शकला नसता.

जीवनात अशीही एक स्थिती असते की, जेव्हा तुम्ही प्रत्येक गोष्टीबद्दल धन्यवादानं भरून जाता. साधकानं लक्षात ठेवावं की, या तीन दिवसांत प्रत्येक गोष्टीबद्दल कृतज्ञतेनं भरून जायचं आहे. जे मिळेल त्याबद्दल धन्यवाद. जे मिळत नाही, त्याच्याशी काही घेणं नाही. या भूमिकेतून एक अर्थ निर्माण होतो. या भूमिकेत आतवर एक निश्चिंतता निर्माण होते आणि एक प्रकारचा साधेपणाही.

आणि शेवटी आणखी एक गोष्ट. या तीन दिवसांमध्ये आपण सतत अंतर्प्रवेशाचा प्रयत्न करू आणि ध्यानाचा, समाधीचा. त्या प्रवेशासाठी खूपच दृढ संकल्पाची आवश्यकता आहे. दृढ संकल्पाचा हा अर्थ आहे की, तुमचं जे मन आहे, त्यातल्या चेतना मन नावाच्या एका अगदी छोट्या भागात सगळे विचार चाललेले असतात. त्याच्यापेक्षा खूप जास्त खोल आणखी नऊ भाग आपलं मन असतं. आपण आपल्या मनाचे दहा भाग केले तर त्यांतला एक भाग आपला कॉन्शस आहे, चेतना आहे. तुमच्या मनाच्या नऊ भागांत अचेतन आणि अनकॉन्शस असतात. या एका भागातच आपण सगळा विचार करतो. बाकी नऊ भागांना त्याची कुठलीही जाणीव नसते, नऊ भागांमध्ये त्याची कुठलीही सूचना पोचत नाही.

इथं आपण विचार करू या की, ध्यान करायचं आहे, समाधीत उतरायचं आहे; पण आपल्या मनाचा बराचसा भाग अपरिचित राहतो. तो अपरिचित भाग आपल्याला मदत करणार नाही आणि त्याची मदत मिळाली नाही, तर यश फार अवघड आहे. त्याची मदत मिळावी म्हणून संकल्प करण्याची आवश्यकता आहे आणि तुम्ही संकल्प कसा करणार आहात, ते मी तुम्हाला समजावून सांगेन. आता इथं संकल्प करून उठू आणि पुन्हा जेव्हा रात्री तुम्ही बिछान्यावर पडाल, तेव्हा पाच मिनिटांसाठी त्या संकल्पाची पुन्हा उजळणी करा आणि त्या संकल्पाची उजळणी करता करताच झोपी जा.

संकल्प निर्माण करण्याचा जो प्रयोग आहे, तो मी तुम्हाला समजावून सांगतो, तो तुम्ही इथंही करायचा आहे आणि रोज नियमितपणे करायचा आहे. संकल्पातून मी तुम्हाला स्पष्ट केलं की, तुम्हाला पूर्ण मनानं-चेतन आणि अचेतन -मला शांत व्हायचं आहे, मला ध्यान प्राप्त करायचं आहे, असा विचार एकत्रित रूपानं करायचा.

गौतम बुद्धांची समाधी लागली, त्या रात्री ते आपल्या बोधिवृक्षाखाली बसले आणि म्हणाले, 'आता जोपर्यंत मला अंतिम सत्य मिळत नाही, तोपर्यंत मी इथून उठणार नाही.' तुम्हाला वाटेल याला काय अर्थ आहे? आपल्या न उठण्यामुळे अंतिम सत्य कसं मिळेल? पण जोपर्यंत मला अंतिम सत्य सापडत नाही, तोपर्यंत मी इथून उठणार नाही हा विचार साऱ्या प्राणात घुमला.

अंतिम सत्याचा लाभ होईपर्यंत ते उठले नाहीत आणि आश्चर्य म्हणजे त्याच रात्री त्यांना अंतिम सत्य गवसलं. ते सहा वर्षांपासून प्रयत्न करत होते, पण एवढा दृढ संकल्प कुठल्याही दिवशी झाला नव्हता.

संकल्पाची दृढता कशी निर्माण होते, त्याचा लहानसा प्रयोग मी तुम्हाला सांगतो. तो आपण आत्ता इथं करू आणि पुन्हा रात्री तो नियमितपणे करून

आपण झोपी जाऊ.

जर तुम्ही आपला सगळा श्वास बाहेर टाकलात आणि पुन्हा श्वास आत घ्यायचा थांबलात तर काय होईल? जर मी माझे सगळे श्वास बाहेर सोडले आणि नाक बंद करून श्वास आत जाऊ दिले नाहीत, तर काय होईल? थोड्याच वेळात माझे सारे प्राण तो श्वास घेण्यासाठी तडफडू लागणार नाहीत काय? माझे रोम-रोम आणि माझ्या शरीरात ज्या लाखो पोकळ्या आहेत, त्या हवा पाहिजे, हवा पाहिजे अशी मागणी करू लागणार नाहीत काय? जेवढा वेळ मी श्वास रोखून धरेन, तेवढा माझ्या खोलवरच्या अचेतनाचा भाग घोष करेल, हवा पाहिजे! जेवढा वेळ मी रोखून धरेन, तेवढे माझ्या प्राणांच्या खालचे भागही ओरडू लागतील, हवा पाहिजे! अगदी मी अखेरच्या क्षणापर्यंत रोखून धरले तरी माझा सगळा प्राण मागणी करेल, हवा पाहिजे! वरचाच भाग म्हणेल का हा प्रश्न सोपा नाहीये. आता हा जीवन आणि मरणाचा प्रश्न आहे, त्यामुळे खालचे भागही पुकारा करतील की हवा पाहिजे.

या क्षणाच्या स्थितीत जेव्हा सगळे प्राण हवा मागत असतील तेव्हा तुम्ही आपल्या मनात, मी ध्यानात प्रवेश करेनच करेन, या संकल्पाची सतत उजळणी करत राहा. जेव्हा आपले सगळे प्राण श्वास मागत असतील तेव्हा आपल्या मनात, मी ध्यानात प्रवेश केल्याशिवाय राहणार नाही, हा भाव घोळत ठेवा. हा माझ्या संकल्प आहे की, मी ध्यानात निश्चितपणे प्रवेश करेन. त्या वेळी आपलं मन याची उजळणी करत राहायला हवं. त्या वेळी आपले प्राण श्वास मागत असतील आणि आपलं मन या विचाराचा पुनरुच्चार करत राहील. जितक्या खोलवर प्राण थरथरतील तेवढ्या खोलवर आपला हा संकल्प प्रवेश करेल आणि तुम्ही जर पूर्ण प्राण-कंपित अवस्थेत या वाक्याचा पुनरुच्चार केला तर हा संकल्प दृढ होईल. दृढ याचा अर्थ असा की तो आपल्या अचेतन, अनकॉन्शस मनापर्यंत प्रवेश करेल.

हे आपण रोज ध्यानाच्या आधी करू. रात्री झोपायच्या वेळीही तुम्ही तो करून झोपणार आहात. तो प्रयोग करायचा आणि मग झोपायचं. जेव्हा तुम्ही झोपू लागाल, तेव्हाही 'मी ध्यानात प्रवेश करेनच' या वाक्याचा ध्वनी आपल्या मनात सतत निनादत राहू दे. मला ध्यानात प्रवेश करायचा आहे, हा माझा संकल्प आहे; हे वाक्य आपल्या मनात सतत घोळत राहायला हवं, मग आपल्याला झोप कधी लागली, ते कळणारही नाही.

झोपताना चेतन मन बेशुद्ध होतं आणि अचेतन मनाची द्वारं उघडतात. जर त्या वेळी आपल्या मनात ही गोष्ट घोळत राहिली, तर अचेतन भागांमध्ये प्रवेश करेल आणि त्याचा परिणाम तुम्ही पाहाल. या तीन दिवसांतच परिणाम पाहाल.

संकल्प दृढ करण्याचा उपाय तुम्ही लक्षात घ्या. उपाय असा की, सगळ्यात आधी हळूहळू पूर्ण श्वास आत घ्या, सगळ्या प्राणांमध्ये संपूर्ण फुफ्फुसांमध्ये जेवढा घेता येईल, तेवढा श्वास भरून घ्या. जेव्हा श्वास पूर्ण भरेल, तेव्हाही 'मी संकल्प करतो की, मी ध्यानात प्रवेश करेनच,' हा विचार मनात घोळत राहायला हवा. हे वाक्य घुमतच राहायला हवं.

पुन्हा श्वास बाहेर सोडला जाईल, तेव्हाही हे वाक्य मनात घुमत राहू दे-मी संकल्प करतो की, ध्यानात प्रवेश करेनच करेन. या वाक्याचा पुनरुच्चार करत राहा. मग श्वास बाहेर सोडत राहा. एक क्षण असा येईल की आपल्याला वाटेल, आता आत श्वास अजिबात नाही, तरीसुद्धा थोडा आहे, तोही बाहेर सोडा आणि वाक्य घोकत राहा. आपल्याला वाटेल, आता अजिबात नाही, तरीसुद्धा आहे, तोही बाहेर टाकावा.

तुम्ही घाबरू नये. तुम्ही पूर्ण श्वास कधीच सोडू शकत नाही. म्हणजे यात घाबरायचं काहीच कारण नाही. तुम्ही पूर्ण श्वास कधी सोडूच शकत नाही. म्हणून जेवढं तुम्हाला वाटेल की, आता अजिबात नाही, त्या वेळीही थोडा आहे, तोही बाहेर सोडा. जिथपर्यंत आपल्याला शक्य होईल, श्वास सोडत राहा आणि मनात हे वाक्य घुमत राहू दे–मी संकल्प करतो की मी ध्यानात प्रवेश करेनच करेन.

ही एक अद्‌भुत प्रक्रिया आहे. या प्रक्रियेच्या माध्यमातून आपल्या अचेतन भागांमध्ये विचार प्रवेश करेल, संकल्पाचा प्रवेश होईल आणि त्याचा परिणाम तुम्ही उद्या सकाळपासूनच पाहाल.

तर एक संकल्प दृढ करायचा आहे. आता इथून जेव्हा आपण अलग होऊ, तेव्हा तो प्रयोग करू. तो पाच वेळा करायचा आहे. म्हणजेच पाच वेळा श्वास सोडायचा आणि रोखून धरायचा आहे आणि पाच वेळा सतत त्या विचाराची आपल्या आत उजळणी करायची आहे. ज्यांना हृदयविकार असेल किंवा काही त्रास असेल, त्यांनी तो फार वेगानं करायचा नाही, तो खूप सावकाश करायचा आहे, जेवढं त्यांना सोपं वाटेल आणि त्रास होणार नाही एवढा.

मी सांगितलं की ही जी संकल्पाची गोष्ट आहे, ती रोज रात्री या तीन दिवसांमध्ये झोपायच्या वेळी करून झोपायचं आहे. झोपायच्या वेळी तुम्ही जेव्हा अंथरुणावर पडाल, तेव्हा हीच भावावृत्ती करत-करत हळूहळू झोपी जायचं आहे.

ही संकल्पाची स्थिती आपण जर योग्यपणे पकडली आणि आपल्या प्राणांमध्ये तो आवाज पोचवला तर परिणाम होणं अगदी सरळ आणि फार फार सोपं आहे.

या थोड्याफार गोष्टी आज तुम्हाला सांगायच्या होत्या. त्यांपैकी ज्या प्रासंगिक आवश्यकता आहेत, त्या मला वाटतं, तुम्हाला समजल्या असतील. मी म्हटलं

तसं संभाषण करायचं नाहीये. साहजिकच आहे की तुम्हाला वृत्तपत्रं, रेडिओ यांचा उपयोग करायचा नाही. कारण तेही संभाषण आहे. मी तुम्हाला सांगितलं, मौनात आणि एकांतात राहायचं आहे. याचा स्वाभाविक अर्थ असा की, शक्य तेवढं जोडीदारांपासून दूर रहा. जेवढा वेळ आपण इथं भेटू, ते अलग-अलग. जेवायला गेलो तरी अलग. तिथंही आपण खूप मौन आणि शांती पाळून भोजन करावं. तिथंही खूप शांतता असू दे, जणू तुम्ही तिथं आहात, हेही कळता कामा नये. इथंही आलात तरी अगदी शांतता पाळून या.

पाहू या, तीन दिवस शांत राहण्याचा प्रयोग काय परिणाम घडवून आणतो ते! रस्त्यानं चालत गेलात तरी अगदी शांत. उठलात-बसलात तरी अतिशय शांत आणि जास्त करून एकांतात निघून जा. एखादी सुंदर जागा पाहा. तिथं शांत बसून राहा. बरोबर कोणी असेल तर त्यानंही शांत बसावं, संभाषण करू नये. अन्यथा डोंगर व्यर्थ ठरतात. सौंदर्य व्यर्थ ठरतं. जे समोर असतं, ते दिसत नाही. तुम्ही गप्पांमध्ये सगळं संपवून टाकता. एकांतात जा.

आणि अशा प्रकारे या थोड्या गोष्टी मी तुम्हाला ज्या सांगितल्या, त्या आवश्यक आहेत आणि प्रत्येकासाठी. जर तुम्हाला आत अजिबात तहान जाणवत नसेल तर ती तहान कशी निर्माण करायची, त्यासंबंधी उद्या मला प्रश्न विचारून घ्या. जर मला काही आशा जाणवत नाही असं तुम्हाला वाटत असेल, तर आशा कशी निर्माण करायची, त्यासंबंधी उद्या सकाळी मला प्रश्न विचारा. जर तुम्हाला वाटत असेल की, मला कुठला संकल्प करण्यात अडचण आहे किंवा संकल्प होऊ शकत नाही किंवा होतच नाही, तर सगळ्या अडचणी सकाळी मला विचारा.

उद्या सकाळीच तीन दिवसांसाठी ज्या काही अडचणी येऊ शकतील, त्या तुम्ही मला विचारून घ्या, म्हणजे तीन दिवसांत जराही वेळ वाया जाणार नाही. जर प्रत्येक व्यक्तीची अशी कुठली स्वतःची वैयक्तिक अडचण आणि दुःख, पीडा असेल की जिच्यापासून तो मुक्त होऊ इच्छित आहे, किंवा जिच्यामुळे तो ध्यानात जाऊ शकत नाही, किंवा जिच्यामुळे ध्यानात प्रवेश करणं अवघड होत आहे, तर त्या समजून घ्या. जर तुम्हाला शांतीमध्ये प्रवेश करू देत नाही अशी कुठली विशेष चिंता असेल तर त्यासाठी तुम्ही स्वतंत्रपणे विचारून घ्या. ध्यानात प्रवेश करू देत नाही अशी कुठली पीडा तुम्हाला असेल तर त्यासाठी स्वतंत्रपणे विचारून घ्या. ते सगळ्यांसाठी सामूहिक नसेल. ती तुमची वैयक्तिक समस्या असेल. त्यासाठी आपण स्वतंत्र प्रयोग करायचा आहे आणि जो काही त्रास असेल तो सकाळी स्पष्ट करून ठेवा म्हणजे आपण तीन दिवसांसाठी व्यवस्थित होऊन जाऊ.

या थोड्या गोष्टी मला तुम्हाला सांगायच्या होत्या. तुमची एक भावदृष्टी तयार व्हावी आणि नंतर तुम्हाला जे करायचं आहे, ते आपण उद्यापासून सुरू करू आणि उद्यापासून समजून घेऊ.

आता आपण सगळे थोड्या-थोड्या अंतरावर बसू या. हॉल तर मोठा आहे, सगळे अंतर सोडून बसू शकतील, म्हणजे आपण संकल्पाचा प्रयोग करू आणि इथून निरोप घेऊ.

..... असं झटकन नाही, अगदी हळूहळू, संपूर्ण फुफ्फुसं भरून घ्यायची आहेत. ती आपण जेव्हा भराल तेव्हा आपण स्वत: आपल्या मनात, मी संकल्प करतो की मी ध्यानात प्रवेश करेनच, या वाक्याचा पुनरुच्चार करत राहायचं आहे. हे वाक्य तुम्ही घोकत राहा. शेवटच्या मर्यादेपर्यंत श्वास पूर्ण भरून जाईल तेव्हा तो थोडा वेळ रोखून धरायचा आणि आपल्या मनात हे वाक्य घोकत राहायचं. भीती वाढेल. श्वास बाहेर सोडावा असं वाटू लागेल, तेव्हासुद्धा थोडा वेळ रोखून धरा आणि हे वाक्य घोकत राहा. श्वास हळूहळू बाहेर सोडा. तेव्हाही वाक्य घोकत राहा. मग सगळा श्वास बाहेर सोडत जा, अखेरच्या मर्यादेपर्यंत वाटलं तरी सोडा. तेव्हाही वाक्य घोकत राहा. मग आत जेव्हा रिकामं होईल, तेव्हा ते रिकामेपण रोखा. श्वास आत घेऊ नका. पुन्हा वाक्य घोकत राहा, शेवटच्या क्षणापर्यंत. मग हळूहळू श्वास आत घ्या. असं पाच वेळा. म्हणजे एका वेळेचा अर्थ झाला, एकदा श्वास आत घ्यायचा आणि एकदा बाहेर सोडायचा. अशा प्रकारे पाच वेळा क्रमश: हळूहळू सगळं करा.

पाच वेळा असं करून झाल्यावर मग अगदी सावकाश, पाठीचा कणा ताठ ठेवूनच पुन्हा हळूहळू श्वास घेत राहा आणि पाच मिनिटं आरामात बसून राहा. असं दहा-एक मिनिटं आपण इथं प्रयोग करू. मग शांतपणे सगळे लोक निघून जातील. संभाषण न करण्याचं लक्षात ठेवायचं आहे. आत्तापासूनच ते सुरू करायचं आहे. त्या अर्थांनी शिबिर सुरू झालं आहे. झोपायच्या वेळी पुन्हा हा प्रयोग पाच-सात वेळा करा, तुम्हाला चांगलं वाटेल तेवढा वेळ. मग झोपी जा. झोपायच्या वेळी, मी शांत होईनच हा माझा संकल्प आहे, हा विचार करूनच झोपी जा. मग झोप आपल्याला घेरून टाकेल तेव्हाही आपण हाच विचार करत राहा.

मग लाईट बंद करा. जेव्हा आपलं पाच वेळा असं होईल तेव्हा शांतपणे आपण आपलं-आपलं बसून थोडा मंद श्वास घेत बसून राहा. कणा ताठ ठेवा. सगळं शरीर सैल सोडा. कणा सरळ असेल आणि तेव्हा शरीर सैल सोडून द्यायचं आहे. डोळे मिटून घ्या. खूप शांतपणे श्वास आत घ्या आणि मी म्हटलं तसं, तसा प्रयोग पाच वेळा करा.

मी ध्यानात प्रवेश करेनच करेन. मी ध्यानात प्रवेश करेनच करेन. माझा संकल्प आहे की, ध्यानात प्रवेश होईल. माझा संकल्प आहे की, ध्यानात प्रवेश होईल. ध्यानात प्रवेश होईल असा संकल्प सगळ्या प्राणांना करू द्यावा. सगळ्या प्राणांमध्ये ही गोष्ट घुमत जावी. हे अंतस-चेतनेपर्यंत उतरावं.

पाच वेळा होईल, तेव्हा पुन्हा सावकाशपणे बसून शांतपणे कणा ताठ ठेवूनच हळूहळू श्वास घ्या, सावकाश सोडा आणि श्वासच निरखत राहा. पाच मिनिटं विश्रांती घ्या. त्या विश्रांतीच्या वेळी जो संकल्प केला आहे तो आपला आपणच आणखी खोलवर जाईल. पाच वेळा संकल्प करून घ्या. मग शांत बसून पाच मिनिटं श्वास निरखत राहा आणि मग अगदी मंद श्वास घ्या.

■

प्रवचन दुसरे

शरीरशुद्धीची अंतरंगसूत्रं

माझे प्रिय आत्मन्

रात्री साधनेची सुरुवातीची भूमिका कशी तयार करायची त्यासंबंधानं थोड्याशा गोष्टी तुम्हाला सांगितल्या आहेत. साधनेची जी दृष्टी माझ्या मनात आहे, ती कुठल्या शास्त्रांवर, कुठल्या ग्रंथांवर, एखाद्या विशिष्ट संप्रदायावर आधारलेली नाही. जसं मी स्वत:मध्ये शिरून जाणलंय, त्या मार्गासंबंधी मी तुमच्याशी बोलतोय. म्हणून माझं सांगणं ही कुठली सैद्धांतिक गोष्ट नाहीये. त्यावरून मी जेव्हा तुम्हाला सांगतो की, तुम्ही यावं आणि पाहावं, तेव्हा माझ्या मनात असा विचार तिळमात्रही नाही की, तुम्ही निघालात तर जे मिळवण्याची आपली कल्पना आहे, ते तुम्ही मिळवू शकणार नाही. म्हणून असं आश्वासन आणि विश्वास आहे की, ज्या मार्गांवर मी प्रवेश करून पाहिला आहे, केवळ त्याबद्दलच मी तुम्हाला सांगतोय.

एका फार पीडा आणि संतापाच्या काळातून मी गेलो. फार प्रयासांचा, फार प्रयत्नांचा काळ मी अनुभवला.

त्या वेळी अंतस प्रवेशाचा मी खूप प्रयत्न, खूप प्रयास करत होतो. बऱ्याच मार्गांनी, बऱ्याच पद्धतींनी त्या दिशेला जायचा मी खूप प्रयत्न केला. फार वेदनेचे दिवस होते आणि फार दुःखाचे आणि त्रासाचे दिवस होते; परंतु सतत प्रयत्नांनी आणि जसं डोंगरावरून एखादा झरा वाहतो आणि वाहतच राहतो, तेव्हा खालचे खडकही फुटतात, तसंच सतत प्रयत्नांनी कुठल्याशा क्षणी थोडाफार प्रवेश झाला. तो प्रवेश ज्या मार्गानं मला शक्य झाला, फक्त त्या मार्गासंबंधीच तुमच्याशी बोलतोय आणि म्हणून खूप आश्वासन आणि खूप विश्वासानं मी तुम्हाला सांगू शकतो की, जर प्रयोग केला तर परिणाम चांगलाच निश्चित असा आहे. तेव्हा एक दुःख होतं, तेव्हा एक पीडा होती, आता तसं कुठलं दुःख आणि तशी कुठली पीडा माझ्या अंतरंगात नाहीये.

काल मला कोणीतरी विचारत होतं की, एवढ्या समस्या लोक आपल्यासमोर ठेवतात तेव्हा आपल्याला त्रास होत नाही? मी त्यांना सांगितलं, समस्या आपली स्वतःची नसेल तर त्रासाचं काही कारणच नसतं. समस्या दुसऱ्याची असते तेव्हा कुठला त्रास होत नाही. समस्या आपली असते, तेव्हा त्रास सुरू होतो. माझी कुठली समस्या अशा अर्थांनी नाहीये; परंतु एक नव्या प्रकारचं दुःख आता जीवनात प्रविष्ट झालं आणि ते दुःख असं की, मी माझ्या चारही बाजूंना जी कुठली माणसं पाहतो, ती त्रासात आणि पीडेत असल्यासारखी वाटतात. मला तर वाटतं की, त्यांचं निराकरण अगदी सोपं असतं. मला वाटतं, त्यांनी दारावर खटखट केली तर दार उघडेल, आणि ते दारापाशी उभे राहूनच रडतायत. तेव्हा मी अगदी नव्या प्रकारचं दुःख आणि पीडा अनुभवतो.

एक छोटीशी पारशी गोष्ट मी वाचत होतो. एक अंध माणूस आणि त्याचा एक मित्र एक वाळवंट ओलांडत होते. ते दोघेही स्वतंत्र प्रवासाला निघाले होते, वाटेत त्यांची भेट झाली आणि तो डोळस माणूस त्या अंध माणसाला आपल्याबरोबर घेऊन निघाला. ते काही दिवस एकमेकांबरोबरच चालत राहिले. त्यांची मैत्री दाट झाली.

एके दिवशी सकाळी अंध माणूस आधी उठला, सकाळी त्याला आधी जाग आली. त्यानं चाचपडत आपली काठी शोधली. वाळवंटातली रात्र होती आणि थंडीचे दिवस होते. काठी तर त्याला मिळाली नाही. एक साप पडलेला होता, थंडीमुळे आक्रसून तो अगदी कडक झाला होता. त्यानं तो साप उचलला. त्यानं परमेश्वराचे आभार मानले की, माझी काठी हरवली तरी त्यापेक्षाही खूप चांगली आणि गुळगुळीत आणि खूप सुंदर काठी तू मला दिलीस. त्यानं देवाला धन्यवाद दिले की, तू फार कृपाळू आहेस. त्यानं त्याच काठीनं आपल्या डोळस मित्राला धक्का दिला आणि उठवण्याचा प्रयत्न केला. म्हणाला, 'उठ, सकाळ झालीय.'

तो डोळस मित्र उठला. पाहून घाबरून गेला आणि म्हणाला, 'तू हे हातात काय पकडून ठेवलंयस? ते एकदम सोडून दे. हा साप आहे आणि त्यानं जीवाला धोका पोचेल.' तो अंध माणूस म्हणाला, 'मित्रा, असूयेमुळे तू माझ्या या सुंदर काठीला साप म्हणतोयस. तुला वाटतं की, मी ती सोडली की तुला ती घेता येईल. मी अंध जरूर आहे, पण एवढा अडाणी नाहीये.'

तो डोळस माणूस म्हणाला, 'वेडा झालायस का काय? तो एकदम सोडून दे. तो साप आहे आणि त्यामुळे जिवाला धोका आहे.' अंध माणूस हसला आणि म्हणाला, 'तू इतके दिवस माझ्याबरोबर राहिलास, पण तुला हे कळलं नाही की मीसुद्धा शहाणा आहे. माझी काठी हरवलीय आणि परमेश्वरानं मला एक खूप सुंदर अशी काठी दिलीय, तर तू तिला साप म्हणतोयस.'

तो अंध माणूस मित्राची ही असूया आणि जळजळ बघून आपल्या मार्गानं निघाला. थोड्याच वेळात सूर्य वर आला आणि त्या सापाचा ताठपणा संपला, त्याच्यातली थंडी निघून गेली. त्याच्यात पुन्हा चैतन्य अवतरलं आणि तो त्या अंध माणसाला चावला.

मी ज्या दुःखाची गोष्ट तुमच्यापाशी करतोय, ते तेच दुःख आहे, जे त्या दिवशी सकाळी त्या डोळस माणसाला आपल्या अंध मित्राबद्दल वाटलं. तसंच एक दुःख आपल्या चारही बाजूंना जे लोक दिसतात त्यांच्याबद्दल मी अनुभवतो. त्यांनी हातात जे घेतलंय, ती काठी नाहीये. त्यांनी हातात जे घेतलंय, तो साप आहे; पण मी जर त्यांना म्हटलं की तो साप आहे, तर कदाचित त्यांच्या मनात येईल, कोणास ठाऊक कुठल्या असूयेपोटी, कोणास ठाऊक कुठल्या कारणामुळे आमच्या काठ्यांना साप म्हटलं जातंय.

हे मी दुसऱ्या कोणासाठी म्हणत नाहीये, हे मी तुमच्यासाठी म्हणतोय. असा विचार करू नका की, तुमच्याशेजारी जे बसले आहेत, त्यांच्यासाठी म्हणतोय. केवळ तुमच्यासाठी म्हणतोय आणि तुमच्या सगळ्यांच्या हातांमध्ये मला साप दिसतात आणि तुम्ही ज्या कशाला आधार समजताय आणि काठ्या समजताय, ते कसले आधार नाहीयेत आणि कसल्या काठ्याही नाहीयेत.

पण तुम्ही मार्ग सोडून निघण्याआधी आणि मी ईर्षेनं तुमची काठी हिरावून घेण्यासाठी काही बोलतोय असं वाटू नये म्हणून मी तिला एकदम साप म्हणत नाहीये. हळूहळू तुम्हाला समजावण्याचा प्रयत्न करतोय की तुम्ही जे पकडलंय, ते चुकीचं आहे. किंबहुना असंही म्हणत नाहीये की, जे पकडलंय ते चुकीचं आहे. एवढंच म्हणतोय की, जे पकडता येईल असं आणखीही काही श्रेष्ठ आहे. दुसरा कुठला विराट आनंद पकडता येऊ शकतो. जीवनात आणखी काही मोठी सत्यं पकडता येऊ शकतात. तुम्ही जे पकडलंय, ते तुमच्या नाशाचं कारण होईल.

आयुष्यभर आपण जे करतो, तेच आपल्याला बुडवतं, सारं आयुष्य नष्ट करतं आणि जेव्हा आयुष्य नष्ट होतं, संपून जातं तेव्हा जी पीडा आणि जो त्रास मृत्यूच्या क्षणी घेरून टाकतो, शेवटच्या दिवसांत जो त्रास माणसाला पकडतो, जो संताप घेरून टाकतो तो हा असतो की, एक खूप अद्‌भुत असं जीवन मी फुकटच घालवलं.

तेव्हा आज सकाळी सगळ्यात आधी मी असं सांगेन की, ज्या तहानेबाबत मी रात्री सांगितलं होतं, तुम्हाला जेव्हा दिसेल आणि अनुभवाला येईल की, जे जीवन तुम्ही जगताय, ते एकदम चुकीचं आहे, तेव्हाच ती तहान तुमच्यात निर्माण होईल. तुम्हाला जेव्हा कळेल की तुम्ही जे जीवन जगताय ते चुकीचं आहे, अर्थपूर्ण नाही, तेव्हाच ती तहान जन्म घेईल.

आणि ही काय फार अवघड गोष्ट आहे का समजून घ्यायला? तुम्हाला असं वाटतं का की, तुम्ही जे एकत्र करताय, ती खरोखरच संपत्ती आहे? तुम्हाला असं वाटतं का ती तुम्ही जे एकत्र करताय त्यामुळे तुम्हाला जीवन मिळेल? तुम्हाला असं वाटतं का की, ज्या दिशांनी तुम्ही प्रयत्न करताय, त्या दिशांना तुम्ही वाळूवर आणि पाण्यावर महाल उभारताय का कुठल्या खडकावर पाया घालताय? यावर थोडा विचार, यावर थोडं मनन करणं आवश्यक आहे.

जे कुणी लोक जीवनाच्या संबंधात थोडंसं चिंतन आणि मनन करतील, त्यांची तहान जागी व्हायला सुरुवात होईल. सत्याची तहान चिंतनातून आणि मननातून उत्पन्न होते. तुमच्यापैकी फार थोडे लोक जीवनाच्या बाबतीत विचार करतात–फार थोडे लोक. बरेच लोक अशा तऱ्हेनं जगतात की, जणू एखाद्या काठीचे तुकडे नदीत सोडलेयत आणि ते वाहत चालले आहेत आणि लाटा त्यांना तिथं घेऊन जातील, तिथं जातील. किनाऱ्यावर घेऊन गेल्या तर किनाऱ्यावर जातील आणि मुख्य प्रवाहात घेऊन आल्या तर मुख्य प्रवाहात येतील, ज्याचं स्वत:चं असं कुठलं जीवन नसतं. एखाद्या काठीच्या तुकड्याप्रमाणे आपल्यापैकी बहुतेक लोक जगतात. काळ आणि परिस्थिती जिथं घेऊन जातील, तिकडे आपण जातो.

जीवनावरच्या मनन आणि चिंतनामुळे एका गोष्टीची सूचना मिळेल की, आपल्याला नदीत वाहणाऱ्या एखाद्या काठीच्या तुकड्याप्रमाणे व्हायचंय का? वारा जिकडे घेऊन जाईल तिकडे जाणाऱ्या एखाद्या वाळलेल्या पानाप्रमाणे आपल्याला व्हायचंय का? का आपल्याला एक व्यक्ती व्हायचंय, एक इंडिव्हिज्युअल, एक व्यक्ती आणि एक सचेतन व्यक्ती, ज्याची आपल्या जीवनाची दिशा आहे, ज्यानं ठरवलंय की कुठे जायचं आणि कुठे पोचायचं आणि ज्यानं ठरवलंय की काय व्हायचंय. ज्यानं आपल्या जीवनाला आपल्या

हातात घेतलंय आणि त्याची निर्मिती आपल्या हातात घेतलीय.

माणसाची सगळ्यात मोठी कृती स्वत: माणूस आहे आणि माणसाची सगळ्यात मोठी निर्मिती स्वत:ची निर्मिती असते आणि आपण काहीही तयार केलं तरी ते तयार करणं उपयोगाचं नाही, ते सगळं पाण्यावर ओढलेल्या रेषांप्रमाणे एक दिवस नष्ट होईल. तुम्ही आपल्या आत तयार कराल आणि आपल्याला तयार कराल, तर तुम्ही एका खडकावर, एका लोखंडाच्या खडकावर काही लिहिताय, ज्याच्या खुणा पुन्हा कधी मावळत नाहीत; जे अमीट रूपानं तुमच्या बरोबर असेल.

तेव्हा तुमच्या जीवनाबाबत असा विचार करा की, नदीत वाहत चाललेल्या एखाद्या काठीच्या तुकड्याप्रमाणे तर तुम्ही नाही आहात? तुम्ही हवेत भिरभिरणारं, झाडावरून पानगळीत गळून पडलेलं एखादं पान तर नाही आहात? आणि तुम्ही विचार केलात तर तुम्हाला दिसेल की, तुम्ही एक काठीचा तुकडा आहात आणि तुम्हाला दिसेल की, पानगळीत गळून पडलेलं एक पान आहात, ज्याला हवा कुठेही उडवतीय. आता रस्ते त्या पानांनी भरलेले आहेत आणि ती पानं जशी हवा येईल तशी फिरतायत. तुम्ही आयुष्याचा सजग विकास केलाय का केवळ वाऱ्याच्या धक्क्यांवर उडताय? आणि हवेच्या धक्क्यांवर उडत राहिला असलात तर कुठे पोचू शकाल? कोणी कधी अशा तऱ्हेनं पोचलंय?

जीवनात एक सचेतन लक्ष्य नसेल तर कोणी कुठे पोचत नाही. सचेतन लक्ष्याची तहान या गोष्टीतून निर्माण होईल की, तुम्ही चिंतन करावं, मनन करावं आणि विचार करावा.

बुद्धांच्या बाबतीत तुम्ही ऐकलं असेल. त्यांना ज्या गोष्टीमुळे वैराग्य आलं, ज्या गोष्टीमुळे त्यांनी वैराग्याच्या जीवनात प्रवेश केला, ज्या गोष्टीमुळे त्यांच्यात सत्याची आकांक्षा निर्माण झाली, ती गोष्ट खूप प्रचलित आहे, खूप अर्थपूर्ण आहे. त्यांच्या आई-वडिलांना बुद्धांच्या लहानपणीच कोणीतरी सांगितलं की, ही व्यक्ती एकतर फार मोठा सम्राट होईल, चक्रवर्ती होईल किंवा फार मोठा संन्यासी होईल. ज्यामुळे संन्यास घ्यावासा वाटेल असं कोणतंही दु:ख बुद्धांना दिसू नये म्हणून त्यांच्या वडिलांनी त्यांच्या सुखसोयींची सगळी व्यवस्था केली. त्यांच्या वडिलांनी त्यांच्यासाठी घरं बांधली, त्या काळातल्या सगळ्या कलाकौशल्यासहित. त्यांनी सगळी व्यवस्था केली पुष्पवाटिकांची. प्रत्येक ऋतूसाठी वेगळं घर बांधलं आणि सेवकांना आज्ञा दिली की, एकही सुकलेलं फूल गौतमाला दिसता कामा नये, सिद्धार्थाला दिसता कामा नये. त्याच्या मनात हा विचार येता कामा नये की फूल वाळून जातं, मग मी तर वाळणार नाही?

मग रात्री त्यांच्या बागेतली सगळी वाळलेली फुलं आणि पानं काढली

जायची जी झाडं जराशी जरी मलूल व्हायची, ती उपटून काढून टाकली जायची. त्यांच्या आजूबाजूला तरुण आणि तरुणी जमलेले होते, कुठल्याही वृद्धाला प्रवेश मिळत नव्हता. म्हणजे सिद्धार्थाच्या मनात असा विचार येऊ नये की, लोक म्हातारे होतात, मग मी तर म्हातारा होणार नाही? ते तरुण झाले तोपर्यंत त्यांना माहिती नव्हतं की, मृत्यूसुद्धा असतो. त्यांच्यापर्यंत मृत्यूची कुठलीही बातमी पोचू दिली जात नव्हती. त्यांच्या गावात लोक मरतातसुद्धा, हे त्यांना अजिबात कळू दिलं नाही. म्हणजे त्यांच्या मनात असं येऊ नये की, लोक मरतात मग मीसुद्धा मरणार तर नाही?

मी चिंतनाचा अर्थ समजावतोय. चिंतनाचा अर्थ हा की चारही बाजूंना जे पडतंय, त्यावर विचार करा. मृत्यू घडतोय, तर विचार करा की, मी तर मरणार नाही? वार्धक्य घडतंय, तर विचार करा की, मी तर वृद्ध होणार नाही?

बुद्धांच्या मनात चिंतन निर्माण होऊ नये म्हणून त्यांच्या वडिलांनी सगळे उपाय केले आणि माझी इच्छा अशी आहे की, चिंतन निर्माण होईल असे सगळे उपाय आपण करा. त्यांनी चिंतन निर्माण होऊ नये म्हणून उपाय केले; पण चिंतन निर्माण झालंच.

एक दिवस बुद्ध गावातनं निघाले आणि वाटेत त्यांनी पाहिलं, एक वृद्ध माणूस चालत येतोय. त्यांनी आपल्या सारथ्याला विचारलं, 'या माणसाला काय झालंय? असाही माणूस असतो?' सारथी म्हणाला, 'मी खोटं कसं बोलू? प्रत्येक माणूस शेवटी असाच होतो.' बुद्धांनी लगेच विचारलं, 'मीसुद्धा?' तो सारथी म्हणाला, 'महाराज खोटं कशाला बोलू? त्यातून कोणी सुटत नाही.' बुद्ध म्हणाले, 'मागे फिरू या. मी म्हातारा झालो. उद्या जर हे व्हायचंच आहे, तर विषयच संपला.'

याला मी चिंतन म्हणतो.

पण सारथी म्हणाला, 'आपण एका युवक महोत्सवाला चाललोय. सगळे गावातले लोक वाट पाहतील, म्हणून चलावं.' बुद्ध म्हणाले,'आता जाण्यात काही रस राहिलेला नाही. युवक महोत्सव व्यर्थ आहे कारण म्हातारपण येतं.' पण ते गेले. आणखी पुढे गेले आणि त्यांनी पाहिलं एक तिरडी घेऊन चाललेयत लोक. कोणीतरी मेलेला असतो. बुद्धांनी विचारलं, 'हे काय झालं? हे लोक काय करतायत? त्यांनी खांद्यांवर कुठली गोष्ट घेतलीय?' सारथी म्हणाला, 'कसं सांगू? तशी आज्ञा नाहीये; पण खोटं बोलायला जमणार नाही. हा माणूस मेला. एक माणूस मेलाय, त्याला लोक घेऊन चालले आहेत.' बुद्धांनी विचारलं, 'मरण काय असतं?' आणि त्यांना पहिल्यांदाच कळलं, एक दिवस जीवनाचा प्रवाह कोरडा पडतो आणि माणूस मरतो. बुद्ध म्हणाले, 'आता एकदम मागे

फीर. मी मेलो. हा माणूस मेला नाही, मी मेलो.'

याला मी चिंतन म्हणतो. ज्यानं दुसऱ्यांच्या बाबतीत जे घडलंय, ते आपल्याही बाबतीत घडेल हे जाणलंय; समजून घेतलंय, असा माणूस चिंतन आणि मननात समर्थ झालेला आहे. चारही बाजूंना जे घडतं ते, जे बघत नाहीयेत, ते लोक अंध आहेत आणि या अर्थानं आपण सगळे अंध आहोत आणि म्हणून मी ती गोष्ट सांगितली, अंध माणसाची. हातात साप घेऊन चालणाऱ्या अंध माणसाची.

म्हणून आपल्यासाठी पहिली सगळ्यात महत्त्वाची गोष्ट कुठली असेल तर ती ही की, काय घडतंय ते डोळे उघडे ठेवून चारही बाजूंना बघा आणि त्या घडण्यातून चिंतन निर्माण होईल, मनन निर्माण होईल आणि ते मनन तहान देईल, आणखी कुठलं विराट सत्य जाणून घ्यायची.

हे– ही पीडा खूप अनुभवली मी. ती पीडा गेली आणि तिच्या जाण्यातून ज्या शिड्या, जे जिने मला दिसायला सुरुवात झाली, त्या शिड्यांपैकी, जिन्यांपैकी पहिल्या शिडीची, जिन्याची चर्चा आज मी करेन.

मला असं दिसतं की, परम जीवन किंवा परमात्मा किंवा आत्मा किंवा सत्य प्राप्त करण्यासाठी दोन गोष्टी आवश्यक असतात.

आणखी एक गोष्ट आवश्यक असते, जिला आपण म्हणू साधनेचं केंद्र किंवा साधनेचं शरीर आणि साधनेचा आत्मा. साधनेवर आज मी चर्चा करेन आणि उद्या साधनेच्या आत्म्यावर किंवा साधनेच्या केंद्रावर आणि परवा साधनेच्या परिणामावर. या तीनच गोष्टी आहेत- साधना, साधनेचं केंद्र आणि साधनेचा परिणाम. किंवा असंही म्हणता येईल की, साधनेची भूमिका, साधना आणि साधनेची सिद्धी. साधनेची भूमिका किंवा साधनेच्या परिघात तुमचा जो परीघ आहे, तोच संबंधित असतो. तुमच्या व्यक्तित्वाचा परीघ शरीर आहे. साधनेचा परीघही तुमचं शरीर आहे. साधनेचा अगदी प्रारंभिक टप्पा तुमच्या शरीरावर ठेवायचा आहे.

म्हणून एका गोष्टीचं स्मरण ठेवा की, शरीराच्या बाबतीत जर कुठली सांगोवांगीची वाईट भावना मनात असेल तर ती फेकून द्या. शरीर केवळ साधन आहे, जगाचं आणि सत्याचंही. शरीर ना शत्रू आहे ना मित्र; शरीर केवळ साधन आहे. आपल्याला वाटलं तर त्यानं पाप करा आणि वाटलं तर पुण्य करा. वाटलं तर जगात प्रवेश करा आणि वाटलं तर परमात्म्यात प्रवेश मिळवा. शरीर केवळ साधन आहे. त्याच्याबद्दल मनात कुठला वाईट भाव बाळगू नका. अशा बऱ्याचशा गोष्टी प्रचलित आहेत की, शरीर शत्रू आहे आणि शरीर वाईट आहे, शरीर पाप आहे आणि शरीर वाईट आहे. त्याचं दमन करायचंय. मी तुम्हाला सांगतो, असं सांगणारे चुकतायत. शरीर ना शत्रू आहे ना मित्र. तुम्ही

त्याचा जसा उपयोग करता, तसं ते सिद्ध होतं आणि म्हणून शरीर फार अद्‌भुत आहे. जगात जे काही वाईट घडलंय, तेही शरीरानं झालंय आणि जे काही शुभ झालंय, तेही शरीरामुळे झालंय. शरीर केवळ एक उपकरण आहे, एक यंत्र आहे.

साधना ही शरीरापासून सुरू होणं आवश्यक आहे; कारण हे यंत्र व्यवस्थित केल्याशिवाय कोणीही पुढे जाऊ शकत नाही. शरीर व्यवस्थित केल्याशिवाय कोणी पुढे जाऊ शकत नाही. तेव्हा पहिलं पाऊल म्हणजे, शरीरशुद्धी. शरीर जेवढं शुद्ध होईल, तेवढं अंतरंगातल्या प्रवेशात सहभागी होऊन जाईल.

शरीरशुद्धीचे अर्थ काय आहेत? शरीरशुद्धीचा पहिला अर्थ तर हा की, शरीराच्या आत, शरीराच्या व्यवस्थेत, शरीराच्या यंत्रात कुठलाही अडथळा, कुठलीही ग्रंथी, कसलीही कॉम्प्लेक्स असता कामा नयेत, तेव्हा शरीर शुद्ध होतं.

लक्षात घ्यायचं की, शरीरात कॉम्प्लेक्स आणि ग्रंथी कशा निर्माण होतात. जर शरीर सर्वस्वी ग्रंथीविरहित असेल, त्यात कुठलीही ग्रंथी नसेल, त्यात कुठलाही गुंता नसेल, शरीरात कुठे कसला अडथळा नसेल तर शरीर शुद्ध स्थितीत राहतं आणि अंतरंगातल्या प्रवेशात सहभागी होतं. तुम्ही जर खूप क्रुद्ध झालात, संतापलात आणि संताप व्यक्त करू शकला नाहीत, तर त्या क्रोधाची जी उष्णता निर्माण होईल ती शरीराच्या कुठल्या तरी अवयवात ग्रंथी निर्माण करेल.

तुम्ही पाहिलं असेल, संतापाच्या भरात हिस्टेरिया येऊ शकतो, रागातून एखादा आजार उद्‌भवू शकतो. आता जे सगळे प्रयोग चालतात स्वास्थ्यावर, त्यातून लक्षात येतं की, शंभर आजारांपैकी पन्नासएक आजार शरीरात नसतात, मनात असतात; पण मनाचे आजार शरीराच्या ग्रंथी निर्माण करतात आणि शरीरात जर ग्रंथी तयार झाल्या, शरीरात गाठी उत्पन्न झाल्या, तर शरीराची व्यवस्था जखडली जाते आणि अशुद्ध होऊन जाते.

तेव्हा शरीरशुद्धीसाठी सगळ्या योगांनी, सगळ्या धर्मांनी फार अद्‌भुत आणि क्रांतिकारक प्रयोग केले आहेत. ते प्रयोग थोडे समजून घेणं आवश्यक आहे. तुम्ही जर तुमच्या शरीरावर सक्ती केलीत तर थोड्याच दिवसांत त्रस्त होऊन जाल, हे शरीर तर फार अद्‌भुत जागा आहे, फार अद्‌भुत गोष्ट आहे आणि तेव्हा तुम्हाला हे शरीर शत्रू वाटणार नाही, तर परमात्मा विराजमान झालेलं मंदिर वाटेल. तेव्हा ते शत्रू वाटणार नाही, तर मोठा मित्र वाटेल आणि तुम्ही त्याबद्दल अनुग्रहीत व्हाल. कारण शरीर तुमचं नाहीये, पदार्थांपासून तयार झालंय. तुम्ही वेगळे आहात आणि शरीर वेगळं आहे, तरीसुद्धा तुम्ही त्याचा

अद्‌भुत असा उपयोग करू शकता तेव्हा शरीर एवढं साथ देतं म्हणून तुम्हाला शरीराबद्दल मोठी ग्रॅटीट्यूड, मोठी कृतज्ञता वाटेल.

तेव्हा शरीरात ग्रंथी निर्माण होता कामा नयेत. हे शरीरशुद्धीचं पहिलं पाऊल आहे; पण तुमच्या शरीरात बऱ्याच ग्रंथी आहेत. आता मी तुम्हाला सांगेन, काही दिवसच झाले, एक गृहस्थ माझ्याकडे आले. ते मला म्हणाले, 'मी बऱ्याच दिवसांपासून कुठल्याशा धर्माची काही साधना करतोय. मन अगदी शांत झालंय.' मी त्याला म्हटलं, 'मला तुमचं मन शांत दिसत नाही.' ते म्हणाले, 'तुम्ही असं कसं म्हणू शकता?' मी त्याला म्हटलं, 'तुम्ही आलायत तेव्हापासून तुमचे दोन्ही पाय एवढे हलतायत!' ते बसलेयत आणि दोन्ही पाय जोरानं हलवतायत. मी त्यांना म्हटलं, 'मन शांत असताना पाय अशा प्रकारे हलणं अशक्य आहे.'

शरीरात जे काही कंपन असतं, ते मनाच्या कंपनातून उत्पन्न होतं, मनाचं कंपन जेवढं कमी होऊ लागतं, तेवढ शरीर स्थिर वाटू लागेल. या बुद्ध आणि महावीरांच्या मूर्ती अगदी पाषाणासारख्या वाटतात, या व्यक्ती बसून राहायच्या तेव्हाही अशाच वाटायच्या. या मूर्तीच पाषाणासारख्या वाटत नाहीत, या माणसांना तुम्ही पाहिलं असतं तर ते अगदी पाषाणवत वाटले असते. तुम्ही त्यांच्या पाषाणमूर्ती उगाच तयार केल्या नाहीत, त्यामागं कारण होतं. बुद्ध, महावीर अगदी पाषाणासारखेच वाटू लागले होते. त्यांच्या आत कंपन विलीन होऊन गेलं होतं किंवा कंपनांना अर्थ असायचा; त्यांची आवश्यकता होती, तेव्हा ती व्हायची, अन्यथा ती विलीन झालेली होती.

तुम्ही पाय हलवत आहात तेव्हा आपल्या आत अशांतीमुळे जी एनर्जी उत्पन्न होत आहे, जी शक्ती निर्माण होत आहे, ती बाहेर काढण्याचा कुठला रस्ता न मिळाल्यामुळे पायांत कंपित होऊन ती बाहेर पडत आहे. एखादा माणूस जेव्हा क्रुद्ध असतो, तेव्हा त्याचे दात आवळले जातात आणि मुठीही. का? त्याच्या डोळ्यांत रक्त उतरतं. का? शेवटी मुठी आवळून घेण्यामागचं कारण काय? तुम्ही एकटे असतानाही कोणावर रागावलात तरीसुद्धा मुठी बंद होतील. तिथं तर ज्याला मारता येईल असंही कोणी नसतं; परंतु क्रोधामुळे जी शक्ती निर्माण होते, तिचं निराकरण कसं होईल? हाताचे स्नायू ओढून ती शक्ती बाहेर घालवली जाते.

सभ्यतेमुळे फार अडचण उभी करून ठेवलीय. असभ्य माणसाचं शरीर आपल्यापेक्षा जास्त शुद्ध असतं. एखाद्या वनवासी माणसाचं शरीर आपल्यापेक्षा फार शुद्ध असतं, त्यात ग्रंथी नसतात कारण त्याचे भावावेग तो सहजपणे प्रकट करतो; परंतु आपण आपले भावावेग दडपून ठेवतो.

समजा, तुम्ही कचेरीत आहात आणि मालक काहीतरी म्हणाला. तुम्हाला

राग तर आला पण तुम्ही मुठी आवळू नाही शकत. ती जी शक्ती निर्माण झालीय, तिचं काय होईल? शक्ती नष्ट होत नाही, लक्षात ठेवा. कुठलीही शक्ती नष्ट होत नाही. तुम्ही मला शिवी दिलीत आणि मला राग आला, पण इथं एवढे लोक होते की, मी तो राग व्यक्त करू शकलो नाही. ना मी दात खाऊ शकलो ना हात ओढू शकलो; ना मी शिवी हासडू शकलो, ना मी रागानं धावून जाऊ शकलो आणि ना मी एखादा दगड हातात घेऊ शकलो. तेव्हा माझ्या आत जी शक्ती निर्माण झाली, त्या शक्तीचं काय होईल? ती शक्ती माझ्या शरीराच्या कुठल्या तरी अवयवाला क्रिपल्ड करेल आणि तो क्रिपल्ड करण्यात, तो विकृत करण्यात खर्च पडेल. एक ग्रंथी निर्माण होईल.

शरीरातल्या ग्रंथींचा माझा अर्थ आहे तो हा. आपल्या शरीरात खूप ग्रंथी निर्माण होतात आणि तुम्ही कदाचित त्रस्त व्हाल, तुम्ही म्हणाल, अशा कुठल्या ग्रंथी तर आम्हाला माहिती नाहीत. तेव्हा मी तुम्हाला एक प्रयोग करायला सांगतोय. तुम्ही बघा, मग तुम्हाला कळेल, किती ग्रंथी असतात ते.

तुम्ही कधी विचार केलाय की, एकट्यानंच कुठल्याशा खोलीत तुम्ही जोरानं दात विचकायला लागला आहात, किंवा आरशात जीभ दाखवायला लागला आहात, किंवा रागानं डोळे वटारू लागलायत आणि तुम्ही स्वत:लाच हसलाही असाल की हे मी काय करतोय म्हणून. शक्य आहे, स्नानगृहात तुम्ही आंघोळ करताय आणि अचानक उडी मारलीयत. तुम्ही त्रस्त व्हाल की मी उडी मारली ती कशामुळे? किंवा मी आरशात पाहून दात का विचकले? किंवा मला मोठ्यानं गुणगुणावंसं का वाटलं?

मी तुम्हाला सांगेन, आठवड्यातून एखाद्या दिवशी अर्धा तास एका एकांत असलेल्या खोलीत कोंडून घ्या आणि तुम्हाला शरीराला जे करावंसं वाटेल, ते करू द्या. तुम्ही अगदी थक्क व्हाल. शक्य आहे, तुमचं शरीर नाचेल. जे करायचंय ते करू दे. तुम्ही त्याला अजिबात अडवू नका आणि तुम्ही अगदी त्रस्त व्हाल. शक्य आहे, शरीर आपलं नाचेल. शक्य आहे, तुम्ही उड्या माराल. शक्य आहे, तुम्ही ओरडाल. शक्य आहे, तुम्ही कुठल्या काल्पनिक शत्रूवर तुटून पडाल आणि तेव्हा तुम्हाला कळेल की हे काय होतंय! या सगळ्या ग्रंथी असतात ज्या दडपल्या गेलेल्या असतात आणि जरूर असतात. त्या बाहेर पडू पाहत असतात; पण समाज त्यांना बाहेर पडू देत नाही आणि तुम्हीही त्यांना बाहेर पडू देत नाही.

शरीर असं बऱ्याचशा ग्रंथींचं घर झालंय आणि जे शरीर ग्रंथींनी भरलेलं आहे, ते शुद्ध नसतं, ते अंतरंगात प्रवेश करू शकत नाही. तेव्हा योगातलं पहिलं पाऊल असतं, शरीरशुद्धी आणि शरीरशुद्धीचं पहिलं पाऊल आहे,

शरीराच्या ग्रंथींचं विसर्जन. तेव्हा नव्या ग्रंथी तयार करायच्या नाहीत आणि जुन्या ग्रंथींचं विसर्जन करण्याचा उपाय करायचा आणि त्या उपायासाठी आवश्यक आहे ते हे की, महिन्यातून एकदा, दोनदा एकट्यानं खोलीत कोंडून घ्या आणि शरीराला जे करावंसं वाटेल ते करू दे. जर कपडे फेकून देऊन नग्न नाचावंसं वाटलं, तर नाचा आणि सगळे कपडे फेकून द्या.

आणि तुम्ही थक्क व्हाल, अर्ध्या तासाच्या या धांगडधिंग्यानंतर तुम्हाला अगदी रिलॅक्स्ड, फार शांत, फार स्वस्थ वाटेल. ही गोष्ट फार अजब वाटेल, पण तुम्हाला फार शांती अनुभवास येईल आणि तुम्हाला आश्चर्य वाटेल की ही शांती आली कशी? तुम्ही जो व्यायाम करता किंवा फिरायला जाता, त्यानंतर तुम्हाला जे हलकं-हलकं वाटतं, त्याचं कारण काय आहे? त्याचं कारण हे की, बऱ्याचशा ग्रंथी त्यात विसर्जित होतात.

तुम्हाला माहिती आहे, लोकांशी तुम्हाला जे भांडावंसं वाटतं, झगडावंसं जे वाटतं, त्याचं कारण काय आहे? तुमच्या आत खूप शक्ती ग्रंथींप्रमाणे राहत असतात, त्यांना विसर्जित व्हायचं असतं. म्हणून तुम्ही अगदी उत्सुक असता की कोणीतरी भेटावं आणि काहीतरी होऊन जावं.

जेव्हा युद्धाची वेळ येते– गेली दोन महायुद्धं झाली, त्या महायुद्धांमध्ये आपण सकाळपासून अगदी उत्सुकतेनं वर्तमानपत्र वाचता आणि सगळ्या जगात मोठ्या वैशिष्ट्यपूर्ण घटना घडतात. युद्धाच्या वेळी दोन गोष्टी घडल्या. जगातल्या आत्महत्या एकदम कमी झाल्या. तुम्हाला कदाचित माहिती नसेल. गेलं महायुद्ध झालं, त्याआधी पहिलं महायुद्ध झालं. मानसशास्त्रज्ञ चक्रावून गेले की, आत्महत्या का कमी झाल्या? एकदम आत्महत्या कमी झाल्या. जोपर्यंत युद्ध चाललं, आत्महत्या झाल्या नाहीत. सगळ्या जगात त्यांचं प्रमाण एकदम घसरलं याचं कारण काय होतं? आणि मानसशास्त्रज्ञ अगदी चक्रावून गेले. त्या काळात खूनही झाले नाहीत, आत्महत्याही झाल्या नाहीत आणि एक मोठी गोष्ट झाली. मनोरुग्णांची संख्या कमी झाली युद्धकाळात.

तेव्हा शेवटी असं लक्षात आलं की, युद्धाच्या ज्या बातम्या होत्या, जो आवेश-उत्साह होता, त्यात माणसाच्या बऱ्याचशा ग्रंथी विसर्जित झाल्या आणि तेवढ्या ग्रंथींनी त्याला वाचवलं. म्हणजे असं की, युद्धाच्या बातम्या तुम्ही ऐकता तेव्हा तुम्ही कुठल्या ना कुठल्या प्रकारे जोडले जात असता. तुमचा संताप समजा, तुम्ही संतापलेले आहात, तुमचा जर हिटलरवर राग असेल तर लोक हिटलरचे पुतळे करून जाळतील, घोषणा देतील, ओरडतील, घरात बसून हिटलरला शिव्या देतील. एक काल्पनिक शत्रू. हिटलर तर आपल्यासमोर उपस्थित नाहीये आणि त्यात तुमच्या बऱ्याचशा ग्रंथी विसर्जित होतील आणि

त्याचा परिणाम हा की, तुम्हाला मानसिक स्वास्थ्य मिळेल.

म्हणून तुम्हाला आश्चर्य वाटेल, तुम्हाला वाटतं की युद्ध होऊ नये, पण आतून आपल्या कुठल्याशा मनाला वाटतं की युद्ध व्हावं. युद्धाच्या वेळी लोक बरेच आनंदात दिसतात. खरं तर त्यातला धोका बराच उपद्रवकारक असतो; पण लोक आनंदात दिसतात.

हिंदुस्थानवर चीनचं आक्रमण झालं. आपल्यात एकदम शक्तीचा जो संचार झाला होता, त्याचं कारण काय होतं आपल्या लक्षात येतंय? त्याचं कारण होतं शरीरात आपल्या ज्या बऱ्याचशा ग्रंथी जखडल्या गेल्या होत्या, त्या ग्रंथी त्या संतापात मोकळ्या झाल्या आणि तुम्ही हलके झालात.

आणि जोपर्यंत जगात असे लोक आहेत, ज्यांची शरीरं अशुद्ध आहेत, तोपर्यंत युद्धापासून वाचणं अशक्य आहे. युद्ध तेव्हा संपतील जेव्हा लोकांची शरीरं इतकी शुद्ध होतील की, त्यांच्यापाशी कुठल्या ग्रंथी युद्धात विसर्जित करण्यासाठी राहणार नाहीत. म्हणजे तुम्हाला मी हे सांगतोय ते बरंच विचित्र वाटेल पण जोपर्यंत लोकांची शरीरं शुद्ध स्थितीत नाहीत, तोपर्यंत जगातली युद्ध बंद होऊ शकत नाहीत. कोणी कितीही प्रयत्न करोत, युद्धाची गंमत राहणार.

तुम्हालाही भांडण्यात मजा वाटते. यावर जरा विचार करा. तुम्हाला भांडण्यात मजा वाटते. हा झगडा कुठल्या प्रकारचा असेल? श्वेतांबर दिगंबर जैनाशी झगडत असेल आणि एखादे वेळी हिंदू मुसलमानांशी भांडत असेल तो संघर्षाचा कुठला प्रकार.

तुम्हाला आश्चर्य वाटेल. तुम्ही बघता की एक-एक छोटा धर्म तयार होतो, त्याचे वीस-वीस संप्रदाय होतात. पुन्हा एकेका संप्रदायाचे छोटे छोटे संप्रदाय तयार होतात. काय कारण आहे?

लोकांची शरीरं अशुद्ध आहेत आणि ग्रंथींनी भरलेली आहेत आणि त्यांना संघर्षासाठी कुठंलतरी निमित्त हवंय. ते कुठलं छोटं निमित्त घेतील आणि भांडतील आणि भांडणामुळे त्यांना मोकळं वाटेल, त्यांना हलकं वाटेल.

शरीरशुद्धी प्राथमिक पायरी असते साधनेची. तेव्हा आपल्यासाठी मी दोन गोष्टी सांगतो. ज्या जुन्या ग्रंथी आहेत, त्यांच्या विसर्जनाचा उपाय असा की, आपण एकांतात अगदी रानटी होऊन जातो. म्हणून सोडून द्या सगळे विचार, खोली बंद करून घ्या आणि सगळी बंधनं जी आपण सक्तीनं आपल्यावर लादून ठेवलीयत, ती सगळी सोडून द्या आणि मग होऊ दे; शरीर काय करतं, ते पाहा आपण. ते नाचतं, उड्या मारतं, खाली पडून तसंच राहतं, ठोसे मारतं, कुठल्या काल्पनिक शत्रूला मारतं, सुरी चालवतं, गोळी मारतं, काय करेल ते

पाहा आणि मुकाट्यानं त्याला करू दे.

तुम्ही एक-दोन महिन्यांच्या प्रयोगात अगदी थक्क व्हाल. तुमच्या लक्षात येईल, तुमच्या शरीरानं एक अद्‌भुत साधेपणा, सात्त्विकता आणि शुद्धी प्राप्त करून घेतलीय, त्याचं विसर्जन होईल. जुन्या ग्रंथींचं विसर्जन होईल.

पूर्वीचे साधक जंगलांमध्ये निघून जात होते आणि एकांत पसंत करत होते, गर्दीत यावं असं त्यांना वाटत नव्हतं, त्यामागच्या सगळ्या मोठ्या कारणांमध्ये हेही एक कारण होतं. त्या एकांतात महावीरांनी काय केलं, आपल्याला माहिती नाही. बुद्धानं काय केलं, आपल्याला माहिती नाही. त्या डोंगरांवर ते होते, तेव्हा ते काय करत होते? तेव्हा मी तुम्हाला सांगतो की, शरीरातल्या ग्रंथी त्यांनी विसर्जित केल्या नसतील, हे संभवत नाही. महावीराला तर आपण निर्ग्रंथ म्हणतो आणि त्याचा अर्थ मी जो लावतो तो हाच की, त्यांच्या साऱ्या ग्रंथी क्षीण झाल्या आहेत.

आणि सगळ्या ग्रंथींची प्राथमिक अवस्था ती म्हणजे शरीर. तेव्हा शरीराच्या ज्या ग्रंथी पाठीशी आहेत, त्या विसर्जित करायच्या आहेत. तुम्हाला पहिल्यांदा विचित्र वाटेल. आपण काय उड्या मारतोय, आपण हा काय वेडेपणा करतोय असं वाटून आपल्या कृतीचं आपल्याला हसू आलं तर मोठ्यानं हसा. तुम्हाला जर खूप रडू आलं तर मोठ्यानं रडा.

तुम्ही थक्क व्हाल. मी जर तुम्हाला आता इथं सांगितलं की, तुम्ही तुमचा विचार एकदम सोडून द्या, तर तुमच्यापैकी बरेच लोक रडायला लागतील आणि बरेच लोक मोठ्यानं हसायला लागतील. कधी कुठलं रडू यायचं राहिलं असेल; आत दबून राहिलं असेल, ते बाहेर येईल आणि कधीचं कुठलं हसू, जे बाहेर येऊ पाहत होतं पण रोखलं गेलंय, ते कुठे ग्रंथी होऊन थांबलेलं असेल तर आता बाहेर येईल. फार ॲब्सर्ड वाटेल की हे काय होतंय, पण ते होईल. याचा एकांतात प्रयोग करा शरीरशुद्धीसाठी. आपल्यात ज्या जुन्या ग्रंथी आहेत, त्या हलक्या होतील.

दुसरी गोष्ट, नव्या ग्रंथी तयार होऊ नयेत, याचाही प्रयोग करा. हे तर जुन्या ग्रंथींच्या विसर्जनासाठी मी सांगितलं. नव्या ग्रंथी आपण रोज तयार करत चाललोय. तुम्हाला मी एखादी शिवी दिली आणि तुम्हाला राग आला, पण सभ्यता आणि शिष्टाचार तुम्हाला तो राग प्रकट करू देत नाहीत. एक शक्तीचा पुंजका आपल्या आत फिरेल. तो कुठे जाईल? तो कुठलेसे स्नायू आखडून वेडावाकडा होऊन बसून राहील. म्हणून संतप्त माणसाच्या चेहऱ्यात, डोळ्यांत आणि शांत माणसाच्या चेहऱ्यात, डोळ्यांत फरक असतो. कारण तिथं कुठल्या संतापाच्या वेगानं कुठली गोष्ट विकृत केलेली नाहीये. म्हणजे शरीराच्या सौंदर्याचा

आणखी कुठला अर्थच असत नाही. डोळे तेव्हा फार सुंदर होऊन जातात. तेव्हा कुरूपातलं कुरूप शरीरसुद्धा सुंदर दिसू लागतं.

गांधी जेव्हा तरुण होते, तेव्हा त्यांचं शरीर कुरूप होतं; परंतु जसजसे ते वृद्ध होते गेले, त्यांच्यात एक अभिनव सौंदर्य अवतरलं, जे फार अद्भुत होतं. ते सौंदर्य शरीराचं नव्हतं, ते सौंदर्य ग्रंथींच्या क्षीण होण्याचं होतं. ते फार थोड्या लोकांनी ओळखलं असेल, फार थोड्या लोकांच्या लक्षात आलं असेल. गांधी कुरूप होते, यात काहीच शंका नाही. तेव्हा गांधींचं शरीर सौंदर्याच्या कुठल्याही मापदंडाच्या दृष्टीनं सुंदर नव्हतं आणि आपण त्यांचं जुनं चित्र पाहिलं, तर त्यांचं बालपण कुरूप आहे, त्यांचं तारुण्य कुरूप आहे; पण जसजसे ते म्हातारे होतात, ते थोडे सुंदरच दिसू लागतात. म्हातारपणात तर माणूस आणखीनच असुंदर होतो, पण ते आणखीनच सुंदर होत जातात.

आणि जर जीवनाचा योग्य विकास झाला असेल तर वार्धक्य जेवढं सुंदर असतं तेवढं तारुण्य नसतं. कारण तारुण्यात फार वेग असतात, म्हातारपण अगदी निरावेग होऊन जातं. जर योग्य विकास झाला असेल तर म्हातारपण म्हणजे आयुष्यातला सुंदरतम क्षण असतो कारण त्या वेळी सारे वेग क्षीण झालेले असतात आणि योग्य विकास व्हायचा असेल, तर सगळ्या ग्रंथी विलीन व्हायला हव्यात.

म्हणून तुम्ही जर विचार केलात की, कशी ही आपली विकृती एकत्र होते शरीराच्या वेगाची? मी तुम्हाला अपमानास्पद बोललो, तुम्ही संतापलात. एक शक्ती निर्माण झाली आणि शक्ती नष्ट होत नाही. कुठलीही शक्ती नष्ट होत नाही. आता तिचा काही उपयोग व्हायला हवा. जर तिचा उपयोग झाला नाही, तर ती आपल्याला विकृत करून नष्ट होईल. तेव्हा उपयोग करा. कसा उपयोग कराल?

तर, समजून घ्या, तुम्हाला राग येतोय आणि तुम्ही ऑफिसात बसला आहात; तुम्हाला प्रचंड राग आलाय आणि तुम्ही तो व्यक्त करू शकत नाही आहात, तुम्ही एक काम करा. जी शक्ती निर्माण झालीय, तिचं क्रिएटिव्ह ट्रान्सफॉर्मेशन करा. आपले दोन्ही पाय जोरानं आक्रसून घ्या. ते पाय कोणाला दिसत नाहीयेत. तुम्ही त्या दोन्ही पायांचे सगळे मसल्स जोरानं आक्रसून घ्या, जेवढं आक्रसणं शक्य आहे तेवढं, स्टीफ करा, पूर्ण ओढत जा. हे ओढून घेणं जेव्हा पूर्णपणे आपल्या शक्तीच्या बाहेर जाईल तेव्हा ते एकदम रिलॅक्स करा.

तुम्ही थक्क व्हाल, संतापाचं निराकरण झालंय हे पाहून आणि आपल्या पायाचे स्नायू सुंदर होऊन जातील, व्यायामही झाला, तो जो क्रोधाचा वेग उठला होता, त्यानं काही विकृत केलं नाही, उलट आपले पाय तो सुंदर करून गेला.

तेव्हा तुमच्या शरीराचे जे भाग कमजोर होतील, ते संतापाच्या माध्यमातून सुंदर करून या, स्वस्थ करून घ्या. कारण ती जी एनर्जी निर्माण झालीय, तिचा क्रिएटिव्ह, सृजनात्मक उपयोग होऊन जाईल.

जर तुमचे हात कमजोर असतील तर तुम्ही दोन्ही हात जोरानं एकमेकात अडकवा. संतापात जी सगळी शक्ती निर्माण झालीय, ती हातांमध्ये लागेल, जर तुमचं पोट कमजोर असेल तर सगळी आतडी आत ओढून घ्या आणि ती संतापाची शक्ती अशी कल्पना करा की पोटातले सगळे स्नायू ओढून घेण्यात खर्च होत आहे आणि तुम्ही थक्क व्हाल, एक-दोन मिनिटांनी तुम्हाला कळेल की संताप मावळलाय आणि शक्ती उपयुक्त झालीय, शक्तीचा प्रयोग झालाय.

शक्ती नेहमी तटस्थ असते. म्हणजे संतापाची जी शक्ती निर्माण होत आहे ती वाईट नाहीये, तिचा संतापाप्रमाणे उपयोग होतोय. त्याचा दुसरा उपयोग करा आणि जो त्याचा दुसरा उपयोग करणार नाही, ती शक्ती तर काम करेलच. ती शक्ती तर काम न करता जाणार नाहीच आहे. ती शक्ती तर काम करेलच. जर तुम्ही त्याचा उपयोग शिकून घेतला तर तो तुमच्या जीवनात क्रांती आणेल.

तेव्हा जुन्या ग्रंथींचं निराकरण आणि नव्या ग्रंथींचा सृजनात्मक उपयोग शरीरशुद्धीच्या दृष्टीनं दोन प्राथमिक अवस्था असतात. या फार महत्त्वाच्या आहेत. योगातली सगळी आसनं मुख्यत: शरीराच्या सृजनात्मक उपयोगासाठी असतात. प्राणायाम शरीरातल्या शक्तींच्या सृजनात्मक उपयोगासाठी असतो.

जी व्यक्ती शरीरातल्या शक्तींचा सृजनात्मक उपयोग करणार नाही, त्या वरदान होऊ शकतील अशा शक्ती, त्याच्या दृष्टीनं अभिशाप होतील. आपण सगळे आपल्या शक्तींमुळे त्रस्त असतो– जर आपण समजून घेतलं– आपण सगळे आपल्या शक्तींमुळे पीडित आहोत. म्हणजे आमचं दुर्भाग्य असं की, आमच्यापाशी शक्ती आहेत.

जीझस ख्राइस्टच्या जीवनात एक उल्लेख आहे. ते एका गावातून निघाले. त्यांनी एका माणसाला एका छतावर मोठमोठ्यानं शिव्या देताना, अश्लील गोष्टी बोलताना पाहिलं. ते जिना चढून वर गेले आणि त्याला म्हणाले, 'मित्रा, तू हे काय करतोयस? आणि आपलं आयुष्य या अश्लील बडबडीत वाया का घालवतोयस? मला वाटतं, तू दारू प्यायला आहेस.' त्या माणसानं डोळे उघडले, त्यानं येशूंना ओळखलं. त्यानं उठून हात जोडले आणि त्यांना म्हणाला, 'प्रभू, मी फार आजारी होतो, अगदी मरणासन्न होतो. तुम्ही आपले आशीर्वाद देऊन मला बरं केलं होतंत आणि आता मी पूर्णपणे निरोगी आहे, पण या आरोग्याचं मी काय करू? तेव्हा दारू पितो झालं.' येशू अगदी थक्क झाले. तो म्हणाला, 'आता मी पूर्णपणे निरोगी आहे. तेव्हा आता दारू पितो. जे जमतंय

ते करतो.'

येशू फार दु:खी अंत:करणानं खाली उतरले, ते गावात गेले तर एक माणूस एका वेश्येच्या पाठीमागं धावताना त्यांनी पाहिला. त्यांनी त्याला थांबवलं आणि म्हटलं, 'मित्रा, आपल्या डोळ्यांचा तू काय उपयोग करतोयस?' त्यानं येशूंना ओळखलं आणि म्हणाला, 'तुम्ही विसरलात? मी तर अंधच होतो, तुम्हीच एकदा माझ्या डोळ्यांवर हात ठेवून मला दृष्टी दिली होती. आता मी डोळ्यांचं काय करू?'

येशू फार दु:खी मनानं त्या गावातून परतत होते. एक माणूस गावाबाहेर छाती पिटत रडत होता. येशूंनी त्याच्या डोक्यावर हात ठेवला आणि म्हटलं, 'का रडतोयस? जीवनात खूप आनंद आहे. जीवन रडण्यासाठी नाहीये.' त्यानं येशूंना ओळखलं आणि म्हटलं, 'अरे, विसरलात? मी मेलो होतो आणि लोक मला कबरीत घेऊन जात होते, तुम्ही आपल्या जादूनं मला जिवंत केलं होतंत. आता या आयुष्याचं मी काय करू?'

ही गोष्ट अगदी काल्पनिक आणि खोटी वाटते, पण आपण काय करतोय? आपण या आयुष्याचं काय करतोय? आपल्याला आयुष्यात ज्या काही शक्ती मिळाल्या आहेत, त्यांनी आपणच आपलं डिस्ट्रक्शन, आपणच आपला विनाश करतोय.

आयुष्याचे दोनच मार्ग असतात. ज्या शक्ती आपल्या शरीरात आणि मनात आहेत, त्यांचा विनाश करणं हा नरकाचा रस्ता आहे आणि ज्या शक्ती आणि ऊर्जा, आपल्यात ज्या एनर्जी आहेत, त्यांचा सृजनात्मक उपयोग करणं हा स्वर्गाचा मार्ग आहे. सृजन स्वर्ग आहे आणि विनाश नरक आहे. आपल्या शक्तींचा जो सृजनात्मक उपयोग करेल त्यानं स्वर्गाच्या दिशेनं पावलं टाकायला सुरुवात केली आणि जो आपल्या शक्तींचा विनाशात्मक उपयोग करतो, तो नरकाच्या दिशेनं जातोय. आणखी कुठला अर्थ नाही त्याचा.

तुम्ही स्वत:लाच विचारा, आपण काय करतोय? जेव्हा एखादा माणूस संतापानं भरून जातो. तेव्हा आपल्या लक्षात येतं, केवढी शक्ती, केवढा डायनॅमिक फोर्स त्यातून निर्माण होतो? आपल्याला माहिती आहे, एखादा अशक्त माणूससुद्धा संतापाच्या भरात एखादा दगड उचलू शकतो की, जो तो शांतक्षणी उचलण्याची कल्पनाही करू शकत नव्हता? आपल्याला माहिती आहे, एक क्रुद्ध आदमी आपल्यापेक्षा कितीतरी बलिष्ठ शांत माणसाला काही क्षणांत पराभूत करू शकतो ते?

एकदा जपानमध्ये असं झालं. तिथं समुराईंचा वर्ग असतो, तिथले ते क्षत्रिय असतात. त्यांचा धंदा तलवारीचाच असतो आणि जगणं-मरणं हाच त्यांचा छंद

असतो. एक समुराई खूप मोठा सैनिक होता, खूप मोठा सेनापती होता. त्याच्या बायकोचं, त्याच्या घरात जो नोकर होता, त्याच्याशी प्रेम जुळलं. तिथं असा रिवाज होता की जर कोणाच्या बायकोशी कोणाचं प्रेम जुळलं तर त्यानं त्याला द्वंद्वयुद्धाचं आव्हान द्यावं. तेव्हा दोघांमधला एक मरणार, जो वाचेल त्याच्याशी पत्नीचं लग्न होईल किंवा पत्नी त्याची होईल. त्याच्या नोकराचं समुराईच्या, एका फार मोठ्या सेनापतीच्या पत्नीशी प्रेम जुळलं.

सेनापती म्हणाला, 'वेड्या माणसा, आता द्वंद्वयुद्धाशिवाय दुसरा मार्ग नाही. आता आपण द्वंद्वयुद्ध खेळू. आता तू उद्या तलवार घेऊन सकाळी ये.' तो तर फारच घाबरला. मालक तर तलवारबाजीत निष्णात होता, तो अतिशय कुशल वीर होता, हा बिचारा नोकर, घरात झाडलोट करत होता, हा काय तलवार चालवणार. त्यानं तलवारीला कधी स्पर्श केला नव्हता, तो मालकाला म्हणाला, 'मी कशी तलवार उचलणार?' पण मालक म्हणाला, 'आता त्याच्याशिवाय कुठला मार्ग नाही. आता मार्ग एकच, तो म्हणजे तू उद्या तलवार घेऊन ये.'

तो घरी गेला, त्यानं रात्रभर विचार केला. त्याच्याशिवाय कुठला मार्गच नव्हता. त्यानं सकाळी तलवार हाती घेतली. त्यानं कधी याआधी आयुष्यात तलवार उचलली नव्हती. त्यानं सकाळी तलवार उचलली, तो तलवार घेऊन पोचला. लोक बघतच राहिले, तो तलवार घेऊन तिथं पोचला तेव्हा जणू आगीचा निखारा झालेला होता. तो सेनापती थोडा घाबरला आणि त्यानं त्याला विचारलं, 'तुला तलवार कशी उचलायची ते तरी माहिती आहे?' त्यानं तलवार एकदम चुकीचीच धरून ठेवली होती. तो म्हणाला, 'आता काही प्रश्न नाही. आता मरायचंच आहे आणि मरायचंच आहे तर मारण्याचा एक प्रयत्न करू. तेव्हा मरायचं निश्चितच झालंय, आता मारण्याचा एक प्रयत्न करू.'

आणि ते मोठं अजब द्वंद्वयुद्ध झालं. त्यात सेनापती मारला गेला आणि तो नोकर जिंकला. त्याच्यात आता मरायचंच आहे; दुसरा कुठला मार्ग नाही या कारणामुळे अद्भुत ऊर्जा आणि शक्ती निर्माण झाली. त्याला तलवार चालवायची अजिबात माहिती नव्हती. त्यानं अगदीच चुकीचे वार केले. अगदीच चुकीचे जे त्याच्याच विरोधात जाणारे होते; परंतु त्याचे वार पाहून, त्याचा संताप आणि त्याची स्थिती पाहून, सेनापती मागं हटू लागला. त्याचं सारं कौशल्य व्यर्थ ठरलं. कारण तो अगदी शांतपणे लढत होता. त्याच्या दृष्टीनं ती काही विशेष गोष्ट नव्हती. त्याच्या दृष्टीनं लढाई अगदी साधारण अशी गोष्ट होती. तो मागं हटू लागला आणि त्या ऊर्जेत त्याचा मृत्यू झाला, त्याला मरावं लागलं आणि जो अगदी अडाणी होता, ज्याला ती कला माहितीसुद्धा नव्हती, तो माणूस जिंकला.

संतापात किंवा अशाच कुठल्याही वेगात आपल्या आत खूप शक्ती उत्पन्न होते. आपले सारे कण, आपल्या शरीरात जेवढे लिव्हींग सेल्स आहेत, जेवढ्या जिवंत पेशी आहेत, त्या सगळ्याच्या सगळ्या आपल्याला शक्ती दान करतात आणि आपल्या शरीरात शक्तीचे बरेच संरक्षित कोश आहेत. तो नेहमी सुरक्षिततेसाठी, सेफ्टी मेजर्स असतात, ते सामान्यपणे उपयोगात येत नाहीत.

आम्ही तुम्हाला जर म्हटलं, स्पर्धेत धावा. तुम्ही कितीही जोरात धावा पण एखादा माणूस आपल्यामागं बंदूक घेऊन लागल्यावर आपण जेवढे जोरात धावता तेवढे आपण कधीच पळू शकणार नाही. तेव्हा प्रश्न हा आहे की आपण आपल्या प्रयत्नांनी स्पर्धेत खूप धावलात; पण एखादा माणूस बंदूक घेऊन पाठीमागं लागल्यावर जेवढे धावाल, तेवढे तुम्ही कधीच पळू शकणार नाही. त्या वेळी तुमच्या आत जे सेफ्टी मेझर्स आहेत, तुमच्या शरीरात ज्या ग्रंथी गरजेसाठी शक्ती राखून ठेवतात, त्या आपली शक्ती रक्तात सोडतात. त्या वेळी आपलं शरीर मोठ्या शक्तीनं प्रभावित होतं. जर त्या शक्तीचा उपयोग सृजनात्मक झाला नाही, तर ती शक्ती आपल्याला खंडित करेल आणि आपल्यालाही तोडेल.

या जगात अशक्त लोक पाप करत नाहीत, शक्तिशाली लोक पाप करतात आणि नाइलाजानं! त्यांची शक्ती त्यांच्याकडून पाप करवून घेते. या जगात अशक्त लोक वाईट काम करत नाहीत. या जगात शक्तिशाली लोक वाईट काम करायला प्रवृत्त होतात, कारण शक्तीचा सृजनात्मक उपयोग त्यांना माहिती नसतो. म्हणून जेवढे अपराधी आहेत, जेवढे पापी आहेत, ते आपण शक्तीचा स्रोत समजा आणि जर त्यांना संपर्क मिळाला, तर त्यांच्या शक्ती अद्‌भुत रूपानं परिवर्तित होतात.

म्हणून तुम्हाला माहिती असेल, धार्मिक इतिहासात अशी शेकडो उदाहरणं आहेत जिथं क्षणभरात पापींचे पुण्यात्मा झाले आणि त्याचं मुख्य कारण एवढंच की, शक्ती पुष्कळ होत्या, फक्त ट्रान्स्फॉर्मेशनची गोष्ट होती, एक जादूभरा संपर्क हवा होता आणि सगळं बदलून जाईल.

अंगुलीमालनं एवढ्या हत्या केल्या, त्यानं एक हजार लोकांची हत्या करण्याचं व्रत घेतलं होतं, त्यानं नऊशे नव्व्याण्णव लोकांची हत्या करून गळ्यात माळ घातलेली होती. त्याला शेवटचा माणूस हवा होता. ज्या ठिकाणी बातमी यायची की अंगुलीमाल आहे, तिथं रस्ते निर्जन होत, कारण तिथं जाणार कोण? तिथं तर तो पाहतही नव्हता, विचारही करत नव्हता. जो येईल त्याची हत्या करत होता. खुद्द बिहारचा जो प्रसेनजित राजा होता, तो घाबरत होता. अंगुलीमालचं नाव ऐकून त्याच्या छातीत धडकी भरायची. त्यानं खूप सैनिक तिथं पाठवले,

पण अंगुलीमालला कोणी पकडू शकलं नाही.

बुद्ध त्या डोंगराजवळून जात होते. गावातले लोक म्हणाले, 'इकडे जाऊ नका. तुम्ही एक भिक्षू आहात, अंगुलीमाल हत्या करेल.' बुद्ध म्हणाले, 'आम्ही तर जो मार्ग निवडतो त्यावरूनच चालतो आणि कुठल्याही कारणानं तो मार्ग बदलत नाही आणि जर अंगुलीमाल इथं आहे, तर आम्हाला तिथं जाण्याची आणखीनच आवश्यकता आहे. आता बघायचंच हे की, अंगुलीमाल आम्हाला मारतो का आम्ही अंगुलीमालला मारतो.' तेव्हा लोकांनी म्हटलं, 'फार वेडेपणाची गोष्ट आहे. आपल्यापाशी काहीही नाही आणि तुम्ही अंगुलीमालला मारणार? एकटे, अशक्त बुद्ध आणि अंगुलीमाल एवढा मोठा, दैत्यासारखा माणूस!' बुद्ध म्हणाले, 'आता पाहायचं हे की अंगुलीमाल बुद्धाला मारतो का बुद्ध अंगुलीमालला मारतो आणि आम्ही तर जो मार्ग निवडतो त्यावरून चालतो आणि हे तर मोठं भाग्यच की अंगुलीमालची भेट होईल. अनायासेच ही संधी आलीय.'

बुद्ध तिथं गेले. अंगुलीमालनं पाहिलं की एक भिक्षूक शांतपणे रस्त्यावरून येतोय. त्यानं तिथूनच ओरडून सांगितलं, 'हे बघ, इकडे येऊ नकोस. हे मी एवढ्यासाठीच सांगतोय की तू संन्यासी आहेस. परत जा. तुझं चालणं बघून मला केवढी दया आली. हळूहळू चालत येतोयस. तू परत जा, पुढे येऊ नकोस. कारण कोणाला दया दाखवण्याची आम्हाला सवय नाहीये.' बुद्ध म्हणाले, 'आम्हालासुद्धा कोणाला दया दाखवण्याची सवय नाहीये आणि जिथं आव्हान असेल तिथं तर संन्यासी मागं कसा फिरेल? तेव्हा आम्ही तर येणार, तुम्हीही या.'

अंगुलीमाल फार थक्क झाला. हा माणूस वेडा आहे. त्यानं आपली फरशी उचलली आणि तो खाली उतरला. तो जेव्हा बुद्धाजवळ गेला तेव्हा बुद्धाला तो म्हणाला, 'आपल्या हातानं आपला मृत्यू ओढवून घेतोयस.' बुद्ध म्हणाले, 'मला मारण्याआधी एक छोटंसं काम कर. हे जे झाड समोर आहे, त्याची चार पानं तोड.' त्यानं आपल्या फरशीचा प्रहार केला. एक छोटी फांदी तोडली आणि तो म्हणाला, 'ही घे चार काय, चार हजार.'

बुद्ध म्हणाले, 'आता आणखी एक छोटं काम कर. मला मारण्याआधी, ही पानं पुन्हा या झाडाला जोड.' तो माणूस म्हणाला, 'हे तर अवघड आहे.' तेव्हा बुद्ध म्हणाले, 'तोडणं काय, मूलसुद्धा करेल. जोड ना. तोडणं तर मूलसुद्धा करेल, ज्याला जोडणं जमेल, तो खरा पुरुष, त्यात पुरुषार्थ आहे. तू फार अशक्त माणूस आहेस, तू फक्त तोडू शकतोस. आपण फार शक्तिशाली आहोत, हा भ्रम तू काढून टाक. एक पान नाही जोडू शकत.'

त्यानं एक क्षणभर नीट विचार केला. तो म्हणाला, 'हे तर खरंच. पान

जोडायचा काही मार्ग तरी असू शकतो का?' बुद्ध म्हणाले, 'आहे, आम्ही त्याच मार्गावरून जात आहोत.' त्यानं बारकाईनं पाहिलं आणि पहिल्यांदाच त्याच्या स्वाभिमानाला जाणवलं, मारण्यात काही अर्थ नाही. मारणं अशक्तसुद्धा करू शकतो. तेव्हा तो म्हणाला, 'मी तर कमजोर नाहीये. आता मी काय करू?' बुद्ध म्हणाले, 'माझ्या मागून ये.'

तो त्या दिवशी भिक्षा मागण्यासाठी गावात गेला. भिक्षू झाला तो, गावात भिक्षा मागायला गेला. लोकांनी... सगळे लोक घाबरून आपल्या घरावर चढले आणि त्याला दगड मारले. तो खाली पडला रक्तबंबाळ होऊन. त्याच्यावर दगड पडतायत. बुद्ध त्याच्याजवळ आले आणि त्याला म्हणाले, 'अंगुलीमाल, ब्राह्मण अंगुलीमाल, ऊठ. आज तू पुरुषार्थ सिद्ध करून दाखवलास. त्यांचे दगड तुझ्यावर पडत होते, तेव्हा तुझ्या हृदयात थोडासुद्धा क्रोध आला नाही आणि तुझ्या शरीरातून जेव्हा रक्त वाहू लागलं आणि तू जमिनीवर पडलास, तेव्हासुद्धा तुझ्या हृदयात त्यांच्याबद्दल प्रेमच भरलेलं होतं. तू आपला पुरुषार्थ सिद्ध केलास आणि तू ब्राह्मण झालास.'

प्रसेनजितला ही बातमी कळली, तो बुद्धाला भेटायला आला. अंगुलीमाल बदललाय म्हणून. तो येऊन बसला. तो म्हणाला, 'मी ऐकतोय ती अंगुलीमाल साधू झाले आहेत. मी त्यांचं दर्शन घेऊ शकतो का?' बुद्ध म्हणाले, 'शेजारी माझ्या जे भिक्षू बसले आहेत, ते अंगुलीमाल आहेत.' प्रसेनजितनं ऐकलं, त्याचे हात-पाय कापू लागले. नाव तर जुनं होतं आणि भीती तीच होती त्या माणसाची. अंगुलीमाल म्हणाला, 'घाबरू नकोस. तो माणूस मेला, ती शक्ती त्या माणसाची जी होती, ती बदलली. आता आम्ही दुसऱ्या मार्गावर आहोत. आता तू आम्हाला मार, म्हणजे माझ्या मनात तुझ्याबद्दल कुठली अशुभ इच्छा उद्भवणार नाही.'

जेव्हा बुद्धाला लोकांनी विचारलं की एवढा मोठा पापी बदलला कसा. तर बुद्ध म्हणाला, 'पाप आणि पुण्याचा प्रश्न नाही, शक्तीच्या परिवर्तनाचा प्रश्न आहे.'

या जगात कोणी वाईट नाही आणि या जगात कोणी भला नाही; केवळ शक्तीच्या दिशा आहेत. आपल्या आत खूप शक्ती आहे या शरीरात. या शरीराच्या शक्तींचा सृजनात्मक उपयोग!

तेव्हा एक तर मी म्हटलं की, जेव्हा भावावेग उठेल तेव्हा आपल्या शरीराच्या एखाद्या अवयवातून त्या भावावेगाचा उपयोग करून घ्या, त्याचा एक्झरसाईझमध्ये उपयोग करून घ्या. दुसरी गोष्ट, आपल्या आयुष्यात काही सृजनात्मक कामं शिकून घ्या. आपण सगळे असृजनात्मक आहोत.

पूर्वीचे दिवस होते– काल मी बोलत होतो रात्री– पूर्वीचे दिवस होते– एका

गावात एक माणूस जोडे तयार करायचा आणि त्याचे जोडे कोणी घातले तर तो गौरवानं म्हणायचा, मी तयार केलेला जोडा आहे. एक सृजनाचा आनंद होता. एक माणूस गाडीचं चाक तयार करत होता, तर म्हणायचा, मी तयार केलेलं आहे.

आज जगात सृजनाचा कुठलाच आनंद राहिलेला नाही. आपण तयार केलेलं काहीच नाहीये. हे जग जसं आहे, त्यात माणसानं तयार केलेलं आता काहीच राहणार नाही. त्याचा परिणाम असा झालाय की, जो सृजनात्मक आनंद होता आपला, तो लयास गेलाय आणि जर तो मावळला तर शक्तींचं काय होईल? त्या विनाशाकडे झुकतील. नैसर्गिक शक्तीचं काही ना काहीतरी होईल. विनाश तरी होईल किंवा निर्मिती तरी होईल.

तेव्हा आयुष्यात काही सृजनात्मक कामही करू या. सृजनात्मक याचा अर्थ जे आपण आपल्या आनंदासाठी निर्माण करत आहात. एक मूर्ती तयार करा. काहीच हरकत नाही. एक गाणं लिहा, एक गाणं गा, सतार वाजवा, काहीच हरकत नाही. ते करा फक्त आनंदासाठी, व्यवसायासाठी नाही. आयुष्यात एक काम निवडा, ज्यात आपल्याला आनंद आहे, जे आपला व्यवसाय नाहीये, तेव्हा आपल्या बऱ्याचशा शक्तींचं विनाशात्मक रूप बदलेल आणि ते निर्मितीत विलीन होईल.

भावावेग रोखण्याचं मी बोललो आणि या सामान्य आयुष्याला सृजनात्मक दृष्टी द्या. काहीच चिंता नाही, घरात एक बाग लावा आणि त्या फुलांवर प्रेम करा आणि त्यांचा आनंद घ्या. काहीच चिंता नाही, एका पाषाणाला छिलून छोटीशी मूर्ती तयार करा. कुठलाही समजदार माणूस उपजीविकेशिवाय थोडा वेळ निर्मितीसाठी देईल आणि जो देणार नाही, तो चुकीच्या मार्गानं जाईल, त्याचं आयुष्य बरबाद होईल.

एक छोटंसं गाणं लिहा. काहीच चिंता नाही, एका इस्पितळात जा आणि काही रोग्यांना दोन-दोन फुलं द्या. काहीच चिंता नाही. रस्त्यात कोणी भिकारी भेटेल, दोन क्षण त्याला आलिंगन द्या. काहीच चिंता नाही. काही सर्जनशील करा, ज्यात फक्त आपला आनंद आहे आणि ज्यात आपल्याला काही घ्यायचं नाहीये. काही द्यायचं नाहीये. जे करण्यातच आपला आनंद आहे.

तेव्हा आयुष्यात कुठला एखादा बिंदू निवडा, ज्यात फक्त करण्यातच आपल्याला आनंद आहे. आपल्या साऱ्या शक्ती त्या दिशेनं वळतील आणि विनाशासाठी आपल्याजवळ शक्ती उरणार नाहीत. जो माणूस निर्मितिशील असेल, तेवढाच त्याचा क्रोध, त्याचं सेक्स विलीन होईल. ही असृजनात्मक माणसाची लक्षणं आहेत. आपल्यापाशी खूप शक्ती आहे, ती कुठे जाईल? ती

सेक्समधून बाहेर येईल, कामवासनेतून बाहेर येईल. बाहेर येणं आवश्यक आहे.

जगात जे खूप मोठमोठे निर्मितिशील शिल्पकार, चित्रकार किंवा कवी होऊन गेले, त्यांच्या अविवाहित राहण्याचं आणखी कुठलं रहस्य नाहीये. एकूण रहस्य एवढंच आहे की, त्या सगळ्या शक्ती त्यांच्या निर्मितीत विलीन झाल्या, त्या ट्रान्स्फॉर्म झाल्या. सब्लिमेंट झाल्या. ती जर तिथं सब्लिमेट झाली नसती तर फारच निम्नश्रेणीच्या निर्मितीत खर्ची पडली असती, संततीच्या निर्मितीत. तेव्हा ती शक्ती मुलं जन्माला देण्यातच खर्ची पडली असती. ती शक्ती, जी अमर काव्यं, अमर चित्रांच्या निर्मितीत कामी आली.

तेव्हा आयुष्यात शक्तीचं सब्लिमेशन– त्याचं उदात्तीकरण फार आवश्यक असतं. तेव्हा एक इथं लक्षात ठेवा. शरीराच्या संपूर्ण शुद्धीसाठी आयुष्यात सर्जनशील होण्याचा प्रयत्न करा. सर्जनशील मनुष्यच केवळ धार्मिक होऊ शकतो; आणखी कुठला मनुष्य धार्मिक नाही होऊ शकत.

शरीरशुद्धीसाठी या मूलभूत गोष्टी मी आपल्याला सांगितल्या; फारच मूलभूत. आता फारच गौण गोष्टी. या खूप मूलभूत गोष्टी आहेत. त्यांची काळजी घेतली तर गौण गोष्टी आपली आपली काळजी घेतील. खूप गौण गोष्टींमध्ये एक आहे, ज्याला आपण आपल्या देशात आहार म्हणतो, तो शरीरशुद्धीसाठी उपयुक्त असतो. आपलं शरीर तर एकदम भौतिक संस्था आहे. त्यात आपण जे टाकाल, त्याचा परिणाम होणं साहजिकच आहे. जर मी दारू प्यायलो तर माझ्या शरीराचे सेल बेहोश होतील. हे अगदी स्वाभाविक आहे आणि जर माझं शरीर बेहोश झालं तर त्या बेहोशीचे परिणाम माझ्या मनावर होतील.

मन आणि शरीर फार वेगळे वेगळे नाहीत, खूप जोडलेले आहेत. आमचं जे व्यक्तित्व आहे, ते शरीर आणि मन एकत्र आहे. शरीराचाच अत्यंत सूक्ष्म भाग मन आहे आणि मनाचाच अत्यंत स्थूल भाग शरीर आहे. असं समजा, या दोन्ही अगदी वेगळ्या वेगळ्या गोष्टी नाही आहेत.

म्हणून शरीरात जे घडेल, त्याचे परिणाम मनात प्रतिध्वनित होतील आणि जे मनात घडतं, त्याचे परिणाम शरीरापर्यंत येतात. जर मन आजारी असेल, तर शरीर जास्त वेळ स्वस्थ राहणार नाही. या गोष्टी एक दुसऱ्यात ऐकवल्या आणि समजल्या जातात. म्हणून जे लोक मन स्वस्थ ठेवण्याचे उपाय समजून घेतात, ते शरीराच्या बाबतीत सहजच बरंचसं स्वास्थ्य उपलब्ध करून घेतात. त्याच्यासाठी ते काही कमवत नाहीत, त्याच्यासाठी ते कुठला प्रयास करत नाहीत.

शरीर आणि मन संयुक्त घटना आहे. शरीरावर जे होईल, ते मनावर होईल. म्हणून तुमच्या आहारात, तुमच्या भोजनात थोडं विवेकी असणं आवश्यक आहे.

पहिली गोष्ट, शरीरात आळस भरेल एवढं ते जास्त नसावं. आळस म्हणजे अशुद्धी. शरीरात उत्तेजना निर्माण होईल असंही ते नसावं. उत्तेजना म्हणजे अशुद्धी. कारण उत्तेजना ग्रंथी निर्माण करते. भोजन असं नसावं की, शरीर क्षीण होईल कारण क्षीणता ही एक कमजोरी आहे आणि शक्ती जर निर्माण झाली नाही, तर परमात्म्याच्या दिशेनं विकास होणार नाही. शक्ती निर्माण व्हायला हवी; परंतु ती एवढी नसावी की शरीरात त्यामुळे आळस भरेल.

जर आपण आवश्यकतेपेक्षा जास्त जेवण केलं तर सगळ्या शरीराची शक्ती ते पचवण्यात खर्ची पडते. शरीरात आळस पसरतो. शरीरात आळस पसरण्याचा आणखी कुठला अर्थ नसतो. सगळी शक्ती पचवण्यात खर्च पडली तर शरीर आळसानं भरून जातं. आळस अशी सूचना देतो की, जेवण गरजेपेक्षा जास्त झालंय.

जेवणानंतर आळस नाही तर स्फूर्ती आली पाहिजे म्हणजे ते स्वाभाविक. भूक लागली होती, मग जेवण केलं तर स्फूर्ती आली पाहिजे, कारण शक्ती उत्पन्न होण्याचा स्रोत आत गेला; पण आपल्याला तर आळस आलाय. आळस या गोष्टीचा अर्थ असा, आपण एवढं जेवण केलंत की, आता शरीराची सगळी शक्ती ते पचवेल. तेव्हा शरीर आपली सगळी शक्ती ओढून पोटात घेऊन जाईल आणि सगळ्या बाजूंनी शक्ती क्षीण होऊन आळस येईल.

भोजन स्फूर्ती देईल तर ते योग्य आहे. भोजन उत्तेजना देत नसेल तर ते योग्य आहे. भोजन मादकता देत नसेल तर ते योग्य आहे.

तेव्हा तीन गोष्टी लक्षात ठेवा : भोजनानं स्फूर्ती येत नसेल तर ते शुद्ध आहे, भोजनामुळे उत्तेजना येत नसेल तर ते शुद्ध आहे आणि भोजनामुळे मादकता येत नसेल तर ते शुद्ध आहे. या मोठ्या गोष्टी आहेत आणि त्यांची विस्तारानं चर्चा करण्याची आवश्यकता वाटावी एवढं मी आपल्याला अडाणी समजत नाही. त्या तुम्ही समजून घ्याल आणि आपल्या पद्धतीनं व्यवस्थितपणे पाळाल.

गौण गोष्टींच्या संदर्भात दुसरा मुद्दा म्हणजे शरीराला थोडासा व्यायाम अत्यंत आवश्यक आहे. कारण शरीर ज्या तत्त्वांनी मिळून तयार होतं, ती तत्त्वं व्यायामाच्या वेळी विस्तार पावतात. व्यायामाचा अर्थ विस्तार. संकोचाच्या विरुद्ध आहे व्यायाम शब्द. व्यायामाचा अर्थ आहे विस्तार. तुम्ही जेव्हा धावता, तेव्हा आपले सगळे कण आणि सगळे लिव्हिंग सेल्स, सगळे जीवित कोश विस्तारतात, पसरतात आणि जेव्हा ते पसरतात, तेव्हा आपल्याला स्वास्थ्याचा अनुभव येतो. जेव्हा ते आक्रसतात, तेव्हा आजारीपणाचा अनुभव येतो. जेव्हा आपले श्वास पूर्णपणे छातीचे कप्पे उघडतात आणि सगळा कार्बनडायॉक्साइड बाहेर फेकतात,

तेव्हा आपल्या रक्ताची गती वाढते आणि रक्ताची गती वाढते, तेव्हा शरीराच्या सगळ्या अशुद्धी दूर होतात. म्हणून योगानं शरीरशूचितेला, शरीराच्या परिपूर्ण शुद्धीला फार अनिवार्य नियमांतर्गत ठेवलंय. तेव्हा थोडा व्यायाम.

अतिविश्रांती नुकसान करते, अतिव्यायामसुद्धा नुकसान करतो. म्हणून जास्त व्यायाम करायला सांगत नाहीये. अतिव्यायाम नाही, थोडा, सम्यक व्यायाम ज्यामुळे स्वास्थ्याचा अनुभव येईल आणि फार विश्रांती नाही, थोडी विश्रांती. जेवढा व्यायाम, तेवढी विश्रांती.

या शतकात व्यायामही नाही आणि विश्रांतीही नाही. आपण फार विचित्र अवस्थेत आहोत. आपण व्यायाम तर करत नाहीच, विश्रांतीही घेत नाही. ज्याला आपण विश्रांती म्हणतो, ती विश्रांती नाहीये. तुम्ही पडला आहात, कूस बदलता आहात, ती विश्रांती नाहीये. एक खोल गाढ निद्रा. ज्याच्यात सारं शरीर शांत होईल आणि त्याच्या साऱ्या कामाचं जे काही ओझं आणि भार त्याच्यावर पडलाय, तो सगळा मावळेल.

तुम्ही कधी विचार केलायत, तुम्ही जर सकाळी फार अस्वस्थ अवस्थेत उठलात आणि तब्येत ठीक नसेल तर आपले व्यवहार स्वस्थपणे होणार नाहीत. जर तुम्हाला झोप चांगली लागली नाही आणि सकाळी एक भिकारी आपल्याकडे भीक मागायला आला तर तुम्ही त्याला भीक देण्याची शक्यता फारच कमी आहे आणि तुम्ही रात्री खूप गाढ झोपलात आणि कोणी हात पसरले तर आपण आपल्या हातांनी द्यायला कोणी अडवण्याची शक्यता फारच कमी आहे.

म्हणून भिकारी सकाळी आपल्या घरी येतात, संध्याकाळी येत नाहीत. कारण सकाळी मिळण्याची शक्यता असते. संध्याकाळी काही शक्यता नसते. हे फार मनोवैज्ञानिक आहे. भिकारी उगाच सकाळी आपल्या घरी येत नाही. संध्याकाळी येत नाही. संध्याकाळला काही अर्थ नाही. संध्याकाळी आपण इतके थकता आणि शरीर इतक्या विपरीत अवस्थेत असेल की, तुम्ही क्वचितच कोणाला काही द्याल. म्हणून तो सकाळी येतो. आता सूर्य उगवतोय, आपण आंघोळ केली असेल, कोणी घरात प्रार्थना केली असेल.

शरीराला योग्य विश्रांती मिळाली तर आपला व्यवहार बदलतो. म्हणून आम्ही आहार आणि विहार नेहमीच संयत मानलाय. जसा आहार असेल, जसा विहार असेल, जर त्या दोहोंमध्ये सात्त्विकता असेल तर जीवनात मोठी गती आणि मोठा आंतरिक प्रवेश व्हायला सुरुवात होईल.

स्वास्थ्याची एक भूमिका फार आवश्यक असते आणि त्यासाठी सम्यक आहार, सम्यक व्यायाम आणि सम्यक विश्राम यांना आपण मूलभूत भाग मानून चाला.

विश्रांतीसुद्धा घेण्यासाठी थोडी समज हवी तशीच व्यायाम करण्यासाठीही थोडी समज हवी. विश्रांती घेण्यासाठी समज हवी, शरीर सैल सोडण्याची समज हवी. ते मी रात्री जेव्हा ध्यान करेन तेव्हा त्यातून आपल्या लक्षात येईल की, त्या ध्यानानंतर जर आपण विश्रांती घेतली तर खरी विश्रांती मिळेल.

शक्य आहे, इथं काही मित्र असतील. शारीरिकदृष्ट्या ते फार व्यायाम करत नसतील, जंगलात जाऊ शकत नसतील आणि डोंगर चढू शकत नसतील, त्यांच्यासाठी मी दुसरा प्रयोग सांगेन. त्यांनी फक्त पंधरा मिनिटं लवकर उठून (खोलीत एकांतात पडून राहावं), डोळे मिटून घ्यावेत आणि कल्पना करावी की मी पहाड चढतोय आणि धावतोय. फक्त कल्पना करावी, काही करू नये. वृद्ध आहेत, ते जाऊ शकत नाहीत. किंवा अशा जागा आहेत की जिथं फिरायला जाऊ शकत नाही. तेव्हा एकांतात खोलीत पडून राहा. डोळे बंद करून घ्या आणि कल्पना करा की मी जातोय, एक पहाड चढतोय आणि पळतोय. कडक ऊन आहे आणि मी पळत चाललोय. माझे श्वास जोरानं वाढतायत.

आणि तुम्ही थक्क व्हाल, तुमचे श्वास वाढू लागतील आणि तुमची कल्पना, तुमची इमॅजिनेशन जेवढी प्रगाढ होत जाईल, पंधरा मिनिटांत तुमच्या लक्षात येईल की फिरण्याचा जो फायदा होता, तो मिळालाय. तुम्ही पंधरा मिनिटांनंतर एकदम ताजेतवाने, व्यायाम करून उठून याल. तुम्ही व्यायाम करायला जाण्याची आवश्यकता नाही. शरीराच्या अणूंना कळायला हवं की व्यायाम होतोय तर ते तयार होतील. म्हणजे ज्या स्थितीत प्रत्यक्षात गेल्यावर वाटेल, त्या स्थितीत येता. ते त्याच स्थितीत येतात.

तुम्ही कधी विचार केला नाहीत? स्वप्नात घाबरून उठला असाल तर उठल्यावरही हृदय धडधडत राहतं का? स्वप्नातली घबराट तर फारच खोटी होती; पण हृदय का धडधडतंय? जाग आल्यावरही का धडधडतंय? हृदय तर धडधडलं, हृदयाला अजिबात पत्ता नाही की, ही स्वप्नात घटना घडली का प्रत्यक्षात घडली. हृदयाला तर कळलं की घटना घडली. बस्स!

तेव्हा जर तुम्ही इमॅजिनेशनमध्येसुद्धा व्यायाम केलात तर प्रत्यक्षात व्यायाम केल्यावर जेवढा होईल तेवढाच फायदा होईल. काही फरक पडत नाही. म्हणून या बाबतीत जे समजदार होते, त्यांनी फार अद्‌भुत युक्त्या शोधून काढल्या. जर त्यांना आपण जेलमध्ये बंद केलंत तर त्यांच्या स्वास्थ्याचं काही नुकसान होणार नाही. कारण पंधरा मिनिटांत ते विश्रांती आणि व्यायाम घेतील.

तेव्हा हेही करून पाहा. जे जाऊ शकत नाहीत, जाण्याच्या स्थितीत नाहीत त्यांनी याचा प्रयोग करावा आणि झोपेसाठी रात्रीचं जे ध्यान आहे, त्यानंतर झोपा. त्यामुळे शरीर शुद्ध होईल आणि शरीर शुद्ध होईल तेव्हा शरीराची

शुद्धीसुद्धा स्वतःच एक अद्‌भुत आनंद आहे आणि त्या आनंदात आणखी आत अंतरंगात प्रवेश होतो. हा पहिला टप्पा झाला.

दुसरे दोन टप्पे आहेत भूमिकेचे– विचारशुद्धी आणि भावशुद्धी. त्यांच्याबद्दल मी बोलेन.

तीन टप्पे असतील– शरीरशुद्धी, विचारशुद्धी, भावशुद्धी. आणखी तीन टप्पे असतील केंद्राचे– शरीरशून्यता, विचारशून्यता आणि भावशून्यता. हे सहा टप्पे जेव्हा पूर्ण होतील तेव्हा समाधी घडते. तेव्हा त्यांची आपण या तीन दिवसांमध्ये क्रमशः चर्चा करू. एवढी चर्चा पुरेशी होईल. त्यावर आपण विचार कराल, समजून घ्याल आणि त्याचा अवलंब कराल. कारण मी जे बोलतोय, त्या सगळ्या अवलंब करण्याच्या गोष्टी आहेत. अवलंब केलात तरच त्याचा अर्थ उलगडेल, अन्यथा माझ्या चर्चेनं त्याचा कुठला अर्थ उलगडणार नाही.

आता आपण सकाळचं ध्यान करू आणि मग निरोप घेऊ. सकाळच्या ध्यानासाठी थोडंसं मी तुम्हाला सांगेन. सकाळच्या ध्यानाचा पहिला टप्पा तर आपण रात्री संकल्प म्हटल्याप्रमाणेच असेल. पाच वेळा आपण संकल्पाची स्थिती करू. त्यानंतर आपण संकल्प केल्यावर दोन मिनिटांपर्यंत मंद श्वास घेत बसून राहा. त्यानंतर आपण भावना करू. आधी संकल्प, मग भावना आणि नंतर ध्यान, असे तीन टप्पे असतील सकाळसाठी.

संकल्प रात्री मी म्हटलं तसा. श्वास पूर्णपणे खोल आत घ्या. श्वास जेव्हा आत जायला लागतील तेव्हा मनात असा विचार करा, मी संकल्प करतोय की माझा ध्यानात प्रवेश होईल– मी ध्यानात प्रविष्ट होईन. हा भाव करत राहा. मग श्वास आत जाईल आणि पूर्ण फुफ्फुसांमध्ये भरेल. फुफ्फुसं पूर्ण भरून घ्यायची आहेत, आपल्याला जेवढी शक्य आहेत तेवढी. मग एक सेकंद, दोन सेकंद– आपल्याला जेवढा वेळ श्वास रोखणं शक्य आहे, तेवढा रोखून धरायचा आहे. तुम्ही जेव्हा श्वास घ्याल तेव्हा तो पूर्ण घ्या. मग तो थोडा वेळ रोखून धरा. योगात ज्यांना पूरक, कुंभक आणि रेचक म्हटलंय, ती प्रक्रिया आहे. श्वास पूर्णपणे आत घ्या. मग तो रोखून धरा आणि हा सगळा वेळ संकल्प करत राहा, मनात तोच संकल्प गुंजत राहू दे. मग पूर्ण श्वास बाहेर फेका. मनात तोच संकल्प गुंजत राहू दे. नंतर थोडं थांबा आणि मनात तोच संकल्प गुंजत राहू दे.

अशा प्रकारे आपल्या पूर्ण अंतरातल्या चेतन मनापर्यंत, अंतःकरणापर्यंत हा संकल्प प्रविष्ट होईल. आपल्या पूर्ण व्यक्तित्वाला जाणवेल की, ध्यानात प्रवेश करायचा निर्णय झालाय. तेव्हा आपल्याला पूर्ण व्यक्तित्वाची साथ मिळेल, अन्यथा आपण वरच फिरत राहाल, त्यानं काही फार फरक पडणार नाही.

तेव्हा आधी संकल्प, मग भावना. संकल्पानंतर भावना-जी मी आपल्याला

काल सांगितली– आशा, आनंद, विश्वास ती दोन मिनिटं करा. दोन मिनिटांपर्यंत आपल्या सगळ्या शरीराला अनुभव येईल की, आपण फार स्वास्थ्यमय झालो आहोत, फार आनंदाचा अनुभव घेताय, सगळ्या शरीराचे कण-कण प्रफुल्लित झाले आहेत आणि मोठ्या आशेची स्थिती आहे. काही होईल.

संकल्प. मग अशी भावना की चारही बाजूंना अत्यंत शांतता आहे, माझ्या आत अत्यंत आनंद आहे, माझ्या आत अतिशय आशा आहे आणि माझ्या शरीराचा कण-कण उन्मुख आहे, उत्सुक आहे आणि प्रफुल्ल आहे. त्याचा विचार करू. त्यानंतर पुन्हा सकाळचं ध्यान करा.

सकाळच्या ध्यानात पाठ सरळ ठेवायची आहे. न हलता आरामात बसायचं आहे. सगळ्या शरीरात लहरी सोडायच्या आहेत. मणका सरळ करायचा आहे. डोळे बंद करून घ्यायचे आहेत.मग मंद श्वास घ्यायचाय. खूप मंद श्वास घ्यायचाय आणि हळूच श्वास सोडायचा आहे. श्वासावर लक्ष ठेवायचंय. आतून डोळे बंद करून श्वास बघत राहायचे आहेत, तो आत गेला आणि बाहेर गेला.

श्वास निरखण्याचे दोन उपाय आहेत. एक तर ॲन्डोमेनवर लक्ष, जिथं पोट वर-खाली होतं आणि दुसरं, नाकाजवळ. श्वास जिथं स्पर्श करतो, ते पाहायचं. जिथं ज्याला सोयीचं वाटेल तिथं पाहा.

जास्त लोकांना नाकाजवळ पाहणं सोयीचं वाटेल, श्वास आत प्रवेश करेल, नाकाला स्पर्श करेल, मग निघेल, पुन्हा स्पर्श करेल. त्याच ठिकाणी आपण बघाल की श्वासानं स्पर्श केला. आत गेला. श्वासानं स्पर्श केला, बाहेर गेला. ज्या लोकांनी आधी नाभीचा प्रयोग केलाय, त्यांना तो सोयीचा वाटेल, ते नाभीच्या जवळ बघतील की पोट वर गेलं, खाली गेलं. ज्याला जिथं ठीक वाटेल, तिथं त्याचा प्रयोग करावा. फक्त दहा मिनिटांपर्यंत श्वास बघत राहावा.

तेव्हा आता आपण बसू या सकाळी प्रयोगासाठी.

■

प्रवचन तिसरे

चित्शक्तीचं रूपांतर

माझे प्रिय आत्मन्

सगळ्यात आधी एक प्रश्न विचारलाय की साधकाला प्रकाशाची किरणं मिळावीत, ती सतत टिकून राहावीत यासाठी काय करावं?

मी सकाळी म्हटलं, आनंदाचा जो अनुभव आहे, शांतीचा-आनंदाचा जो अनुभव आहे, तो सतत चोवीस तास आपल्या आत टिकवून ठेवायचा. कसा टिकवून ठेवायचा?

दोन मार्ग आहेत. एक मार्ग तर असा आहे की, ध्यानात अनुभवलेली जी चित्तस्थिती आहे, तिचं आपल्याला संधी मिळेल तेव्हा पुन्हा स्मरण करायचं. जसं ध्यानाच्या वेळी शांत श्वास घेतलाय जेव्हा दिवसभरात कधी वेळ मिळेल, जेव्हा आपण कुठल्या विशेष कामात गुंतलेले नसाल, त्या वेळी श्वास मंद करायचा आणि नाकापाशी जिथं श्वासाचं कंपन होत असेल, त्याचं थोडं स्मरण करायचं. त्या स्मरणाबरोबरच असा भाव पुन्हा रुजवायचा की तुम्ही आनंदित आहात, प्रफुल्लित आहात, शांत आहात, स्वस्थ आहात. त्या भावाचं

पुन्हा स्मरण करा. जेव्हा आठवण होईल– झोपायच्या वेळी, उठायच्या वेळी, रस्त्यानं जाताना स्मरण होईल तेव्हा, त्या भावाची पुन्हा उजळणी करायची.

त्याचा परिणाम असा होईल की, दिवसभरात अनेक वेळा ती स्मृती, ते स्मरण आपल्या अंतरंगात आघात करेल आणि काही वेळात आपल्याला ते वेगळं आठवण्याची आवश्यकता भासणार नाही. श्वास जसे आपल्याबरोबर असतात, तशा त्या स्मृती आपल्याबरोबर राहायला लागतील.

एक तर या भावस्थितीचं पुन्हा पुन्हा स्मरण करायचं. जेव्हा कधी मनात विचार येईल, अंथरुणावर पहुडला आहात, आठवण झालीय, तेव्हा ध्यानाची स्थिती पुन्हा उजळण्याचा भाव मनात आणायचा. फिरायला गेला आहात, रात्री चांदण्यात बसला आहात, कुठल्या झाडापाशी बसला आहात, कोणी नाहीये, खोलीत एकटे बसलेले आहात, पुन्हा स्मरण करायचं. बसमधून प्रवास करताय किंवा ट्रेनमधून प्रवास करताय, एकटे बसला आहात, डोळे मिटून घ्या, त्या भावस्थितीचं पुन्हा स्मरण करायचं. दिवसाच्या व्यस्त कामकाजातही, ऑफिसातही, दोन मिनिटांसाठी कधी उठा, खिडकीपाशी उभे राहा, खोल श्वास घ्या, त्या भावस्थितीचं स्मरण करायचं.

दिवसभरात असं जर दहा-पंचवीस वेळा, मिनिट-अर्ध्या मिनिटासाठी त्या स्थितीचं स्मरण केलंत, तर त्याचं सातत्य गहिरं होईल आणि काही दिवसांतच तुमच्या लक्षात येईल, त्याचं स्मरण करावं लागत नाही. ते टिकून राहतं. तेव्हा ध्यानात अनुभवलेला हा जो एक मार्ग आहे, त्याला असा सतत विचाराच्या माध्यमातून आपल्या स्मृतीत प्रवेश द्यायचा आहे.

दुसरा मार्ग, रात्रीच्या वेळचा. जसं मी तुम्हाला संकल्प करण्यासाठी म्हटलंय, जेव्हा ज्या मार्गानं आपला संकल्प प्रगाढ होतो, त्या मार्गानं ध्यानाची स्मृतीही कायम टिकवता येते. जेव्हा ध्यानाचा एक अनुभव यायला लागेल, तेव्हा रात्रीच्या वेळी तीच प्रक्रिया करा आणि त्या वेळी या भावाची मनात उजळणी करा की, ध्यानात मला जो अनुभव येईल, त्याची स्मृती मनात चोवीस तास टिकून राहील. मी संकल्पासाठी जो प्रयोग सांगितलाय– श्वास बाहेर फेकून संकल्प करायचा, किंवा श्वास आत घेऊन संकल्प करायचा– तुम्हाला जेव्हा काही अनुभव यायला लागेल शांतीचा, तेव्हा या प्रक्रियेच्या माध्यमातून हा संकल्प मनात उजळा की ध्यानात मला जो अनुभव येईल, त्याचं चोवीस तास एक सतत अंत:स्मरण माझ्या आत टिकून राहील.

त्याची उजळणी केल्यावर तुमच्या लक्षात येईल की, कुठलंही कारण नसताना दिवसभरात अचानक आणि किती तरी वेळा ध्यानाच्या स्थितीचा विचार आपल्या मनात येईल. हे दोन्ही एकाच वेळी करा, मग आणखीनच जास्त

फायदा होईल. पुन्हा आपण विचार आणि भावशुद्धीच्या संबंधात बोलू तेव्हा बऱ्याचशा गोष्टींची चर्चा करू; परंतु या दोन्ही गोष्टींचा प्रयोग केला जाऊ शकतो.

चोवीस तासांपैकी बराचसा वेळ आपल्यापाशी रिकामा असतो, त्याचा आपण काही उपयोग करत नाही. त्या रिकाम्या वेळात जर ध्यानाच्या स्मृतीची आपण उजळणी केली, तर बराच फरक पडेल.

याचा कधी अशा प्रकारे विचार करा. जर दोन वर्षांपूर्वी कुठल्या व्यक्तीनं तुम्हाला शिवी दिली असेल, दोन वर्षांपूर्वी तुमचा कोणी अपमान केला असेल, दोन वर्षांपूर्वी तुमच्या बाबतीत जर एखादी दुर्घटना घडली असेल आणि तिचं स्मरण तुम्ही आजही करत बसलात, तर त्या पूर्ण घटनेचं स्मरण करता करता तुम्ही त्रस्त होऊन जाल. अशासाठी की, त्या घटनेचं स्मरण करता करता आपल्या शरीराची आणि चित्ताची अवस्था दोन वर्षांपूर्वी ती घटना घडली तेव्हा झाली असेल तशीच होईल. जर दोन वर्षांपूर्वी तुमचा भयंकर अपमान झाला असेल आणि आज बसून जर त्याची आठवण केलीत की, ती घटना कशी घडली आणि कसा अपमान झाला तर तुम्ही ते आठवून त्रस्त व्हाल... या जाणिवेनं की, आपलं शरीर आणि आपलं चित्त त्या अवस्थेत पुन्हा गेलंय आणि आपण जणू पुन्हा त्या अपमानाचा अनुभव घेताय.

तुमच्या चित्तात संग्रह असतो आणि तो मावळत नाही. जे काही अनुभव असतात, ते संग्रहित होत जातात. जर त्यांच्या आठवणीला पुन्हा उजाळा दिलात तर त्या अनुभवांना पुन्हा जाग आणता येते आणि आपण पुन्हा त्या अनुभूतींमध्ये प्रवेश मिळवू शकतो. माणसाच्या मनातून कुठलीही स्मृती नष्ट होत नाही.

तेव्हा आज जर सकाळी तुम्हाला ध्यानात चांगलं वाटलं असेल, तर दिवसात दहा-पाच वेळा त्याचं पुनर्स्मरण फार महत्त्वाचं ठरेल. त्या पद्धतीनं ती स्मृती गहरी होईल आणि पुन्हा-पुन्हा स्मरण झाल्यावर ती चित्ताच्या स्थायी स्वभावाचा हिस्सा होईल. त्यानं, हा जो प्रश्न विचारलाय, अशा प्रकारे जर त्याच्यावर प्रयोग झाला, तर लाभ होईल आणि हे केलं पाहिजे.

माणूस नेहमी चूक करतो ती म्हणजे जे चुकीचं आहे त्याचं तो स्मरण करतो आणि जे शुभ आहे, त्याची तो आठवण ठेवत नाही. माणसाच्या मूलभूत चुकांमध्ये एक अशी आहे की, जे काही नकारात्मक आहे, निगेटिव्ह आहे, त्याचं तो स्मरण करतो आणि जे विधायक आहे, त्याचं स्मरण करत नाही. तुम्हाला क्वचितच ते क्षण आठवत असतील. जेव्हा तुम्ही प्रेमानं भरून गेला होतात, तुम्हाला क्वचितच ते क्षण आठवत असतील जेव्हा आपण स्वास्थ्याची अतिशय अद्‌भुत अनुभूती घेतली असेल, तुम्हाला क्वचितच ते क्षण आठवत

असतील, जेव्हा तुम्ही अगदी शांत होऊन गेला होतात, पण तुम्ही जेव्हा संतप्त झाला होतात, तुम्ही जेव्हा अशांत झाला होतात, तुमचा कोणी अपमान केला असेल किंवा तुमचा कोणी बदला घेतला असेल, तर त्याचंच स्मरण आपल्याला रोज होत राहतं. तुम्ही त्या-त्या गोष्टींचं सतत स्मरण करता आणि ते घातक आहे. आपल्या आयुष्याच्या दृष्टीनं जे विधायक होऊ शकतं, त्याचं स्मरण क्वचितच होतं.

विधायक अनुभूतींचं स्मरण फार बहुमूल्य असं असतं. त्या त्या अनुभूतींचं सतत स्मरण करण्यामुळे दोन गोष्टी होतात. सगळ्यात महत्त्वाची तर गोष्ट अशी की, तुम्ही जर विधायक अनुभूतींचं स्मरण केलंत तर त्या अनुभूती पुन्हा निर्माण होण्याची शक्यता आपल्या आत वाढते. जो माणूस घृणेच्या गोष्टी पुन्हा पुन्हा आठवतो, बरीचशी शक्यता आहे, आजही घृणेची गोष्ट त्याच्या बाबतीत घडेल. जो माणूस औदासीन्याच्या गोष्टींचं पुन्हा पुन्हा स्मरण करतो, बरीचशी शक्यता आहे, आज तो पुन्हा उदास होईल. कारण त्याचे एक प्रकारचे कल निर्माण होतात आणि त्या गोष्टींची पुनरुक्ती होते. हे, हे जे भाव आहेत, ते स्थायी होतात आणि आयुष्यात त्या त्या भावांची पुनर्निमिती सोपी होते.

त्याचा तुमच्या आत विचार करा की, तुम्हाला कुठल्या प्रकारच्या भावांचं स्मरण करण्याची सवय आहे. प्रत्येक माणूस स्मरण करतो. कुठल्या प्रकारच्या भावनांचं स्मरण करायची तुम्हाला सवय आहे? आणि हे लक्षात ठेवा की, भूतकाळातल्या ज्या भावनांचं तुम्ही स्मरण करता, त्याच भावनांचं, बीजांचं रोपण भविष्यात तुम्ही कराल आणि त्याचंच फलित घ्याल. भूतकाळाचं स्मरण भविष्यासाठी मार्गदर्शक ठरतं.

स्मरणपूर्वक, जे फोल आहे, ज्याचा काही उपयोग नाही, त्याची आठवण करू नका. त्याची काही किंमत नाही. जर त्याची आठवण आली तरी ती थांबवा आणि त्या आठवणीला सांगा की बाहेर जा, तुझी काही आवश्यकता नाही. काटे विसरून जा आणि फुलांची आठवण ठेवा. काटे नक्कीच जास्त आहेत पण फुलंही आहेत. जो फुलांची आठवण ठेवेल त्याच्या आयुष्यात काटे क्षीण होतात आणि फुलं वाढतात आणि जो काट्यांची आठवण ठेवेल, त्याच्या जीवनात शक्य आहे, फुलं मावळतील आणि फक्त काटे राहतील.

आपण काय आठवतो, त्याचप्रमाणे आपण होत जातो. ज्याचं आम्ही स्मरण करतो, तेच आपण होत जातो. ज्याचा आपण सतत विचार करतो, तोच विचार आपल्याला बदलून टाकतो आणि आपला प्राण होऊन जातो. म्हणून शुभ, सत्, जे आपल्याला श्रेष्ठ वाटेल, त्याचं स्मरण करा आणि जीवनात-ज्या जीवनात कुठले शांतीचे, आनंदाचे, सौंदर्याचे, प्रेमाचे क्षण दडलेले नसतील,

त्याच्याइतकं दरिद्री जीवन कुठलं नाही आणि जर तुम्ही त्यांच्या स्मरणानं समर्थ झालात तर अशीही शक्यता आहे की, आपल्या चारही बाजूंनी अंधार असला, तरी आपल्या स्मृतीत प्रकाश असेल आणि त्यामुळे चारही बाजूंचा अंधारसुद्धा आपल्याला दिसणार नाही. असंही होऊ शकतं, तुमच्या चारही बाजूंना दुःख असेल पण तुमच्या आत एखादी प्रेमाची, सौंदर्याची, शांतीची अनुभूती असेल तर तुम्हाला चारही बाजूंचं दुःखही दिसणार नाही. हे शक्य आहे की अगदी काट्यांमध्येही एखादी व्यक्ती फुलांनी वेढलेली असेल. त्याच्या उलटही शक्यता आहे आणि ते आपल्यावर अवलंबून आहे.

माणूस स्वतःला कुठे स्थापित करतो, तो स्वतःला कुठे बसवतो, ते त्याच्यावरच अवलंबून आहे. आपण स्वर्गात राहतो का नरकात राहतो, ते आपल्यावरच अवलंबून आहे. मी तुम्हाला सांगू इच्छितो, स्वर्ग आणि नरक म्हणजे कुठली भौगोलिक ठिकाणं नाहीत. त्या मानसिक, मनोवैज्ञानिक स्थिती आहेत. तुमच्यापैकी बरेचसे लोक दिवसभरात किती तरी वेळा नरकात जातात आणि किती तरी वेळा स्वर्गात जातात आणि आपल्यापैंकी किती तरी लोक दिवसभरात नरकात राहतात आणि तुमच्यापैकी कितीतरी लोक स्वर्गात परतण्याचा मार्ग विसरतात; पण असेही लोक आहेत, जे चोवीस तास स्वर्गात राहतात. या जमिनीवर अशाच स्थितीमध्ये स्वर्गात राहणारे लोक आहेत. तुम्हीही त्यांपैकीच होऊ शकता. काही वैज्ञानिक नियम समजून घेण्याशिवाय कुठलीही अडचण नाही.

एक आठवण मला आली. बुद्धांचा एक शिष्य होता– पूर्ण. त्याची दीक्षा पूर्ण झाली, त्याची साधना पूर्ण झाली. पूर्ण म्हणाला, 'आता मी जाऊ? ज्यांना गरज आहे त्यांना आपला संदेश देऊ?' बुद्ध म्हणाले, 'तुला मी जायची आज्ञा तर देईन; पण एक गोष्ट विचारतो, तुला कुठे जायची इच्छा आहे?' बिहारमध्ये एक छोटासा भाग होता– सूखा. पूर्ण म्हणाला, 'मी सूखाच्या बाजूला जाईन. आतापर्यंत कोणी भिक्षू तिथं गेलेला नाही आणि तिथले लोक आपल्या अमर संदेशापासून वंचित राहिलेले आहेत.'

बुद्ध म्हणाले, 'तिथं कोणी गेलं नाही, त्याच्या मागं कारण होतं. तिथले लोक फार वाईट आहेत. शक्य आहे, तू तिथं जाशील आणि ते तुझा अपमान करतील. त्यांनी तुला शिव्या दिल्या, तुला त्रास दिला तर तुला काय वाटेल?' पूर्ण म्हणाला, 'मी त्यांना धन्यवाद देईन. ते मला शिव्या देतात, अपमान करतात; पण मारत नाहीत याबद्दल मी त्यांना धन्यवाद देईन. ते मारूही शकत होते.' बुद्ध म्हणाले, 'असंही होऊ शकतं की त्यांच्यापैकी कोणी तुला मारेल. मग तुला काय वाटेल?' ते म्हणाले, 'मी धन्यवाद देईन. अशासाठी की ते

मारतात पण ठार मारत नाहीत. ते ठारही मारू शकत होते.'

बुद्ध म्हणाले, 'मी शेवटी आणखी एक गोष्ट विचारतो, असंही होऊ शकतं की कोणी तुला ठार मारेल. मग तुला काय वाटेल?' तो म्हणाला, 'मी धन्यवाद देईन की त्यांनी चूक होऊ शकेल अशा जीवनापासून मला मुक्ती दिली. मी त्यांचे उपकार मानेन.' बुद्ध म्हणाले, 'तर मग तू कुठेही जा. आता या जमिनीवर सगळीकडे तुझ्यासाठी परिवार आहे, कारण ज्याच्या हृदयाची ही स्थिती आहे, त्याच्यासाठी या जमिनीवर कुठले काटे नाहीत.'

काल मी बोलत होतो वाटेत. महावीराबाबत बोललं जातं- फार खोटी, गोष्ट वाटेल– महावीराबाबत बोललं जात ते असं की, जेव्हा रस्त्यांवरून ते चालायचे, तेव्हा काटे जर सरळ पडले असतील तर ते उलटे व्हायचे. ही गोष्ट किती खोटी आहे? कोण चालतंय याच्याशी काट्याला काय घेणं आहे? कुठल्या काट्याला काय घेणं आहे की महावीर चाललाय का आणखी कोणी चाललाय? आणि सरळ पडलेले काटे उलटे कसे होतील? आणि मुहम्मदबाबत सांगितलं जातं, ते मी ऐकलंय. ते असं की, जेव्हा ते अरबस्तानातल्या तप्त वाळवंटातून चालत, तेव्हा एक ढग त्यांच्यावर सावली धरायचा. ही किती खोटी गोष्ट आहे! खालून कोण चाललंय याच्याशी ढगांना काय घेणं आहे? मुहम्मद चालले आहेत का आणखी कोण चाललंय, ढग कधी सावली धरेल?

पण मी तुम्हाला सांगतो, या गोष्टी खऱ्या आहेत. कुठले काटे सुलट्याचे उलटे होत नाहीत आणि कुठले ढग चालत नाहीत, पण त्यात आपण काही सत्यं जाहीर केली आहेत. या गोष्टींमध्ये आपण काही प्रेमभऱ्या गोष्टी सांगितल्या आहेत. आम्हाला असं म्हणायचंय की, ज्या माणसाच्या हृदयात कुठला काटा राहिलेला नाही, या जगात त्याच्यासाठी कुठला काटा सरळ नाही आणि आम्ही असं सांगितलंय की, ज्या माणसाच्या हृदयात उत्ताप राहिलेला नाही, या जगात त्याच्यासाठी प्रत्येक जागा म्हणजे एक सावलीदार ढग आहे आणि त्याला कुठे ऊन लागणार नाही. असं सांगायची आमची इच्छा आहे आणि ही मोठी खरी गोष्ट आहे.

आमच्या चित्ताची स्थिती आम्ही जशी टिकवून ठेवू, अगदी तसंच हे जगही होऊन जातं. हा कुठला चमत्कार आहे कोणास ठाऊक की, जो माणूस भला व्हायला सुरुवात करतो, त्याच्या दृष्टीनं हे सगळं जग एका भल्या जगात परिवर्तित होतं आणि जो माणूस प्रेमानं भरून जातो, त्याच्या दिशेनं सगळ्या जगातलं प्रेम वाहू लागतं आणि हा नियम एवढा शाश्वत आहे की, जो माणूस घृणेनं भरून जातो, त्याच्या वाट्याला घृणाच येते. आम्ही जे आपल्या चारही बाजूंना फेकतो, तेच आपल्या वाट्याला येतं. त्याशिवाय कुठला मार्गच नाही.

तेव्हा चोवीस तास त्या क्षणांचं स्मरण करा. जे क्षण जीवनात अदभुत होते, ते ईश्वरीय होते. त्या छोट्या छोट्या क्षणांचं स्मरण करा आणि त्या क्षणांवर आपलं आयुष्य उभं करा आणि त्या मोठमोठ्या घटनाही विसरून जा... ज्या दुःखाच्या आहेत, पीडेच्या आहेत, घृणेच्या आहेत, हिंसेच्या आहेत. त्यांना काही किंमत नाही. त्यांचं विसर्जन करा, त्या झटकून टाका. वाळलेली पानं झाडांवरून गळतात तसं व्यर्थ आहे त्याचा त्याग करत जा आणि जे सार्थक आहे, जिवंत आहे, ते स्मरणपूर्वक ग्रहण करत जा. चोवीस तास यात सातत्य राहू दे. मनात शुभाची, सौंदर्याची, प्रेमाची, आनंदाची एक धारा वाहत राहू दे.

तेव्हा हळूहळू तुमच्या लक्षात येईल की, ज्याचं तुम्ही स्मरण करताय, त्या घटना वाढायला सुरुवात झालीय आणि ज्याचं आपण निरंतर चिंतन करतोय, त्याचं चारही बाजूंना दर्शन व्हायला लागेल आणि तेव्हा हे जग एकदमच दुसऱ्या ढंगाचं दिसू लागेल आणि तेव्हा हेच लोक एकदम दुसरेच लोक होऊन जातील आणि हेच डोळे, हीच फुलं आणि हेच दगड एक नवा अर्थ घेतील, आपण यातील आधी कधी न जाणलेला. कारण आम्ही आणखी काही गोष्टींमध्ये गुंतलेलो आहोत.

तेव्हा मी जे म्हटलं, ध्यानातला जो अनुभव असेल– थोडासा प्रकाश, थोडीशी किरणं, थोडीशी शांती, त्याचं स्मरण ठेवा. एखाद्या छोट्या मुलाला त्याची आई सांभाळते, तसं ज्या काही छोट्या-छोट्या अनुभूती असतील त्या सांभाळा. त्या जर सांभाळल्या नाहीत, तर मरतील आणि जेवढ्या मूल्यवान गोष्टी असतील, त्या तेवढ्याच सांभाळाव्या लागतात.

जनावरांचीही पिल्लं असतात. ती सांभाळावी लागत नाहीत आणि जेवढे कमी विकसित प्राणी असतील तेवढं त्यांच्या पिल्लांना सांभाळावं लागत नाही, ती आपली आपल्याला सांभाळतात. जसजशी विकासाची शिडी पुढे सरकते, तसंतसं आपल्या लक्षात येतं-जर मुलांना सांभाळलं नाही, तर ती जिवंत राहू शकत नाहीत. त्यांचे प्राण मावळतील. आयुष्याची जेवढी श्रेष्ठ स्थिती असेल, तेवढी ती सांभाळण्याची आवश्यकता असते.

तेव्हा जीवनातही जे अनुभव मूल्यवान आहेत, ते तेवढेच सांभाळावे लागतात. तेवढ्याच प्रेमानं ते सांभाळावे लागतात. तेव्हा छोटेसे जरी अनुभव असले तरी ते सांभाळा.. तसेच जसे... तुम्ही विचारलंत, कसे सांभाळायचे? मी जर तुम्हाला काही हिरे दिले तर आपण ते कसे सांभाळाल? तुम्हाला जर कुठला बहुमूल्य खजिना मिळाला तर तो तुम्ही कसा सांभाळाल? तो तुम्ही कुठे ठेवाल? ते तुम्हाला लपवून ठेवावेसे वाटतील. ते तुम्हाला हृदयापाशी ठेवावेसे वाटतील.

एक भिकारी मरत होता इस्पितळात. एक पादरी त्याच्याजवळ गेला आणि

डॉक्टर म्हणाले, तो मरणार आहे आणि पादरी त्याच्याजवळ गेला देवाची शेवटची प्रार्थना करवून घेण्यासाठी. त्याला म्हणाला, 'तू हात जोड.' त्यानं एकच हात उचलला. एका हाताची मूठ बंद होती. पादरी म्हणाला, 'दोन्ही हात जोड.' तो म्हणाला, 'क्षमा करा, दुसरा हात मी उघडू शकत नाही.'

तो माणूस मरायला झालाय आणि दुसरा हात उघडत नाहीये. तो मेला दोन क्षणांनंतर. हात उघडला गेला. काही घाणेरडी मळलेली नाणी त्यानं गोळा केली होती आणि ती त्यानं मुठीनं झाकून घेतली होती. त्याला माहितंय, मरतोय; पण मूठ वळलेली आहे.

साधी नाणी सांभाळायचं आम्ही जाणतो, सगळेच जाणतो आणि जी श्रेष्ठतम नाणी असतात, ती कशी सांभाळायची ते आम्हाला काही माहितीच नसतं आणि आपण त्या भिकाऱ्याप्रमाणे असतो– जे एक दिवस मुठी बंद केलेल्या स्थितीत आढळतील आणि जेव्हा त्यांची मूठ उघडली जाईल तेव्हा काही मळलेल्या नाण्यांशिवाय तिच्यात काहीही मिळणार नाही.

त्या अनुभूती सांभाळा, तीच खरी नाणी आहेत. ज्या अनुभवांनी आपल्या आयुष्याला स्फूर्ती दिली असेल, प्रेरणा दिली असेल, आपल्यात काही परिवर्तन केलं असेल, काही लहरी उठल्या असतील, श्रेष्ठाच्या दिशेनं आपल्या आत ओढ निर्माण केली असेल आणि त्यांना अशा प्रकारे सांभाळा. हे दोन मार्ग मी सांगितले. हळूहळू प्रयोग केल्यानं ही गोष्ट लक्षात येऊ शकेल.

एका दुसऱ्या मित्रानं विचारलंय की, सेक्स एक सृजनात्मक शक्ती आहे. पती-पत्नीच्या संबंधात त्याचा क्रिएटिव्ह उपयोग कसा करावा?

ही फार बहुमूल्य अशी गोष्ट विचारलीय. ज्यांच्यासाठी अशा प्रकारचा प्रश्न उपयोगी नसेल, सार्थक नसेल अशा तऱ्हेचे लोक क्वचितच असतील. जगात दोनच प्रकारचे लोक असतात. एक सेक्सच्या, कामशक्तीच्या पीडेनं पीडित असलेले लोक आणि एक अशा प्रकारचे लोक असतात ज्यांनी कामशक्तीचं रूपांतर प्रेमशक्तीत केलंय.

कळल्यावर आपण थक्क व्हाल, प्रेम आणि काम, प्रेम आणि सेक्स विरोधी गोष्टी आहेत. प्रेम जेवढं विकसित होतं, तेवढं सेक्स क्षीण होत जातं आणि जेवढं प्रेम कमी होतं, तेवढं सेक्स जास्त होतं. ज्या माणसात जेवढं जास्त प्रेम असेल तेवढं त्यात सेक्स विलीन होत जाईल. जर आपण परिपूर्ण प्रेमानं भरून गेलात, तर आपल्यात सेक्ससारखी कुठली गोष्ट राहणार नाही आणि जर आपल्या आत प्रेम नसेल तर आपल्या आत सगळं सेक्सच असेल.

सेक्सची जी शक्ती आहे, त्याचं परिवर्तन, त्याचं उदात्तीकरण प्रेमात होतं. म्हणून जर सेक्समधून मुक्त व्हायचं असेल, तर सेक्स दडपून काहीही होणार

नाही. ते दडपून कोणी वेडंही होऊ शकतं आणि जगात जेवढे वेडे लोक आहेत त्यातल्या शंभरातले नव्वद लोक ज्यांनी सेक्सची शक्ती दडपण्याचा प्रयत्न केलाय असे असतात आणि कदाचित हेही आपल्याला माहिती असेल की, सभ्यता जेवढी विकसित होते तेवढे वेडे वाढत जातात, कारण सभ्यता सगळ्यात जास्त दमन सेक्सचं करते. सभ्यता सगळ्यात जास्त दमन, सप्रेशन सेक्सचं करते आणि म्हणून प्रत्येक माणूस आपलं सेक्स दडपतो, आक्रसतो. ते दडपलेलं सेक्स विक्षिप्तपणा निर्माण करतं, अनेक आजार निर्माण करतं, अनेक मानसिक रोग निर्माण करतं.

सेक्स दडपण्याचा प्रयत्न म्हणजे वेडेपणा आहे. बरेच साधू वेडे होतात. ते सेक्स दडपू पाहतात याशिवाय त्याचं दुसरं कारण नाही आणि त्यांना माहिती नाही, सेक्स दडपलं जात नाही. प्रेमाची दारं उघडलीत तर जी शक्ती सेक्सच्या मार्गानं वाहत होती, ती प्रेमाच्या प्रकाशात परिणत होईल. जे सेक्सचे विळखे वाटत होते, ते प्रेमाचे प्रकाश होतील. प्रेम विस्तीर्ण करा. प्रेम सेक्सचा क्रिएटिव्ह उपयोग आहे, त्याचा सृजनात्मक आविष्कार आहे. जीवन प्रेमानं भरून टाका.

तुम्ही म्हणाल, तुम्ही सगळे प्रेम करता. मी तुम्हाला सांगतो, तुम्ही क्वचितच प्रेम करत असाल, तुम्हाला प्रेम हवं असेल आणि या दोन्हीत जमीन-अस्मानाचा फरक आहे. प्रेम करणं आणि प्रेम हवं असणं, या फार वेगळ्या गोष्टी आहेत. आपल्यापैकी बरेच लोक मूल राहूनच मरतात. कारण प्रत्येक माणसाला प्रेम हवं असतं. प्रेम करणं फार अद्‌भुत गोष्ट आहे. प्रेम हवं असणं ही अगदीच बालिश गोष्ट आहे.

छोट्या-छोट्या मुलांना प्रेम हवं असतं. आई त्यांना प्रेम देते. मग ती मोठी होतात. त्यांना आणखीही लोकांकडून प्रेम हवं असतं, कुटुंब त्यांना प्रेम देतं. मग ती आणखी मोठी होतात. जर ते पती झाले, तर आपल्या पत्नीकडून त्यांना प्रेम हवं असतं. जर त्या पत्नी झाल्या तर त्यांना आपल्या पतींकडून प्रेम हवं असतं आणि ज्याला प्रेम हवं असतं, तो दुःख झेलतो. कारण प्रेमाची अपेक्षा केली जाऊ शकत नाही, प्रेम फक्त केलं जातं. अपेक्षेत निश्चिती नाही, मिळेल न मिळेल आणि जिच्याकडून तुम्हाला प्रेमाची अपेक्षा आहे, तीसुद्धा तुमच्यावर प्रेम करेल. मग तर फार अवघड होईल. दोन्ही भिकारी एकत्र येतील आणि भीक मागतील. जगात जेवढ्या पती-पत्नींचा संघर्ष आहे, त्याचं कारण एकच की दोघंही एकमेकांकडून प्रेमाची अपेक्षा करतायत आणि द्यायला कोणीच समर्थ नाहीये.

याचा थोडा विचार करून पाहा आपण आपल्या मनाच्या आत. आपली आकांक्षा प्रेमाची आहे. नेहमी वाटतं कोणी प्रेम करावं आणि जेव्हा कोणी प्रेम

करतं, तेव्हा तो चांगला वाटू लागतो; परंतु तुम्हाला माहिती नाही, ते दुसरं प्रेमही फक्त एखाद्यानं मासे पकडण्यासाठी पीठ फेकावं तसंच आहे. ते पीठ माशांसाठी फेकत नाहीये. पीठ तो माशांना फसवण्यासाठी फेकतोय. ते पीठ माशांना देत नाहीये, तर त्याला मासळी हवी आहे म्हणून तो पीठ फेकतोय. या जगात जेवढे लोक प्रेम करताना दिसतात, ते केवळ प्रेम मिळवण्यासाठी पीठ फेकतायत. थोडा वेळ ते पीठ खिलवतील, मग...

आणि त्यांच्यात उत्सुक असलेली दुसरी व्यक्तीसुद्धा कदाचित या माणसाकडून प्रेम मिळेल म्हणूनच उत्सुक असेल. तीही थोडं प्रेम प्रदर्शित करेल. थोड्या वेळानं कळेल ते दोघंही भिकारी आहेत आणि भ्रमात होते; एकमेकांना बादशहा समजत होते आणि थोड्या वेळानंतर त्यांच्या लक्षात येईल की, कोणी कोणाला प्रेम देत नाहीये आणि तेव्हा संघर्षाला सुरुवात होईल.

जगात वैवाहिक जीवन नरक होऊन राहिलंय, कारण आपण सगळे प्रेम मागतो, देणं कोणाला माहिती नसतं. सगळ्या संघर्षांच्या मागं मूलभूत कारण एवढंच आहे आणि कितीही बदल होऊ देत, कितीही प्रकारची लग्नं होऊ देत, कुठल्याही प्रकारची समाजव्यवस्था असू दे, जोपर्यंत मी जे सांगतोय ते झालं नाही, तर जगात स्त्री आणि पुरुषांचे संबंध चांगले होणार नाहीत. ते चांगले होण्याचा एकच मार्ग म्हणजे आपण लक्षात घेतलं पाहिजे की प्रेम दिलं जातं. प्रेम मागितलं जात नाही, फक्त दिलं जातं. जे मिळतं, तो प्रसाद आहे, त्याचं काही मूल्य नाही. नाही मिळालं तरी देणाऱ्याला आनंद होईल दिल्याचा.

जर पती-पत्नी एकमेकांना प्रेम द्यायला सुरुवात करतील आणि मागणं बंद करतील, तर जगणं स्वर्ग होईल आणि जेवढं ते प्रेम देतील आणि मागणं बंद करतील, तेवढंच- या जगाची व्यवस्था अद्‌भुत आहे– त्यांना प्रेम मिळेल आणि तेवढाच त्यांना अद्‌भुत अनुभव येईल... जेवढं ते प्रेम करतील, तेवढंच सेक्स त्यांच्यात विलीन होत जाईल.

गांधीजी मागं लंकेत होते. ते कस्तुरबांबरोबर लंकेत गेले. तिथं पहिल्या सभेत त्यांचा परिचय करून देणारी जी पहिली व्यक्ती होती, तिला वाटलं की बा बरोबर आहेत, बहुतेक त्या गांधींची आई असतील. बांमुळे त्याला वाटलं की, गांधीजींची आई बरोबर आली आहे. त्यानं परिचयात गांधीजींना म्हटलं, 'ही मोठी सौभाग्याची गोष्ट आहे की गांधीजीही आले आहेत.' बा तर फारच हैराण झाल्या. गांधीजींचे सेक्रेटरी जे बरोबर होते, ते फार घाबरले. त्यांना वाटलं, चूक तर आपलीच आहे. त्यांना सांगायला हवं होतं की बरोबर कोण आहे. बापू कदाचित रागवतील असं वाटून ते फार घाबरले; परंतु गांधीजींनी जे सांगितलं ते फार अद्‌भुत होतं. त्यांनी सांगितलं, 'माझ्या या भावानं माझा हा जो परिचय

करून दिला, त्यात चुकीनं एक खरी गोष्टच सांगितली. गेली काही वर्षं बा माझी पत्नी नाहीये, माझी आई झालीय.'

खरा संन्यासी तोच ज्याची पत्नी एक दिवस आई होईल, पत्नीला सोडून पळून जाणारा नाही. खरी संन्यासिनी तीच जी एक दिवस आपल्या पतीला आपल्या मुलाप्रमाणे वागवेल.

पूर्वीच्या ऋषिसूत्रांमध्ये एक अद्‌भुत गोष्ट सांगितलेली आहे. पूर्वीचा ऋषी कधी आशीर्वाद द्यायचा की 'तुला दहा पुत्र होतील आणि ईश्वर करो, अकरावा पुत्र तुझा पती होईल.' फार अद्‌भुत गोष्ट होती. विवाहाच्या वेळी हे ऋषी वधूला आशीर्वाद देत की, 'तुला दहा पुत्र होतील आणि ईश्वर करो, तुझा अकरावा पुत्र तुझा पती होईल.' ही अद्‌भुत गोष्ट होती आणि अद्‌भुत विचार होते आणि त्याच्या मागं मोठं रहस्य होतं.

जर पती आणि पत्नीचं प्रेम वाढलं तर ते पती-पत्नी राहणार नाहीत, त्यांचे संबंध काही वेगळेच होतील आणि त्यांचं सेक्स विलीन होईल आणि त्यांचे संबंध प्रेमाचे होतील. जोपर्यंत सेक्स आहे, तोपर्यंत शोषण आहे. सेक्स शोषण आहे आणि ज्याच्यावर आपण प्रेम करतो, त्याचं शोषण कसं करू शकतो? सेक्स एका व्यक्तीचा– एका जीवित व्यक्तीचा अत्यंत गर्हणीय आणि निम्न उपयोग आहे. तुम्ही जर तिच्यावर प्रेम करू शकता तर तुम्ही त्या व्यक्तीचा असा उपयोग कसा करू शकता? तुम्ही जर तिच्यावर प्रेम करता तर अशा एका जीवित व्यक्तीचा आपण असा उपयोग कसा करू शकता? जेवढं प्रेम गहिरं होईल, तेवढा तो उपयोग विलीन होऊन जाईल आणि जेवढं प्रेम कमी होईल, तेवढा त्याचा उपयोग जास्त होईल.

म्हणून सेक्स एक सृजनात्मक शक्ती कशी होईल असं ज्यांनी विचारलंय त्यांना मी असं सांगेन की, सेक्स मोठी अद्‌भुत शक्ती आहे. कदाचित या भूमीवर सेक्सपेक्षा कुठली मोठी शक्ती नसेल. मनुष्य ज्या गोष्टीमुळे क्रियाशील होतो, मनुष्याच्या आयुष्याचा नव्वद टक्के भाग ज्या चक्रावर फिरतो, ते सेक्स आहे, ते परमात्मा नाहीये. ज्यांचं जीवन परमात्म्याच्या आसावर फिरतं असे लोक फार कमी आहेत. बहुतेक लोक सेक्सच्या केंद्रावर फिरतात आणि जीवित राहतात.

सेक्स सगळ्यात मोठी शक्ती आहे. म्हणजे आपण नीट समजून घेतलंत तर माणसाला गतिमान करणारी, परिचालित करणारी मनुष्याच्या आत सेक्सशिवाय दुसरी कुठली शक्ती आहे? या सेक्सच्या शक्तीला, ही सेक्सची शक्तीच प्रेमात रूपांतरित करता येऊ शकते आणि ही शक्ती परिवर्तित होऊन परमात्म्यापर्यंत पोचण्याचा मार्ग होईल.

म्हणून धर्माचा सेक्सशी गहिरा संबंध आहे ही गोष्ट लक्षात ठेवण्यासारखी आहे; परंतु सेक्सच्या दमनाशी नाही– जसं समजलं जातं– सेक्सच्या सब्लिमेशनशी आहे. सेक्सच्या दमनाशी धर्माचा संबंध नाही. ब्रह्मचर्य सेक्सच्या विरोधात नाही, ब्रह्मचर्य सेक्सच्या शक्तीचं उदात्तीकरण असतं. सेक्सचीच शक्ती ब्रह्माच्या शक्तीत परिवर्तित होते. ऊर्ध्व दिशेनं वाहणारी ती अधोगामी शक्ती वरच्या दिशेनं गतिमान होते. सेक्स ऊर्ध्वगामी झालं, तर परमात्म्यापर्यंत पोचणारं होतं आणि सेक्स अधोगामी झालं, तर संसारात घेऊन जायला कारण होतं.

ते प्रेमानं परिवर्तित होईल. प्रेम करायला शिका आणि प्रेम करण्याचा अर्थ आता आपण जेव्हा पुढे भावनांच्या संदर्भात बोलू, तेव्हा पूर्णपणे आपल्या लक्षात येईल की, प्रेम करणं कसं शिकायचं; परंतु एवढं मी आत्ता सांगेन.

एका मित्रानं विचारलंय की, संत किंवा साधू एकत्र येऊन एका टीमप्रमाणे काम का करत नाहीत?

फारच चांगला प्रश्न विचारलाय की, ज्यांना सत्य उपलब्ध झालंय असे संत लोक एकत्र येऊन काम का करत नाहीत? मी तुम्हाला सांगतो की, संतांनी आजपर्यंत एकत्र येऊनच काम केलंय आणि मी तुम्हाला असंही सांगेन की, केवळ जीवित संतांनीच एकत्र येऊन काम केलेलं नाही, तर पंचवीसशे वर्षांपूर्वी जे संत मेलेले आहेत, तेही त्यांच्याबरोबर आज काम करत आहेत, म्हणजे जिवंत आहेत. म्हणजे केवळ सर्वसाधारण रूपात कंटेपररी संतच बरोबर काम करत नाहीत, तर ऐतिहासिक रूपानं, ट्रॅडिशनल रूपानं संतांचं काम एकत्रच चाललंय.

मी जे म्हणतोय ते जर खरं असेल तर त्यामागं बुद्ध आणि महावीर आणि कृष्ण आणि ख्राइस्टचा हात आहे. मी जे सांगतोय ते खरं असेल तर त्यांचा आवाज त्यात मिसळलाय आणि जर माझ्या आवाजात कुठली ताकद जाणवत असेल तर ती माझ्या एकट्याची होऊ शकत नाही. ही ताकद सगळ्या लोकांची आहे– ज्यांनी कधीही ते शब्द उच्चारले असतील.

परंतु, जे संत नाहीयेत ते निश्चितच कधी मिळून काम करू शकत नाहीत आणि असे बरेचसे संत आहेत जे संत नाहीयेत पण संत वाटतात. त्या अवस्थेत दुर्जन लोक मिळून काम करू शकतात; परंतु तसे तथाकथित साधू मिळून काम करू शकत नाहीत. का नाही करू शकत? त्यांचं संतत्व अहंकाराच्या विसर्जनातून निर्माण झालेलं नाही, त्यांचं संतत्वही अहंकाराच्या तृप्तीचं एक माध्यम आहे आणि जिथं अहंकार आहे, तिथं मिलन होत नाही. कारण अहंकार नेहमी चढा होऊ पाहतो.

मी एका ठिकाणी होतो. तिथं बरेचसे साधू आमंत्रित होते. एक खूप मोठा कार्यक्रम होता. बरेच मोठे-मोठे साधू आमंत्रित केलेले होते. त्यांची नावं घेणार नाही कोणी दुखवू नये म्हणून. देशातली खूप मोठी-मोठी माणसं तिथं होती. आयोजन करणाऱ्यांची फार इच्छा होती की, सगळ्या लोकांनी एकाच मंचावर बसून बोलावं; पण ते 'संत' राजी झाले नाहीत. कारण ते म्हणाले, 'कोण खाली बसणार, कोण वर बसणार?' कारण ते म्हणाले, 'आम्ही वर बसू, खाली नाही बसणार.' त्यांनी म्हटलं वा बोलून दाखवलं आणि म्हणणारा तरी सरळ असतो, बोलून दाखवणारा आणखीनच जटिल आणि कपटी असतो. त्यांनी बोलून दाखवलं की कोणी एकत्र बसू शकणार नाही.

त्यांचं व्यासपीठ वाया गेलं. तिथं एकेका माणसाला बसून बोलावं लागलं. शंभर लोक बसू शकतील एवढं व्यासपीठ तयार केलेलं होतं; परंतु शंभर साधू एकत्र कसे बसू शकतील? त्यात कोणी शंकराचार्य होते, ते आपल्या सिंहासनाशिवाय खाली बसू शकत नव्हते आणि जर ते खाली बसू शकत नाहीत, तर त्या सिंहासनाच्या बाजूला दुसरे संत कसे बसू शकतील खाली.

आणि तेव्हा मोठं आश्चर्य वाटेल, ज्यांच्या दृष्टीनं खुर्च्यांमध्येही उच्च-नीचता आहे आणि ज्यांच्यात कोण किती उंच बसलंय आणि कोण किती खाली बसलंय याचंही मोजमाप आहे, त्यांचं चित्त कुठे बसलं असेल, ते लक्षात येतं.

दोन साधू पहिल्यांदा कोणी नमस्कार करायचा म्हणून एकमेकांना भेटू शकत नव्हते, कारण पहिल्यांदा कोण हात जोडणार? कारण जो हात जोडेल तो खालचा होणार. फार आश्चर्याची गोष्ट आहे. आम्ही नेहमी मानतो की, जो पहिल्यांदा हात जोडेल, तो श्रेष्ठ; पण हे संत समजतात की जो पहिल्यांदा हात जोडेल, तो कनिष्ठ होईल.

मी एका मोठ्या साधूच्या सत्संगात होतो. एक फार मोठे राजकारणीही तिथं गेलेले होते. त्या साधूंना तर वर गादीवर बसवलेलं होतं, आम्ही सगळे लोक खाली बसलो होतो. सत्संग सुरू झाला. ते नेते म्हणाले, 'मी सगळ्यात आधी असं विचारेन की आम्ही खाली बसलो आहोत, तुम्ही वर का बसला आहात? तुम्ही जर भाषण करत असता तर ठीक होतं. हा तर सत्संग आहे. चर्चा होईल आणि तुम्ही एवढे वर बसलाय की बातचीत अवघड होईल. तुम्ही कृपा करून खाली या.' पण ते साधू खाली येऊ शकले नाहीत आणि त्या नेत्यांनी विचारलं, 'खाली येऊ शकत नसाल त्याचं कुठलं असं कारण असेल तर आम्हाला समजावून सांगा की वर बसायचं काय कारण आहे?'

ते स्वतः तर बोलू शकले नाहीत. फार घाबरून गेले. त्यांच्या एका साधूनं उत्तर दिलं, 'त्यांनी वर बसावं ही परंपरा आहे.' तो राजकारणी म्हणाला, 'हे

तुमचे गुरू असतील; पण आमचे गुरू नाहीत. तो राजकारणी असंही म्हणाला, आम्ही हात जोडून नमस्कार केला, तुम्ही हात जोडले नाहीत. तुम्ही आम्हाला आशीर्वाद दिलात. जर समजा, दुसरा कोणी साधू भेटायला आला असता आणि तुम्ही आशीर्वाद दिला असता तर भांडण झालं असतं. तुम्हीही हात जोडायला हवेत.' उत्तर मिळालं, 'ते हात जोडू शकत नाहीत कारण ते परंपरागत नाहीये.' हा प्रकार एवढा वाईट झाला की ते संभाषण पुढे चालू शकलं नाही.

मी त्या साधूला म्हटलं, 'नेत्यांशी थोडंसं बोलावं अशी मला आज्ञा द्या.' त्यांनी मला आज्ञा दिली. त्यांना वाटलं, की चला, काम झालं. ही गोष्ट पुढे वाढणार. इथंच संपावी. मी त्या नेत्याला म्हटलं, 'तुम्हाला सगळ्यात आधी इथं येऊन हे का दिसलं की ते वर बसले आहेत? सगळ्यात आधी तुम्हाला हे कसं दिसलं की, ते वर बसलेले आहेत?' आणि मी म्हटलं, 'आता मी कृपा करून विचारू का, तुम्हाला असं दिसलं का की ते वर बसले आहेत का तुम्हाला असं दिसलं की, मला खाली बसवण्यात आलंय? कारण असंही शक्य होतं. तुम्हालाही वर बसवलं असतं तर मला नाही वाटत की तुम्ही हा प्रश्न विचारला असतात. आम्ही सगळे लोक खाली असतो आणि आपणही त्यांच्याबरोबर वर असतात तर मला नाही वाटत हा प्रश्न तुम्ही विचारला असता. म्हणून अडचण त्यांच्या वर बसण्याची नाही, अडचण तुमच्या खाली बसण्यामुळे आहे.'

त्या नेत्यांनी माझ्याकडे पाहिलं. ते त्या काळात मोठ्या सत्तेवर होते आणि हिंदुस्थानच्या अग्रणी लोकांपैकी एक होते. त्यांनी माझ्याकडे अगदी बारकाईनं पाहिलं आणि मोठ्या सरळपणे जाहीर केलं. ते म्हणाले, 'मी मान्य करतो, मला हे कधी कोणी सांगितलं नाही, माझ्यात फार अहंकार आहे.'

साधू फार प्रसन्न झाले आणि आम्ही जेव्हा निरोप घेऊ लागलो तेव्हा साधूंनी माझ्या खांद्यावर हात ठेवला आणि म्हणाले, 'तुम्ही चांगलं सणसणीत उत्तर दिलंत.' मी त्यांना म्हटलं, 'ते उत्तर त्यांच्यासाठी नव्हतं, तर तुमच्यासाठीही होतं.' आणि मी त्यांना म्हटलं, 'मला वाईट वाटतंय, तो माणूस जास्त सरळ असल्याचं सिद्ध झालं आणि तुम्ही तेवढे सरळ असल्याचं दिसलं नाही. त्यानं मानलं की, मला अहंकार आहे, परंतु तुम्ही हेही मानलं नाहीत, उलट तुम्ही आपल्या अहंकाराचं पोषण केलंत माझ्या उत्तरानं.'

हे जे संत आहेत, हे जे साधू आहेत ते मिळून काम करू शकत नाहीत. त्यांचं तर सगळं काम कोणाशी तरी शत्रुत्व ठेवण्यात आहे. त्यांचा सगळा उत्साह कोणाशी तरी शत्रुत्व ठेवण्यात आहे. जर कोणी शत्रू नसला तर ते काही करूच शकत नाहीत. त्यांची सगळी कृती कोणाची तरी घृणा आणि विरोधात निघून जाते. इथं जेवढे संप्रदाय आहेत, इथं जेवढे एवढ्या नावांनी

साधू उभे आहेत, त्यांना एखादा अडाणीच साधू म्हणू शकतो. कारण साधूचं पहिलं लक्षण तर हे असेल की, तो कुठल्या धर्मात राहत नाही. साधूचं पहिलं लक्षण तर हे असेल की, त्याची कुठली सीमा राहणार नाही, त्याचा कुठला संप्रदाय असणार नाही. त्याचं कुठलं वर्तुळ असणार नाही. तो सगळ्यांचा असेल आणि त्याचं पहिलं लक्षण हे असेल की, त्याचा अहंकार मावळलेला असेल, त्याची अस्मिता विलीन झालेली असेल.

पण हे सगळे तर अहंकार वाढवायचे आणि पोषण करायचे उपाय आहेत. लक्षात ठेवा, पुष्कळ धनानंही अहंकार तृप्त होतो. मी लाथ मारली सगळ्या जगावर, यानंही तृप्त होतो आणि ज्यांची तृप्ती होते, ते कधी बरोबर राहू शकत नाहीत. अहंकार एकटं विभाजक तत्त्व आहे आणि निरहंकारिता एकटं जोडणारं तत्त्व आहे. तेव्हा जिथं निरहंकार आहे, तिथं जुळणी आहे.

एकदा कबीर जिथं राहत होते, त्यांच्या गावाजवळून एक मुसलमान फकीर होता फरीद, तो जात होता. त्याचे काही जोडीदार आणि तो यात्रेकरू निघाले होते. त्याचे मित्र फरीदला म्हणाले, 'मोठा सुयोग आहे, वाटेत कबीराचं घर लागतं. त्यांच्या कुटीत आपण दोन दिवस राहू आणि तुम्हा दोघांची चर्चा झाली तर आम्हाला फार आनंद होईल. तुम्ही दोघं भेटाल आणि चर्चा कराल तर आम्हाला फार आनंद होईल.' फरीद म्हणाला, 'जरूर थांबू, भेटूसुद्धा, पण चर्चा होईल का नाही शंकाच आहे.' ते म्हणाले, 'का?' फरीद म्हणाला, 'चला, थांबू. भेटू, थांबूही. पण चर्चा होईल का नाही शंका आहे.'

कबीराच्या शिष्यांना कळलं तेव्हा ते म्हणाले, 'इथून फरीद जाणार आहेत. आपण त्यांना थांबवू या. खूप आनंद होईल. दोन दिवस आपली चर्चा होईल.' कबीर म्हणाले, 'नक्की भेटू. जरूर थांबवा. फार आनंद होईल.'

फरीदला थांबवलं गेलं. फरीद आणि कबीरांची गळाभेट झाली. ते दोघं आनंदानं रडले; पण दोन दिवस त्यांच्यात बोलणं झालं नाही. त्या दोघांनी निरोप घेतला. शिष्य फार निराश झाले. जेव्हा त्या दोघांनी निरोप घेतला तेव्हा दोघांच्या शिष्यांनी विचारलं, 'तुम्ही काही बोलला नाहीत.' ते म्हणाले, 'आम्ही काय बोलणार! ते जे जाणतात, ते आम्ही जाणतो.' फरीद म्हणाला, 'जे मी जाणतो, ते कबीर जाणतात. आम्ही काय बोलणार? आणि बोलायला आम्ही दोघं तरी कुठे आहोत.'

तिथं बोलण्याएवढाही विरोध नाहीये संतांमध्ये– बोलण्याएवढाही! डायलॉगही शक्य नाही. तोही एक विरोध आहे. त्या ठिकाणी संतांचं सनातन काम एकच होतंय. त्यात काही प्रश्नच नाहीये विरोधाचा. ते कुठल्याही भागात जन्मलेले असोत, कुठल्याही जमातीचे आणि कुठल्याही पद्धतीनं राहोत, त्यांच्यात कुठला

विरोध नाहीये; पण जे संत नाहीयेत, स्वाभाविक आहे, त्यांच्यात विरोध असणार. म्हणून लक्षात ठेवा, संतांमध्ये कुठला विरोध नाहीये आणि ज्यांच्यात विरोध असेल ती ते संत नसल्याची कसोटी मानावी.

आणखी एका मित्रानं विचारलंय की, आपलं अंतिम ध्येय वा लक्ष्यान्त कोणतं आहे. मला विचारलंय की माझं लक्ष्य काय आहे?

माझं कुठलं लक्ष्य नाहीये. यासाठी कुठलं लक्ष्य नाहीये. ते थोडं समजून घेणं आवश्यक आहे. जीवनात दोन प्रकारच्या क्रिया असतात. एक क्रिया असते जी वासनेतून उद्‌भवते. त्यात लक्ष्य असतं आणि एक क्रिया असते, जी प्रेमातून किंवा करुणेतून उद्‌भवते; तिचं कुठलं लक्ष्य नसतं. जर कुठल्या आईला कोणी विचारलं की तू आपल्या मुलावर प्रेम करतेस, त्याचं लक्ष्य काय आहे? तर आई काय म्हणेल? आई म्हणेल, लक्ष्याची काही कल्पना नाही. फक्त आम्ही प्रेम करतो आणि प्रेम करणं म्हणजे आनंद. असंही नाही की आज प्रेम केलं तर उद्या आनंद मिळेल. प्रेम केलं, तो आनंद होता.

तेव्हा एक तर क्रिया असते, जी वासनेतून उद्‌भवते. मी इथं बोलतोय. मी अशासाठी बोलू शकतो की, या बोलण्यानं मला काही मिळेल. मग ते मिळणं रुपयाच्या नाण्यांमध्ये असो, यशाच्या नाण्यांमध्ये असो, आदराच्या नाण्यांमध्ये असो, प्रतिष्ठेच्या रूपात असो. ते मिळणं कुठल्याही रूपात असो. मी या कारणासाठी बोलू शकतो की, मला काही मिळेल, तर ते लक्ष्य होईल.

मी केवळ या कारणासाठी बोलू शकतो की, मी बोलल्याशिवाय राहू शकत नाही. आत काही तरी घडलंय आणि ते वाटायला मी उत्सुक आहे. मी अशासाठी बोलू शकतो. जशी फुलं उमलतात आणि आपला गंध फेकतात. त्यांना कोणी विचारावं, लक्ष्य काय आहे? कुठलंही लक्ष्य नाहीये.

वासनेतून काही क्रिया उद्‌भवतात तेव्हा त्यात लक्ष्य असतं. करुणेतूनही काही क्रिया उद्‌भवतात, तेव्हा त्यात कुठलं लक्ष्य नसतं आणि म्हणून वासनेतून ज्या क्रिया उद्‌भवतात, त्यांतून कर्मबंध होतो आणि करुणेतून ज्या क्रिया उद्‌भवतात, त्यांतून कर्मबंध होत नाही. ज्या क्रियेत लक्ष्य असेल, त्यात बंधन असेल आणि ज्या क्रियेत कुठलं लक्ष्य नसेल, त्यात बंध नसेल.

आणि हे लक्षात आल्यावर तुम्ही थक्क व्हाल, तुम्ही लक्ष्याशिवाय वाईट काम करू शकत नाही. ही एक अद्‌भुत गोष्ट आहे. पापात नेहमी लक्ष्य असेल, पुण्यात कुठलं लक्ष्य नसतं आणि ज्या पुण्यात लक्ष्य असेल, ते पापाचंच रूप आहे. पापात नेहमी लक्ष्य असतं, लक्ष्याशिवाय कोणी पाप करू शकत नाही. लक्ष्य असूनही करणं अवघड असतं, लक्ष्याशिवाय तर करूच शकत नाही. मी तुमची लक्ष्याशिवाय हत्या नाही करू शकत. का करू? पाप लक्ष्याशिवाय

कधीच होऊ शकत नाही. कारण पाप करुणेनं कधी होऊ शकत नाही. पाप नेहमी वासनेतून होईल. वासनेत नेहमी लक्ष्य असेल, काही मिळवण्याची आकांक्षा असेल.

ज्या मिळवण्यात कुठल्या आकांक्षा नसतात अशा काही क्रिया आहेत. महावीराला कैवल्य लाभलं, त्यानंतर ते चाळीस-पन्नास वर्षांपर्यंत सक्रिय होते. विचारलं जाऊ शकतं, एवढे दिवस त्यांनी क्रिया केली, त्याचा बंध का नाही झाला? तेवढे दिवसपर्यंत ते काम तर करतच होते- भोजनही करत होते, जातही होते, येतही होते, बोलतही होते, सांगतही होते, चाळीस-पन्नास वर्षांपर्यंत निरंतर सक्रिय होते, तर त्या क्रियेचा त्यांच्यावर परिणाम का नाही झाला? बुद्धाला निर्वाणप्राप्ती झाली, त्यानंतरही चाळीस वर्षांपर्यंत सक्रिय होते. त्याचा बंध का नाही झाला? कारण त्या सक्रियतेत कुठलं लक्ष्य नव्हतं. लक्ष्यशून्य क्रिया होत्या त्या आणि त्यात फक्त करुणा होती.

मी बऱ्याच वेळा विचार करतो की, मी आपल्याशी का बोलतोय? त्यामागं काय कारण असू शकतं? मला कुठलं कारण शोधूनही सापडत नाही. सापडतंय ते एवढंच की, मला काही दिसतंय आणि एक निरुपाय आहे, जो सांगितल्याशिवाय राहवत नाही. कारण तो सांगितला नाही, तर केवळ ज्यात हिंसा बाकी राहिलीय त्यातच राहू शकतो. ती हिंसा असेल.

मी सकाळी एक गोष्ट सांगितली. जर तुमच्या हातात मी एक साप पाहिला आणि तुम्हाला काही सांगितल्याशिवाय आपल्या मार्गानं निघालो की, माझं लक्ष्य काय आहे, तर हे तेव्हाच शक्य असेल, जेव्हा माझ्या आत अतिशय हिंसा असेल, अतिशय क्रौर्य असेल. नाहीतर मी म्हणेन की 'हा साप आहे, तो सोडून दे.' आणि कोणी जर मला असं विचारलं, 'हा साप आहे तो सोडून द्या असं का म्हणताय? तुमचं कोणतं लक्ष्य आहे?' तर मी म्हणेन, 'कुठलंही लक्ष्य नाहीये, या स्थितीत सांगितल्याशिवाय राहवत नाही, माझ्या अंतरात्म्याला ते शक्यच नाही.' म्हणजे उत्प्रेरणा बाहेर नाहीये की, कुठलं लक्ष्य असावं, प्रेरणा आंतरिक आहे. तिचं कुठलं लक्ष्य असत नाही.'

तुमचे तुम्ही चकित व्हाल, जेव्हा लक्ष्य असतं, तेव्हा, प्रेरणा कुठेतरी बाहेर असते आणि जेव्हा कुठलं लक्ष्य नसतं, तेव्हा प्रेरणा कुठेतरी आत असते. म्हणजे तुम्हाला आकर्षित करणाऱ्या काही गोष्टी असतात. तेव्हा लक्ष्य असतं आणि काही गोष्टी असतात– आपल्याला आतून धक्के देणाऱ्या तेव्हा कुठलं लक्ष्य नसतं.

करुणा आणि प्रेम नेहमी लक्ष्यशून्य असतात आणि वासना आणि इच्छा नेहमी लक्ष्यपूर्ण असतात. म्हणून असं म्हटलं तर जास्त ठीक होईल की, वासना

ओढतात, बाहेरून ओढतात– दोरी बांधून मी तुम्हाला ओढावं तसं हे ओढणं असतं. दोरीप्रमाणे कोणी बांधावं आणि खेचावं, तशा वासना खेचतात.

म्हणून वासना ज्याच्या आत आहे, त्याला आमचे ग्रंथ 'पशू' म्हणतात, पशूचा अर्थ आहे, जो पाशानं बांधलेला आहे, जो कुठल्या गोष्टीनं बांधलेला आहे आणि ओढला जातोय. पशूचा अर्थ जनावर, ॲनिमल नाहीये. पशूचा अर्थ जो कुठल्याही पाशानं बांधलेला आहे आणि ओढला जातोय.

तेव्हा जोपर्यंत तुम्हाला कुठल्या वासनेचं कुठलं लक्ष्य ओढतं, तोपर्यंत आपण पाशांनी बांधलेले आहोत आणि पशू आहोत आणि मुक्त नाही आहोत. मुक्ती पशूच्या विरुद्ध शब्द आहे. जो मोक्ष आहे, तो पशूच्या विरोधी शब्द आहे. कारण पशूचा अर्थ आहे बंधनात अडकून ओढलं जाणं आणि मुक्तीचा अर्थ आहे, कुठल्या बंधनानं ओढलं जाणं, आपल्या आत गती उत्पन्न करणं.

माझं कुठलं लक्ष्य नाहीये. म्हणून जर या क्षणी माझे प्राण उडाले, तर कुठलं काम अपूर्ण राहिलंय असं मला एक क्षणभरही वाटणार नाही. जर या वेळी मी मेलो इथंच बसल्या-बसल्या तर एक क्षणही असा विचार येणार नाही की, जी गोष्ट मी सांगत होतो, ती अपूर्ण राहिली. कारण कुठलं काम तर नव्हतंच त्यात; काही पूर्ण करण्याचा कुठला प्रश्न नव्हता. जोपर्यंत श्वास होता, ते काम पूर्ण झालं. श्वास नाही राहिला, तर ते काम तिथंच राहिलं. त्यात कुठलं प्रयोजन नव्हतं, काही अर्धवट राहिलं नाही.

तेव्हा एक अंत:प्रेरणा आहे, एक आंतरिक असहाय्यता आहे, एक आंतरिक विवशता आहे याशिवाय कुठलं लक्ष्य नाहीये आणि त्यातून जे काही होईल, ते होईल, अशा स्थितीला आपण आपल्या देशात असं म्हणतो की, अशा व्यक्तीनं आपल्याला ईश्वराच्या हाती सोपवलंय. आता ईश्वराची जी मर्जी असेल, त्यानं करवून घ्या. त्याचं आपलं कुठलं लक्ष्य नाहीये. ही म्हणण्याची पद्धत आहे की, ईश्वराची जशी इच्छा असेल, तसं होईल. त्याचा अर्थ एवढाच की, त्याचं आपलं कुठलं लक्ष्य राहिलं नाही. त्यानं अनंत सत्तेच्या हातात आपलं जीवन सोपवलेलं आहे. आता जे होईल, ते होईल, ती अनंत सत्तेची जबाबदारी असते, त्याची स्वत:ची कुठली जबाबदारी नसते.

हे जे तुम्ही विचारलंत, ते चांगलं विचारलंत. या माध्यमातून मी तुम्हाला हे सांगू इच्छितो की, आयुष्याला वासनेतून करुणेत परिणत करा. एक असं जीवन घडवा– ज्यात लक्ष्य तर राहणार नाही, एक अंत:प्रेरणा प्रविष्ट होईल. एक असं जीवन बनवा ज्यात काही मिळवण्याची आकांक्षा राहणार नाही, काही देण्याची आकांक्षा प्रबळ होईल. ज्याला मी प्रेम म्हटलं– घेणं नाही, देणं आणि आपण देतो याशिवाय प्रेमात कुठलं लक्ष्य नसतं. ज्याला मी प्रेम म्हटलं, त्यालाच मी

दुसऱ्या शब्दांत करुणा म्हटलं. तेव्हा तुम्ही म्हणू शकता की, कुठलं लक्ष्य नाहीये, प्रेम आहे याशिवाय आणि प्रेमाचं कुठलं लक्ष्य नसतं, कारण प्रेम स्वत:च आपलं लक्ष्य असतं.

एक शेवटचा प्रश्न क्रोधाच्या संबंधात आहे की, राग आल्यावर मनावर विपरीत परिणाम होतो आणि त्याचा प्रभाव सगळ्या शरीरावर पडतो. अशा स्थितीत शरीरात कोणत्या ग्रंथी निर्माण होतात?

सकाळी मी बोललोय. मी तुम्हाला हे सांगितलंय– राग तर केवळ एक उदाहरण म्हणून घेतलं होतं– सगळे भावावेग शक्ती असतात आणि जर त्या शक्तींचा कुठला सृजनात्मक उपयोग झाला नाही तर त्या शरीराच्या कुठल्या तरी अवयवाला, चित्ताच्या कुठल्या तरी स्थितीला विकृत करून आपली शक्ती खर्च करतात. शक्ती खर्च होणं आवश्यक असतं. ज्या शक्ती खर्च न करता आत राहतील, त्या ग्रंथी बनतील. ग्रंथींचा अर्थ, त्या गाठ बनतील, त्या एक आजार बनतील.

समजा, रागाचीच गोष्ट नाही. जर माझ्या आत प्रेम द्यायचं असेल आणि मी कुणाला प्रेम देऊ शकलो नाही, तर प्रेम गाठ बनेल. जर माझ्या आत क्रोध असेल आणि मी राग व्यक्त करू शकलो नाही, तर राग गाठ बनून राहील. जर माझ्या आत भीती निर्माण झाली आणि मी भीती प्रकट करू शकलो नाही, तर भीती गाठ बनून राहील. सगळे भावावेग आत एक शक्ती उत्पन्न करतात. त्या शक्तीचं निराकरण व्हायला हवं.

निराकरण दोन पद्धतींनी होऊ शकतं. एक निगेटिव्ह मार्ग आहे, एक नकारात्मक मार्ग आहे. जसं एखाद्या माणसाला राग आला तर नकारात्मक मार्ग हा की, तो गेला आणि त्यानं दगड मारले, दंडा चालवला, शिव्या दिल्या. हा नकारात्मक अशासाठी की त्याची शक्ती तर खर्च झाली, पण त्याचं फळ काहीच मिळालं नाही. फळ असं मिळेल की ज्याला तो शिवी देईल, तो दुप्पट वजनाची शिवी त्याला परत देईल. ज्याला तो दगड मारेल, त्याच्या आतही राग निर्माण होईल आणि जो कोणी सामान्य माणूस आहे, त्याचीही नकारात्मक पद्धत असेल राग व्यक्त करण्याची. तोही दंडा उचलेल. जर तुम्ही कोणाला दगड मारला असेल तर तो मोठा दगड आपल्याला मारेल.

क्रोधाचा नकारात्मक उपयोग आणखी क्रोध निर्माण करेल. शक्ती खर्च होईल. पुन्हा क्रोध निर्माण होईल आणि नकारात्मक सवय पुन्हा क्रोध निर्माण करेल. पुन्हा शक्ती खर्च होईल पुन्हा उलट उत्तर म्हणून क्रोध निर्माण होईल. क्रोधाची साखळी अनंत असेल, त्यात केवळ शक्तीच खर्च होईल, परिणाम काहीही होणार नाही.

आपण जेव्हा क्रोधाचा कुठला सक्रिय उपयोग करून घ्याल, कुठला सृजनात्मक उपयोग करून घ्याल तेव्हाच क्रोधाची साखळी तुम्ही तोडू शकता. म्हणून महावीरानं म्हटलंय, जो घृणा करतो, त्याला बदल्यात घृणाच मिळते. जो क्रोध करतो, तो क्रोध निर्माण करतो. जो वैर करतो, तो वैराला जन्म देतो आणि या साखळीचा कुठला अंत नाहीये आणि यात केवळ शक्तीच खर्च होऊ शकते. परिणाम काय होऊ शकतो? समजा, मी क्रोध केला, उत्तरादाखल तुम्ही मला क्रोध द्याल, मी पुन्हा क्रोध केला, तुम्ही पुन्हा उत्तरादाखल मला क्रोध घाल– परिणाम काय होईल? प्रत्येक क्रोध मला क्षीण करेल आणि माझी शक्ती खर्च करेल. या कारणामुळेच सभ्यतेचा असा नियम आहे की राग करू नका. या कारणामुळेच सभ्यतेनं नियम केला की कोणावर राग व्यक्त करू नका.

हा नियम तर चांगला आहे. त्यामुळे राग जाहीर तर होणार नाही, साखळी तर होणार नाही पण ती शक्ती, माझ्या आत त्या शक्तीचा वेग फिरेल. तो कुठे जाईल?

जनावरांचे डोळे तुम्ही पाहिले आहेत. भयंकरातल्या भयंकर जनावरांचे डोळे आपल्यापेक्षा निर्मळ असतात. एका हिंसक जनावराचे डोळेही माणसाच्या डोळ्यांपेक्षा निर्मळ असतात. कशामुळे? तिथं दडपलेला वेग कुठलाही नसतो. राग आला तर तो प्रकट करतो. ओरडतो, डरकाळ्या फोडतो, हल्ला चढवतो, काढून टाकतो. तो सभ्य नाहीये. त्याला जे वाटतं, ते तो काढून टाकतो.

मुलांच्या डोक्यात जी निर्मलता असते, तिचं काय कारण आहे? त्यांच्या बाबतीत जे घडतं, ते ते काढून टाकतात, त्यांच्यात कुठल्या ग्रंथी निर्माण होत नाहीत. त्यांना जर राग आला तर राग काढून टाकतात. जर ईर्षा असेल तर ईर्षा काढून टाकतात. जर कुठल्या मुलाचं खेळणं हिसकवायचं असेल तर ते हिसकावून घेतात. मुलांच्या आयुष्यात दमन नसतं म्हणून सरळपणा जाणवतो आणि आपल्या जीवनात दमन आहे, म्हणून गुंतागुंत सुरू होते.

ग्रंथींचा अर्थ आहे कॉम्प्लेक्सिटी. काही आत असतं, काही आपण बाहेर दाखवता. जी शक्ती बाहेर निघून जाऊ शकत नाही, ती कुठे जाईल? तिच्या ग्रंथी होतात. ग्रंथींचा माझा अर्थ आहे, त्या गाठीप्रमाणे आपल्या चित्तात किंवा आपल्या शरीरात अवरुद्ध होतात. जसं नदीत पाण्याच्या कुठल्या भागाचे बर्फाचे तुकडे होऊन वाहायला लागले तर ते जेवढे मोठमोठे तुकडे होतील तेवढा नदीचा प्रवाह कुंठित होऊन जाईल. जर सगळ्याच पाण्याचा बर्फ झाला तर नदी गोठून तिथंच संपून जाईल.

तेव्हा जिच्यात बर्फाचे मोठमोठे तुकडे वाहतायत अशा नद्यांप्रमाणे आपण

असतो. ते वितळणं आवश्यक आहे. त्या ग्रंथींचा माझा अर्थ असा आहे की, बर्फाच्या मोठमोठ्या तुकड्यांप्रमाणे त्या आपल्या जीवनात वाहतायत. आमच्या घृणेच्या, आमच्या रागाच्या, आमच्या सेक्सनं जे दडपलेले वेग होते, त्यांनी आपल्या आत बर्फाचे मोठमोठे तुकडे निर्माण केले आहेत. आता ते आपल्या प्रवाहाला वाहू देत नाहीयेत. काहींचे प्रवाह तर असे आहेत की, सगळा बर्फच बर्फ झालाय. तिथं कुठला प्रवाहच नाहीये.

ते वितळण्याची आवश्यकता आहे आणि ते वितळण्यासाठी मी म्हटलं, सृजनात्मक उपयोग करायला हवा आणि सृजनात्मक उपयोगासाठी मी दोन मार्ग सांगितले, एक तर आधीचे वेग कसे विसर्जित करायचे आणि नव्या वेगाचा सृजनात्मक उपयोग कसा करायचा.

आता तुम्ही असं पाहा, लहान मुलांमध्ये मोठा वेग असतो. मोठी शक्ती असते. तुम्ही जर त्यांना घरात सोडलंत तर ते कुठलीही वस्तू उचलतात, जवळ घेतात; ही वस्तू तोडतात, ती वस्तू फोडतात. तुम्ही त्यांना सांगता, हे करू नकोस, ते करू नकोस. तुम्ही त्यांना 'हे करू नकोस असं तर सांगता, पण मग काय करायचं हे कधी सांगत नाही आणि तुम्हाला हे माहिती नाही की, जेव्हा एक मुलगा एखादा ग्लास उचलून घेतो, तेव्हा तो का उचलतो. त्याच्या आत शक्ती आहे आणि शक्ती उत्सर्जन मागत्येय. आता जर काही मिळालं नाही, तर एक ग्लास उचलून घेतोय. तो ग्लास आपटल्यामुळे त्याच्या शक्तीचं उत्सर्जन होतं. ती बाहेर निघते.

पण तुम्ही म्हणालात, ग्लास फोडू नको आणि तो ग्लास फोडायचा थांबला. तो बाहेर गेला, त्याला फूल तोडावंसं वाटलं. तुम्ही म्हटलंत, 'हे बघ, फुलाला हात लावू नकोस.' तो फुलालाही हात लावू शकला नाही. तो आत गेला त्यानं पुस्तक उचललं. तुम्ही म्हटलंत, 'हे बघ, पुस्तक खराब करू नकोस.' तेव्हा काय करायचं नाही हे तर त्याला सांगितलंत, पण काय करायचं हे सांगितलं नाहीत. इथं मुलांमध्ये ग्रंथी सुरू झाल्या. कॉम्प्लेक्स निर्माण व्हायला सुरुवात झाली. आता त्याच्यात गाठी पडू लागतील. तो एक दिवस गाठच होऊन राहील. त्याच्या आत हे करू नकोस, ते करू नकोस, हे सगळं राहील. काय करायचं हे त्याच्या लक्षात येणार नाही.

सृजनात्मक उपयोग म्हणजे मला असं म्हणायचंय की त्याला काय करायचं, ते सांगा. जर हा मुलगा ग्लास उचलून आपटतोय. तर त्याचा अर्थ असा की, त्याच्यापाशी शक्ती आहे आणि तो काही करू पाहतोय. तुम्ही म्हटलंत, हे करू नका. त्यापेक्षा तुम्ही त्याला माती दिली असती आणि सांगितलं असतं, एक ग्लास तयार कर, तर ते चांगलं झालं असतं. तेव्हा हा सृजनात्मक उपयोग

असतो. माझं म्हणणं तुमच्या लक्षात आलं? हा मुलगा फूल तोडायला गेला. त्याच्या हाती तुम्ही कागद दिला असतात आणि सांगितलं असतं, असं फूल तयार कर, तर हा सृजनात्मक उपयोग झाला असता. हा पुस्तक फाडत होता किंवा पुस्तक उचलत होता, तर त्या शक्तीचा उपयोग करेल असं काहीतरी आपण द्यायला हवं होतंत.

आता शिक्षण एकदमच असृजनात्मक असतं, क्रिएटिव्ह नसतं, म्हणून मुलांचं आयुष्य लहानपणापासूनच खराब होतं आणि आपण सगळी बिघडलेली मुलं आहोत. आपण मोठे झालो आहोत, फक्त एवढा एक भ्रम आहे. बाकी आपण बिघडलेली मुलं आहोत... ज्याचं लहानपणापासून सगळं बिघडलेलं आहे आणि पुन्हा आपण आयुष्यभर तेच बिघडलेलं सगळं करत जातो.

तेव्हा मी म्हटलं, क्रिएटिव्हिटी, सृजनात्मकता, त्याचा अर्थ हा की, जेव्हा शक्ती निर्माण झाली असेल, तेव्हा तिचा काही सृजनात्मक उपयोग करा. ज्यामुळे काही तयार होईल, काही निर्माण होईल. काही नष्ट होणार नाही,

जेव्हा एखादा माणूस कोणाची सतत निंदा करतो, त्याऐवजी त्यानं एखादं गीत लिहिलं असतं तर! आणि तुम्हाला माहिती आहे, जे गीत लिहू शकत नाहीत, कविता लिहू शकत नाहीत, ते टीकाकार होतात. ती तीच शक्ती आहे. जे क्रिटिक्स होतात, टीकाकार होतात, ते गीत लिहू शकले असते, कविता तयार करू शकले असते अशीच शक्ती आहे; परंतु त्यांनी त्याचा सृजनात्मक उपयोग केला नाही. ते केवळ एवढंच करतायत, दुसऱ्यांवर टीका करतायत की, कोण चुकीचं लिहितोय, कोण काय करतोय.

हा शक्तीचा विनाशात्मक उपयोग आहे. आपण आपल्या शक्तींचा सृजनात्मक उपयोग केलात आणि प्रत्येक शक्तीचा तर जग फार सुंदर जग होऊन जाईल. शक्ती वाईट किंवा चांगली नसते. लक्षात ठेवा, रागाची शक्तीसुद्धा वाईट किंवा चांगली नसते, त्याच्या उपयोगाचा मुद्दा असतो. आपण असा विचार करू नका की, क्रोधाची शक्ती वाईट आहे. शक्ती कुठली चांगली-वाईट नसते.

आता ॲटॉमिक एनर्जी आहे; ती ना वाईट आहे ना चांगली. तिच्यामुळे विनाश होऊ शकतो सगळ्या जगाचा, तिच्यामुळे सगळ्या जगाची निर्मितीही होऊ शकते. सगळ्या शक्ती न्यूट्रल असतात. कुठलीही शक्ती वाईट आणि चांगली नसते. विनाशात्मक उपयोग असेल तर वाईट होते आणि सृजनात्मक उपयोग असेल तर चांगली होते.

आपला क्रोध, आपलं काम, आपलं सेक्स, आपली घृणा, सगळं बदला आणि सृजनात्मक उपयोग करा. जसं कोणी खत आणलं तर त्याला वास असतो, दुर्गंधी पसरते. ते खत माळी बागेत टाकतो, पाणी शिंपडतो आणि

बीही पेरतो. मग त्या बीजांद्वारे त्या खताचं रोप तयार होतं आणि त्या रोपांच्या शिरांमधून जात त्या खताची दुर्गंधी फुलांचा सुगंध होते. ते खत जी दुर्गंधी फेकत होतं, तेच फुलात येऊन सुगंध पसरू लागतं. हे ट्रान्स्फॉर्मेशन ऑफ एनर्जी असतं. शक्तीचं उदात्तीकरण असतं.

जे जे आपल्याला दुर्गंध देत राहतं, तेच आपल्यात सुगंध पसरवण्याचं कारण होऊ शकतं– तेच. कारण जे दुर्गंध देतं, केवळ तेच सुगंध देऊ शकतं. म्हणून तुम्ही संतापला आहात याचं कधी वाईट वाटून घेऊ नका. ही शक्ती आहे आणि आपलं भाग्य आहे. म्हणून कधी आपण सेक्शुअल आहात किंवा कामुक आहात याचं वाईट वाटून घेऊ नका. ही शक्ती आहे आणि आपलं भाग्य आहे. आपण सेक्शुअल नसता तरच दुर्भाग्य होतं. दुर्भाग्य ते असतं जर आपल्याला राग आला नसता तर आपण इंपोटंट झाला असता, जर आपण पुरुषत्वहीन असता, तर आपण कुठल्या कामाचे राहिले नसता. कारण जिच्यापासून काही करता येईल अशी कुठली शक्ती राहिली नसती. तेव्हा शक्ती हेच भाग्य माना आणि आपल्या आत ज्या काही शक्ती असतील, त्यांचे धन्यवाद माना, कारण त्या शक्ती आहेत. आता त्यांचा उपयोग कसा करायचा ते आपल्या हातात आहे.

जगात जेवढे महापुरुष झाले आहेत ते सगळे एक्स्ट्रीम सेक्शुअलिस्ट होते. जगात जेवढे महापुरुष झाले आहेत, सगळे अतिशय कामुक होते. तसे ते नसते तर शक्यच नव्हतं. जर अतिकामुक नसते तर महापुरुष होऊच शकले नसते.

गांधीजींना तुम्ही ओळखता, अतिकामुक होते आणि ज्या दिवशी त्यांच्या वडिलांचा मृत्यू झाला, डॉक्टर म्हणाले की वडिलांचा अंतिम समय जवळ आला आहे, तर त्या रात्रीसुद्धा आपल्या वडिलांजवळ ते बसू शकले नाहीत. त्यांचे वडील जेव्हा वारले तेव्हा ते आपल्या पत्नीपाशी झोपलेले होते. डॉक्टर म्हणाले की, वडील मरायला आले आहेत आणि त्या रात्रीसुद्धा ते वडिलांच्या जवळ बसू शकले नाहीत. रात्री त्यांना मृत्यू येणार होता, हे तर जाहीरच होतं. गांधीजींना फार धक्का बसला की मी कसा माणूस आहे. मी कसा माणूस आहे!

पण हे त्यांचं भाग्य की ते एवढे कामुक होते. तीच कामुकता त्यांचं ब्रह्मचर्य झालं– तीच कामुकता. जर ते त्या रात्री वडिलांच्या जवळ बसून राहिले असते, तर हे पक्कं मानून चाला, जगात गांधी निर्माण झाला नसता. आपल्यापैकी बरेच जण बसून राहिले असते. एका रात्रीच काय, दोन रात्रीही बसू शकलो असतो; पण गांधी निर्माण झाला नसता. ती जी त्या दिवशी दुर्गंधी जाणवली त्यांच्या चित्ताला, तीच नंतर त्यांच्या जीवनात सुगंध होऊन राहिली.

तेव्हा कुठल्या शक्तीचा अनादर करू नका. आपल्या अंतरंगात उठलेल्या

कुठल्याही शक्तीचा अनादर करू नका. भाग्य माना आणि तिचं परिवर्तन करायला लागा. प्रत्येक शक्ती बदलते आणि ती शक्ती समपरिवर्तित होते आणि जे आपल्यात वाईट दिसतं ते सुगंधात आणि फुलांमध्ये परिणत होत जातं.

या थोड्याफार प्रश्नांची चर्चा मी केली. दोन-चार राहिले आहेत, त्यांचा उद्या विचार करू.

■

प्रवचन चौथे

विचारशुद्धीची सूत्रं

माझे प्रिय आत्मन्

पहिल्या टप्प्याची गोष्ट मी सकाळी सांगितली. शरीराची शुद्धी कशी शक्य आहे, त्यासंबंधी थोड्या गोष्टी तुम्हाला सांगितल्या. दुसरी गोष्ट माणसाच्या व्यक्तित्वाची, त्याच्या विचाराची आहे. शरीर शुद्ध असावं, विचार शुद्ध असावा. तिसरी गोष्ट भावाची आहे– आणि भाव शुद्ध असेल तर साधनेची परिधी तयार होते. या तिन्ही गोष्टी साधल्या तर जीवनात फार अभिनव आनंदाचा, शांतीचा जन्म होतो. या तिन्ही गोष्टी साधल्या तर जीवनाचा नवा जन्म होतो.

परंतु ही एक साधना आहे. एका अर्थानं ही बहिरंग साधना आहे. अंतरंग साधना आणखीनच खोल आहे. त्यात शरीराला, विचाराला आणि भावाला आपण शून्यावस्थेत नेतो, शुद्ध करतो, त्यात शून्यत्व आणतो. आता शरीर शुद्ध करतो, त्यात शरीराचा त्यागच करतो. ज्यात शरीर नाही अशा अवस्थेत प्रवेश करतो. विचार नाहीये, अशा अवस्थेत प्रवेश करतो, भाव नाहीयेत

अशा अवस्थेत प्रवेश करतो; परंतु त्याआधी वेगळ्या रूपानं अशुद्धाचा त्याग करतो.

शरीरासंबंधी मी तुम्हाला सांगितलं. आता विचारासंबंधी विचार करू. विचाराची अशुद्धी काय आहे? विचारही तरंगांप्रमाणे आहेत आणि विचारही माणसाच्या चित्तावर आपला शुभ वा अशुभ प्रभाव टाकतात. ज्या व्यक्ती ज्या विचारांनी आंदोलित होतात, त्यांचं व्यक्तित्व तसंच निर्माण होतं. जी व्यक्ती सौंदर्याचा विचार करेल, ज्या व्यक्तीची चेतना निरंतर सौंदर्याचं चिंतन आणि मनन करेल, त्याच्या व्यक्तित्वात एका सौंदर्याचा जन्म होणं अगदी स्वाभाविक आहे. जी व्यक्ती शिवाच्या संबंधात, शुभाच्या संदर्भात विचार करेल आणि त्याची चेतना त्या केंद्रावर परिभ्रमण करेल, त्याच्या जीवनात शुभ निर्माण होणं आश्चर्यजनक नाहीये. जो सत्याचं चिंतन करेल, सत्याचं मनन करेल, त्याच्या जीवनात सत्य अवतरणं सहजशक्य आहे.

तेव्हा या संबंधात मी तुम्हाला असं म्हणेन की, तुम्ही स्वत:बाबत विचार करा, कुठल्या गोष्टीवर सतत चिंतन करता? कुठल्या गोष्टीच्या संदर्भात तुम्ही निरंतर चिंतन करता?

तुमच्यापैकी बरेच लोक धनासंबंधी तरी विचार करतात किंवा यशासंबंधी विचार करतात किंवा कामाच्या संबंधात विचार करतात.

खूप वर्षांपूर्वी चीनमध्ये एक राजा होऊन गेला. तो आपल्या समुद्रकिनाऱ्यावरच्या राज्याची सीमा बघायला गेला. तो आपल्या वजीरालाही बरोबर घेऊन गेला होता. ते दोघं डोंगराच्या शिखरावर उभं राहून दूरवर पसरलेला समुद्र निरखू लागले. अनेकानेक जहाजं त्या समुद्रात विहरत होती, येत होती, जात होती. त्या राजानं विचारलं आपल्या मंत्र्याला, किती जहाजं येतायत आणि किती जहाजं जातायत? तो मंत्री म्हणाला, 'महाराज, खरं विचारलंत तर फक्त तीन जहाजं येतायत आणि तीनच जहाजं जातायत.' राजानं विचारलं, 'तीन? दिसतायत तर बरीच. तुम्हाला दिसत नाहीत?' तो मंत्री म्हणाला, 'मला तीनच जहाजं माहितायत– एक यशाचं जहाज असतं, एक धनाचं जहाज असतं, एक कामाचं जहाज असतं आणि या तीन जहाजांवरून सगळ्यांचा प्रवास चालतो.'

हे खरं आहे. आमच्या विचाराचा प्रवास या तीन जहाजांवरूनच चालतो आणि जो या तिन्हींवरून जात राहतो, तो अशुद्ध विचारात असतो. जो या तिन्हीवरून खाली उतरलाय, तो शुद्ध विचारात प्रवेश करतो.

तेव्हा हे प्रत्येकाच्या दृष्टीनं विचारणीय आहे की, त्याचं केंद्रीय चिंतन काय आहे? जिथं सगळ्या गोष्टी फिरतात त्या मनाचं केंद्र कुठलं आहे? कारण चोवीस तासांमध्ये ज्या गोष्टीवर त्याचं चित्त पुन्हा पुन्हा फिरतं, ती त्याची केंद्रीय

दुर्बलता असेल. तेव्हा असा प्रत्येकानं विचार करावा, चित्त धनावर परत येतं का? सेक्सवर येतं का? यशावर परत येतं का? आपलं चिंतन यांपैकी कुठल्या गोष्टीवर परत येतं का? असत्यावर परततं का? बेइमानीवर परततं का? विश्वासघात करण्यावर परततं का? हे सगळे त्याचे गौण भाग आहेत. तीन केंद्रं तर तीच असतात. या तिन्हीवर जर आपलं चित्त चिंतन करत असेल, तर तुम्ही अशुद्ध विचाराच्या स्थितीत आहात. याला अशुद्ध आपण अशासाठी म्हणतोय की, अशा प्रकारे विचार करून आपल्याला जीवन-सत्य गवसणार नाही.

शुद्ध विचाराचा अर्थ म्हणजे ज्याला आपण आपल्या देशात सत्यम् शिवम् सुंदरम् म्हणतो ते. ज्याला आपण म्हणतो सत्य, शिव आणि सुंदर. ही तीनच शुभ विचाराची केंद्रं आहेत. काम, यश आणि धन ही अशुभ विचाराची केंद्रं आहेत. सत्य, शिव आणि सुंदर ही शुद्ध विचाराची केंद्रे आहेत.

तुम्ही सत्यासंबंधी किती विचार करता? करता चिंतन सत्यासंबंधी? कधी विचार करता, सत्य काय आहे? कुठल्या एकांताच्या क्षणी आपलं मन यानं आंदोलित होतं? कधी ही गोष्ट आपल्या मनाला सतावते का की, सत्य काय आहे? कधी आपल्या मनाला सुंदर काय आहे ते जाणावंसं वाटतं का? कधी आपल्या मनाला शुभ काय आहे ते जाणावंसं वाटतं का?

जर हे विचार आपलं मन आंदोलित करत नसतील, तर आपली विचारस्थिती अशुद्ध आहे आणि त्या अशुद्ध विचारस्थितीत समाधीत प्रवेश होणार नाही.

अशुद्ध विचार बाहेर घेऊन जातो आणि शुद्ध विचार आत घेऊन येतो. अशुद्ध विचाराची दिशा बहिर्गामी आणि अधोगामी आहे आणि शुभ विचार किंवा शुद्ध विचाराची दिशा अंतर्गामी आणि ऊर्ध्वगामी असते. एखादी व्यक्ती सत्याचा विचार करत असेल, सुंदराचा विचार करत असेल, शुभाचा विचार करत असेल, तर असा विचार करता करता त्याच्या जीवनात त्यांचा प्रभाव, त्यांची छाप, त्यांची सावली न पडणं अशक्य आहे.

गांधीजी तुरुंगात होते. ते नेहमी विचार करायचे सत्यासंबंधी, अपरिग्रहासंबंधी, अनासक्तीसंबंधी. त्या काळात सकाळी नाश्त्याला ते दहा खजूर घ्यायचे. ते पाण्यात भिजवून दहा खजूर खायचे. वल्लभभाई पटेल त्यांच्याबरोबर तुरुंगात होते. त्यांनी पाहिलं, दहा खजूर हा काय नाश्ता आहे? त्यानं काय होणार? तेव्हा त्यांनी एक दिवस पंधरा खजूर पाण्यात भिजवत ठेवले आणि ते म्हणाले, 'खजूर किती होते, ते या म्हाताऱ्या माणसाला काय कळणार, दहा होते का पंधरा होते. असंच खातील.'

गांधीजींनी पाहिलं की काही खजूर जास्त आहेत. ते म्हणाले, 'वल्लभभाई, हे मोजा.' मोजले तर ते पंधरा होते. गांधीजी म्हणाले, 'हे तर पंधरा आहेत.'

वल्लभभाई म्हणाले, 'दहा आणि पंधरात काय फरक आहे?' गांधीजी दोन क्षण डोळे मिटून बसले आणि विचार करत राहिले. ते म्हणाले, 'वल्लभभाई, तुम्ही मला मोठं सूत्र दिलंत. तुम्ही म्हणालात, दहा आणि पंधरात काय फरक आहे? माझ्या लक्षात आलं की दहा आणि पंधरात काही फरक नाही. आजपासून आम्ही पाचच घेऊ.' गांधीजी म्हणाले, 'आजपासून आम्ही पाचच घेऊ. तुम्ही मोठी अजब गोष्ट सांगितलीत की दहा आणि पंधरात काही फरक नाही. तेव्हा पाच आणि दहातही काही फरक नाही. आजपासून आम्ही पाचच घेऊ.'

वल्लभभाई तर घाबरून गेले. ते म्हणाले, 'ते मी अशासाठी केलं की आपला नाश्ता थोडा जास्त व्हावा. अशा प्रकारे आपण विचार कराल हे माझ्या लक्षात आलं नाही.' गांधीजी म्हणाले, 'जो नेहमी अपरिग्रहावर विचार करतो, त्याच्या बुद्धीला असंच सुचेल. किती कमीत कमी होईल असा जो सतत विचार करतोय, त्याची बुद्धी असंच उत्तर देईल. जास्तीत जास्त कसं होईल असा जो सतत विचार करतोय, त्याला दहा आणि पंधरात फरक जाणवणार नाही. जो कमीत कमी कसं होईल असा विचार करतो, त्याला पाच आणि दहामध्ये फरक वाटणार नाही.'

तेव्हा आपण जे चिंतन करता ते आपल्या छोट्या-छोट्या जीवनचर्येत प्रकट व्हायला सुरुवात होईल. आणखी एक घटना मी आपल्याला सांगेन.

गांधीजी सकाळी पाणी गरम करून त्यात लिंबू-मध टाकायचे. महादेव देसाई त्यांच्याजवळ होते. एक दिवस पाण्यात त्यांनी मध आणि लिंबू टाकून ठेवलं. ते गरम पाणी होतं. उकळून त्यातून वाफ बाहेर येत होती. जेव्हा गांधीजी आले तेव्हा पाच-एक मिनिटांत त्यांना प्यायला दिलं. गांधीजी दोन क्षण ते पाहत राहिले आणि ते म्हणाले, 'जर झाकलं असतं तर चांगलं झालं असतं.' महादेव देसाई म्हणाले, 'पाच मिनिटांनी काय होतं? आणि मी पाहतोय, त्यात काहीही पडलेलं नाही.' गांधीजी म्हणाले, 'काही पडण्याचा प्रश्न नाही. त्यातून गरम वाफ येत्येय, कुठल्या ना कुठल्या किटाणूचं उगाचच नुकसान झालं असेल.' गांधीजी म्हणाले,'झाकण्याचा आणि पडण्याचा तेवढा प्रश्न नाही; परंतु त्यातून गरम वाफ निघतीय. वायूच्या बऱ्याच किटाणूंचं उगाचच नुकसान झालं असेल. काहीही कारण नव्हतं, ते आपण वाचवू शकलो असतो.'

जो अहिंसेवर सतत विचार करतो, त्याची तशी वृत्ती होणं, त्याला कळणं स्वाभाविक आहे. म्हणजे मी असं म्हणतोय की, आपण जर कुठल्या गोष्टीवर सतत विचार केलात तर आपल्या जीवनचर्येत छोट्या-छोट्या गोष्टींमध्ये फरक पडलाय हे आपल्या लक्षात येईल.

सकाळी इथं एका मित्रानं आपल्याला बातमी दिली. ते म्हणाले, 'ही फार

वाईट गोष्ट आहे की, बऱ्याचशा लोकांना आम्ही दोनदा सांगितलं तरीसुद्धा ते अजून आलेले नाहीत आणि दहा मिनिटांचा उशीर झाला.' त्यांनी सांगितलं, 'ही फार वाईट गोष्ट आहे की, काही लोकांना आम्ही दोनदा सांगितलं; परंतु ते अजूनपर्यंत आलेले नाहीत.' जर मला ही गोष्ट सांगावी लागली तर मी असं म्हणेन,'ही फार आनंदाची गोष्ट आहे की दोनदाच सांगून एवढे लोक आले आहेत.' आणि मी असं म्हणेन की, 'जे आलेले नाहीत, तेही आले तर ती फारच आनंदाची गोष्ट आहे.' आणि मी असं म्हणेन की, 'जे आलेले नाहीत तेही आले तर ही आणखीनच आनंदाची गोष्ट असेल.' ही अहिंसात्मक पद्धत असेल आणि ती हिंसात्मक पद्धत होती. त्यात हिंसा आहे.

तेव्हा मी असं म्हणतोय की, जर तुम्ही विचार केलात, शुद्ध चिंतनाचं थोडंसं केंद्र तयार केलंत तर तुमच्या लक्षात येईल, आपल्या छोट्या-छोट्या गोष्टींमध्ये फरक पडायला सुरुवात होईल. आपली वाणीसुद्धा अहिंसक होईल. आपलं ऊठणं-बसणं अहिंसक होईल. आपल्या चिंतनाची केंद्रं आपल्या जीवनाला प्रभावित करतील. हे स्वाभाविक आहे, जो जसा विचार करतो, तसा तो होतो.

विचार फार अद्‌भुत शक्ती आहे. तेव्हा आपण सतत काय विचार करताय, त्यावर बरंच काही अवलंबून आहे. जर आपण सतत पैशाच्या संबंधात विचार करताय आणि समाधीचे प्रयोग करत असाल तर दिशा विपरीत आहे. एकाच बैलगाडीला दोन्ही बाजूंनी बैल जोडावेत तसंच ते आहे. तेव्हा त्या बैलांच्या ओढण्यामुळे बैलगाडी तुटून पडेल पण पुढे सरकणार नाही.

विचाराची दिशा शुद्ध असेल, तर आपल्या लक्षात येईल खूप छोट्या-छोट्या गोष्टींमध्ये फरक पडायला सुरुवात होते. फार मोठ्या-मोठ्या गोष्टी नाही आहेत जीवनात, जीवन खूप छोट्या-छोट्या घटनांनी घडतं. जीवन खूप छोट्या-छोट्या घटनांनी तयार होतं. तुम्ही कसे उठता, कसे बसता, कसे बोलता, काय बोलता, यावर बरंच काही अवलंबून असतं. बरंच काही अवलंबून असतं आणि ह्या सगळ्या गोष्टींचं जे केंद्र आहे, जिथून ह्या सगळ्याचा जन्म होतो, तो विचार आहे.

तेव्हा विचार सत्योन्मुख, शिवोन्मुख आणि सौंदर्योन्मुख व्हायला हवा. जीवनात सतत हे लक्षात ठेवायला हवं की, आपण सत्याचं चिंतन करायला हवं. जेव्हा वेळ मिळेल तेव्हा आपण सत्यावर थोडा विचार करा, सौंदर्यावर थोडा विचार करा, शुभावर थोडा विचार करा आणि आपण कुठलं काम करायला प्रवृत्त होण्याआधी एक क्षणभर थांबा आणि विचार करा की, तुम्ही जे कराल, ते सत्य, सुंदर आणि शुभाला अनुकूल असेल का प्रतिकूल असेल? जर कुठला विचार मनात घोळू लागला तर तुम्ही विचार करा की, हा जो प्रवाह चाललाय,

तो विचारप्रवाह शुभाला, सत्याला, सौंदर्याला अनुकूल आहे का प्रतिकूल आहे?

जर हा प्रतिकूल असेल तर हा प्रवाह खंडित करा. त्याची संगत सोडा. हा प्रवाह लाभदायक नाहीये. ते जीवनाला खड्ड्यात घेऊन जाईल. ते जीवनाला खाली घेऊन जाईल. तेव्हा आपला विचारप्रवाह कसा आहे हे स्मरणपूर्वक बघा आणि त्याला साहसानं, प्रयत्नानं, कष्टपूर्वक आणि संकल्पपूर्वक शुभ आणि सत्याच्या बाजूला वळवा.

बऱ्याचदा असं वाटेल की, सत्य काय आहे हे आपण ठरवू शकू का नाही? बऱ्याचदा असं वाटेल की, शुभ काय आहे हे आपण ठरवू शकू का नाही? शक्य आहे, तुम्ही ठरवू शकणार नाही; पण तुम्ही विचार केलात, ठरवण्याचा प्रयत्न केलात हेसुद्धा खूप मूल्यवान आहे आणि तुमच्यात बदल आणेल आणि जो सतत चिंतन करेल तो हळूहळू त्या दिशेचा अनुभव घेतो, त्याला कळतं की शुभ काय आहे, सत्य काय आहे.

प्रत्येक विचार, प्रत्येक संभाषण, प्रत्येक क्रिया करण्याआधी एक क्षण थांबा. एवढी घाई कसलीच नाही आणि पाहा की मी जे करतोय, त्यातून काय प्रकट होतंय? त्यातून काय जाहीर होतंय? त्यात कोणती घटना घडत्येय? साधकाला याचं चिंतन सतत आवश्यक असतं.

तेव्हा मी पहिली जी मूलभूत अशी गोष्ट सांगतोय ती ही आहे की, आपल्या दिशेच्या चिंतनाची केंद्रं कुठली आहेत. मी ज्यांच्याबद्दल बोलतोय, ती केंद्रं आपल्यात नसतील तर ती केंद्रं जागवावी लागतील.

तुम्ही कळल्यावर चकित व्हाल की सत्य, शिव आणि सौंदर्य यांपैकी एक जरी केंद्र आपल्यात जागं झालं तर दोन केंद्रं आपोआप जागी व्हायला सुरुवात होईल आणि मी तुम्हाला असंही सांगेन की, जगात तीन प्रकारचे लोक असतात. ज्यांच्यात सत्याच्या केंद्राचा विकास होण्याची शीघ्र शक्यता असते अशा एका प्रकारचे लोक असतात. अशा एका प्रकारचे लोक असतात की, ज्यांच्यात शुभाचं केंद्र विकसित होण्याची शीघ्र शक्यता असते आणि अशाही प्रकारचे लोक असतात की, ज्यांच्यात सौंदर्याचा विकास होण्याची शीघ्र शक्यता असते.

हे शक्य आहे, आपल्यापैकी सगळ्यांची केंद्रं अलग असतील; पण जर एक केंद्र जरी जागं झालं तर दोन आपली आपण जागी व्हायला सुरुवात होईल. जर कुठली व्यक्ती सौंदर्यावर योग्य पद्धतीनं प्रेम करू लागली तर ती खोटं बोलू शकत नाही. कारण खोटं बोलणं फार असुंदर गोष्ट आहे, फार कुरूप गोष्ट आहे. जर कुठली व्यक्ती सौंदर्यावर प्रेम करू लागली तर अशुभ कृत्य करू शकत नाही, कारण अशुभ कृत्य कुरूप असतं. म्हणजे चोरी करणं मोठं अशुभ कृत्य असल्यामुळे तो चोरी करू शकत नाही. तेव्हा जर त्याची

सौंदर्याच्या प्रती जरी पूर्ण इच्छा निर्माण झाली तरीसुद्धा बरंच काही होईल.

एकदा गांधीजी रवींद्रनाथांकडे गेले होते. रवींद्रनाथ थकलेले होते. ते तर सौंदर्याचे साधक होते. सत्याशी आणि शुभाशी त्यांना काही घेणं नव्हतं, त्याचा अर्थ असा नाही की, त्यांची सरळ दिशा नव्हती. ते सौंदर्याचे साधक होते. गांधीजी त्यांच्याकडे पाहुणे म्हणून आले होते. संध्याकाळी दोघं फिरायला निघाले होते तेव्हा रवींद्रनाथ म्हणाले, 'दोन क्षण थांबा, मी जरा भांग पाडून येतो.'

गांधीजी म्हणाले, ही कसली विचित्र गोष्ट! भांग पाडणं! गांधीजी तर ते साफच करून बसले होते, त्यामुळे भांग पाडण्याची भानगडच राहिली नाही आणि म्हणून म्हातारपणी भांग पाडायचा! ही तर फार विचित्र आणि गांधीजींच्या दृष्टीनं फारच अविचाराई गोष्ट होती. ते फार रागावून उभे राहिले; पण आता रवींद्रनाथांना काहीच बोलू शकत नव्हते.

रवींद्रनाथ आत गेले. दोन मिनिटं गेली. पाच मिनिटं गेली, दहा मिनिटं गेली. गांधीजी हैराण झाले की हे भांग पाडणं काय चाललंय! त्यांनी खिडकीतून पाहिलं तर ते आपले आरशासमोर उभे आहेत आणि भांग पाडतायत. गांधीजींना ते असह्य झालं. ते म्हणाले, 'माझ्या लक्षात येत नाहीये, हे आपण काय करताय? भटकायचा वेळ वाया जातोय आणि या म्हातारपणी भांग काय पाडायचा?'

रवींद्रनाथ बाहेर आले आणि म्हणाले, 'मी जेव्हा तरुण होतो तेव्हा भांग न पाडताच जायचो आणि आता मी झालो म्हातारा, आता भांग पाडल्याशिवाय चालणार नाही.' रवींद्रनाथ म्हणाले,'मी जेव्हा तरुण होतो तेव्हा भांग पाडल्याशिवाय जायचो. आता मी झालो म्हातारा, म्हणून भांग पाडल्याशिवाय चालणार नाही आणि असा विचार करू नका की, मी सुंदर व्हायला उत्सुक आहे. केवळ एवढ्यासाठीच की कोणाला कुरूप पाहून त्याला दुःख देण्याचं कारण होऊ नये.' रवींद्रनाथ म्हणाले, 'असा विचार करू नका की मी सुंदर दिसण्यासाठी उत्सुक आहे. हा जो देह सुंदर करून फिरतोय, त्याची उद्या राखच होणार आहे. उद्या हा देह चितेवर चढेल आणि जळून जाईल, ते मी जाणून आहे; परंतु कोणाच्या डोळ्यांत कुरूपता खटकू नये, कोणाच्या दुःखाचं कारण बनू नये, म्हणून ही सगळी उत्सुकता आहे.'

हा सौंदर्याचा साधक असा विचार करेल. कुरूपता दुसऱ्यांसाठी प्रतिहिंसा आहे. मग ती कुरूपता कुठल्याही पद्धतीची असो– व्यवहारातील असो, वाणीची असो किंवा कुठलीही असो.

तेव्हा मी आपल्याला असं म्हणेन, जर आपल्याला सुंदर होण्याची उत्सुकता

असेल तर पूर्णपणे सुंदर व्हा. पूर्णपणे सुंदर व्हा, एवढे की जीवन सर्वांग सुंदर होऊन जाईल. तेव्हा मी असं नाही म्हणत की जो भांग पाडतो तो काही वाईट करतो. नाही, मी त्यांना असं म्हणतो की भांग जरूर पाडा, पण आणखीही बरंच काही ठीकठाक करण्यासारखं असतं. मी नाही म्हणत, तुम्ही दागिने घालून निघालात तर काही वाईट करताय. मी असं म्हणतो, दागिने घातलेयत, हे तर चांगलं केलं, पण खरे दागिनेही घाला. मी असं नाही म्हणत की, तुम्ही शुभ्र वस्त्र लेऊन आला आहात तर वाईट केलं. फार चांगलं केलं. शुभ्र वस्त्र ल्यायलीत, हे तर ठीकच केलं, शुभ्र अंतसही व्हा.

तेव्हा सौंदर्य पूर्णपणे साध्य केलंत तर आपल्या लक्षात येईल की, सत्य आणि शुभ त्यात आपोआप समाविष्ट होतील. जो शिवत्व साध्य करेल त्यालाही सौंदर्य आणि सत्याचा लाभ होईल. जो सत्य साध्य करेल, त्यालाही दोन्ही उपलब्ध होईल. तेसुद्धा दोघांना मिळेल.

या तीनपैकी कुठलीही आपली दिशा असेल, कुठलंही आपल्या आवडीचं केंद्र असेल, त्याचं केंद्र तयार करा आणि आपले विचार त्या वर्तुळात फिरू देत, त्यानं अंत:प्रभावित होऊ दे. या तीनपैकी एक केंद्र निवडा आणि ते साध्य करा आणि जीवनाच्या सर्वांगीण- सर्वांगीण विधींमध्ये, व्यवहारांमध्ये, आचारात आणि व्यवहारात ते साध्य करा. मग आपल्याला हळूहळू एक अद्भुत गोष्ट अनुभवास येईल, जसजसं ते केंद्र साध्य होऊ लागेल, तसतसं आपल्या जीवनातल्या विकृती आणि अशुद्ध विचार विलीन होऊ लागतील.

मी तुम्हाला असं नाही सांगत फार ठासून की, तुम्ही धनाचं चिंतन सोडून द्या. मी तुम्हाला असं सांगतो की तुम्ही शुभाचं, सौंदर्याचं आणि सत्याचं चिंतन सुरू करा. तुम्ही जेव्हा सौंदर्याचं चिंतन सुरू कराल तेव्हा तुम्ही धनाचं चिंतन करू शकणार नाही कारण धनाच्या चिंतनापेक्षा जास्त कुरूप आणखी कुठली स्थिती नाही. तुम्ही जेव्हा सौंदर्याचं चिंतन कराल तेव्हा तुम्ही सेक्सचं चिंतन करू शकणार नाही कारण त्यापेक्षा जास्त कुरूप चित्ताची आणखी कुठली स्थिती नाही. तेव्हा मी पॉझिटिव्हली, विधायक पद्धतीनं असं सांगतो की शुभ, शुद्ध विचाराच्या एखाद्या केंद्रावर तुमची ऊर्जा आणि तुमची शक्ती संलग्न होऊ दे. तुमच्या लक्षात येईल, तुमची शक्ती निरर्थक केंद्रांपासून दूर होत चाललीय, तिनं तिथून हात सोडून दिलाय.

स्मरणपूर्वक जे अशुद्ध आहे, ते सोडायचं आणि स्मरणपूर्वक जे शुद्ध आहे त्यावर स्वत:ला स्थिर करायचं आणि स्थापित करायचं. विचार शुद्ध झाला तर आयुष्यास पुन्हा सखोल गती येईल. ही विचाराची मूळ गोष्ट आहे. विचारशुद्धीसाठी ही मूलभूत गोष्ट आहे. मग आणखीही काही गौण गोष्टी आहेत. त्याचंही मी

तुम्हाला स्मरण देईन.

विचार शुद्ध होण्यासाठी आपल्या आतले सगळे विचार बाहेरून येतात हे जाणणं महत्त्वाचं आहे. कुठलाही विचार आपल्या आत येणार नाही. सगळे विचार आपल्यापाशी बाहेरून येतात. विचारांच्या खुंट्या आत असतात, विचार बाहेरून येतात. हे जरा समजून घ्या. विचार बाहेरून येतात, खुंट्या आत असतात.

जर कुठल्या व्यक्तीनं धनाचं चिंतन केलं असेल तर धनाचे विचार बाहेरून येतात, केवळ धनाचे विचार करण्याची जी इच्छा आहे, त्याची खुंटी आत असते. विचार बाहेरून येऊन त्या खुंटीवर लटकतात. जो सेक्सचं चिंतन करतो, सेक्सची खुंटी तर आत असते, विचार बाहेरून येऊन त्यावर लटकतात. जो ज्या गोष्टीचं चिंतन करतो, त्याची फक्त खुंटी बाहेर असते, विचार नेहमी बाहेरून येऊन लटकतात. आपल्यापाशी जे विचार आहेत, ते सगळे बाहेरून आले आहेत.

विचाराच्या शुद्धीसाठी हे जाणणं आवश्यक आहे की बाहेरून जे विचार आपल्या आत येतायत, ते अविवेकपूर्ण पद्धतीनं आत येता कामा नयेत. तुम्ही जागरूक राहायला हवं आणि ज्याला आत येऊ द्यायचं असेल, ते आपल्या आत येतील. बाकी आपण बाहेर फेकून द्या.

मी अलीकडेच म्हणत होतो, जर माझ्या घरात कोणी कचरा फेकला तर मी त्याच्याशी भांडायला जाईन; परंतु माझ्या बुद्धीत जर कोणी कचरा फेकला तर मी भांडायला जात नाही. जर तुम्ही वाटेत मला भेटलात आणि मी एका चित्रपटाची कथा तुम्हाला ऐकवू लागलो, तर तुम्हाला काही खटकणार नाही आणि जर मी तुमच्या घरात जाऊन थोडा कचरा फेकून आलो तर तुम्ही म्हणाल, तुम्ही हे काय केलं? हे कायद्याच्या विरुद्ध आहे आणि मी तुमच्या बुद्धीत कचरा टाकला, एका चित्रपटाची कथा ऐकवली तर तुम्ही मोठ्या आनंदानं बसून ऐकत राहाल.

आता तुम्हाला हे माहिती नाही की बुद्धीतही कचरा फेकला जाऊ शकतो आणि तुम्ही सगळे लोक एक-दुसऱ्याचे एवढे शत्रू आहात की, एकमेकांच्या बुद्धीत कचरा फेकत राहता. ज्यांना तुम्ही मित्र समजता, ते तुमच्याबरोबर काय करतात? त्यापेक्षा जास्त दुर्व्यवहार आणखी कोणी करू शकत नाही. त्यापेक्षा शत्रू बरा, कमीत कमी आपल्या बुद्धीत काही फेकणार नाही कारण त्याचं आपल्याशी जुळत नाही.

आपण सगळे एक-दुसऱ्याच्या बुद्धीत कचरा टाकतोय आणि आपण इतके झोपलेले लोक आहोत की आपण काय घेतोय, ते आपल्याला कळतही नाही. आपण सगळ्याचा स्वीकार करतो. आपण धर्मशाळांप्रमाणे आहोत, जिथं कोणी

रखवाला नाहीये आणि जिथं कोणी द्वारपाल बसलेला नाहीये की, कोण थांबलंय आणि कोण थांबलेलं नाहीये. तिथं जो कोणी येईल- माणूस अथवा जनावर, चोर किंवा बेईमान- सगळ्यांनी थांबायचं आणि जेव्हा त्याला वाटेल, तेव्हा निघून जाईल आणि वाटलं नाही तर बरोबर राहील.

मनाची धर्मशाळा होता कामा नये. जर मन धर्मशाळा असेल, सुरक्षित नसेल तर अशुद्ध विचारांपासून मुक्ती अवघड आहे. तेव्हा स्मरणपूर्वक मनावर पहारा असायला हवा. शुद्ध विचारांसाठी आणखी एक आवश्यकता आहे ती म्हणजे मनावर पहारा असावा, एक वॉचफुलनेस असावा. आपण जागं असायला हवं, सतर्क पहारेकरी असायला हवं की आपल्या आत काय आहे जे निरर्थक आहे, त्याचा इन्कार करा.

मी अलीकडेच प्रवास करत होतो. मी होतो आणि माझ्याबरोबर कंपार्टमेंटमध्ये आणखी एक सज्जन होते. त्यांना माझ्याबरोबर काही बातचीत करायची असावी. मी बसताच त्यांनी सिगारेट काढून मला दिली. मी म्हटलं, 'क्षमा करा, मी नाही घेणार.' त्यांनी सिगरेट आत ठेवली. मग थोड्या वेळानं त्यांनी पान काढलं आणि मला म्हणाले, 'घ्या.' मी म्हटलं, 'माफ करा, मी नाही घेणार.' ते पुन्हा पान काढून बसले. त्यांनी मग आपलं वर्तमानपत्र उचललं, म्हणाले, 'हे वाचायचंय?' मी म्हटलं, 'क्षमा करा, मी नाही वाचणार.' ते म्हणाले, 'फारच अवघड आहे. आम्ही तुम्हाला काहीही दिलं तरी आपण घेत नाही.' मी म्हटलं, 'जे कोणी घेतात, ते नासमझ आहेत आणि तुम्ही जे देत आहात तेही हिसकावून घेण्याचा मी प्रयत्न करेन. मी तर ते घेणार नाही, आपल्याकडूनही हिसकावून घेण्याचा मी प्रयत्न करेन.'

तुम्ही स्वस्थ बसला असाल तर काय करता? वर्तमानपत्र उचलून वाचायला लागाल. कारण स्वस्थ बसला आहात तेव्हा कचरा गोळा करण्याऐवजी स्वस्थ बसणं चांगलं. स्वस्थ बसणं वाईट नाहीये. काही ना काही करणं, काही न करण्यापेक्षा चांगलं असं म्हणणारे काही वेडे आहेत. हे चूक आहे. काहीतरी चुकीचं करण्यापेक्षा काही न करणं नेहमीच चांगलं. काही ना काही करत राहणं काही न करण्यापेक्षा चांगलं असं म्हणणारे काही जण आहेत. मी आपल्याला सांगतो, काहीतरी भलतंसलतं करण्यापेक्षा काही न करणं नेहमीच चांगलं. कारण त्या वेळी कमीतकमी आपण काही गमावत तर नाही. त्या वेळी आपण कमीतकमी काही निरर्थक तर गोळा करत नाही.

तेव्हा त्याची एक सजगता. विचाराच्या आंतरिक संक्रमणात आपण सजग असू तर विचार शुद्ध ठेवणं कठीण नाही. अशुद्ध विचार ओळखणं कठीण नाही. आपल्या अंतरंगात जे विचार उत्तेजना निर्माण करतात, ते अशुद्ध आहेत.

जे विचार आपल्या अंतरंगात येऊन आनंदोन्मुख करतात ते शुभ आणि जे विचार आपल्या अंतरंगात बेचैनी, चिंता, अँक्झायटी निर्माण करत असतील, ते अशुभ आहेत. तेव्हा त्या विचारांपासून स्वत:ला वाचवा आणि आपल्या मनाचे सजग पहारेकरी व्हा, तरच विचारशुद्धीच्या दिशेनं संक्रमण होतं.

आणि तिसरी गोष्ट– या जगात अशुभ विचाराची आवर्तनं बाहेर चाललेली असतात, अशुभ विचाराची वादळं बाहेर उठत असतात. अशुभ विचाराचं धुकं आपल्या चित्तात प्रवेश करतं. या जगात फार अशुभ विचार आहेत, त्यांची खूप वादळं आहेत; परंतु हे विसरू नका, काही लहान-लहान शुभ विचारांचे दिवेही असतात, तेसुद्धा उजळत असतात. काही शुद्ध विचाराच्या छोट्या-छोट्या लाटा असतात, त्याही जीवित असतात. या सगळ्या अंध:काराच्या विराट सागरात काही प्रकाशाची किरणं असतात. त्यांचं सान्निध्य शोधा. त्याला आपण सत्संग म्हणतो.

या फार अंधारलेल्या जगात अजिबात अंधार नाहीये, काही दिवे आहेत- भले मातीचे असतील आणि त्यांची ज्योत छोटी असली तर असू दे; परंतु तेही आहेत. त्यांचं सान्निध्य आपण शोधा. कारण पेटत्या दिव्यापाशी आपला विझलेला दिवा नेला तर मोठी शक्यता आहे की, जी विझू झालेली ज्योत आहे ती दुसऱ्या दिव्याच्या सान्निध्यात पुनरुज्जीवित होऊन जाईल. त्यामुळे मोठी शक्यता अशी आहे की, त्या ज्योतींभोवतीचं धुकं मावळेल आणि त्या उजळतील.

सत्य, शुभ आणि सौंदर्यासाठी त्या किरणांचं सान्निध्य शोधा. जिथं हे शक्य असेल तिथं त्या विचारांच्या वैचारिक तरंगाच्या आवर्तात स्वत:ला घेऊन जा.

हे तीन प्रकारांनी शक्य होईल : शुभ आणि सद्विचारांजवळ, शुभ आणि सद्पुरुषांजवळ आणि सगळ्यात जास्त आणि महत्त्वाचं म्हणजे प्रकृतीच्या सान्निध्यात.

निसर्ग कुठले अशुभ विचार देत नाही. जर तुम्ही बसून आकाश न्याहाळलं, फक्त न्याहाळत राहिलात तर आकाश तुमच्यात काही अशुभ निर्माण करणार नाही. उलट आपल्या मस्तकातला सगळा कचरा थोड्याच वेळात क्षीण होईल आणि आपल्या लक्षात येईल की, आकाश निरखता-निरखता आपण आकाशाशी एकरूप झालो आहोत. एखाद्या डोंगरावरून वाहणारा धबधबा पाहता-पाहता तुमच्या लक्षात येईल की, आपण त्या डोंगरावरचा झरा झाला आहात. हिरवाईनं भरलेल्या वनाकडे पाहता-पाहता आपणही एक झाड झाल्याचं लक्षात येईल.

एक साधू होता. त्याला एका माणसानं जाऊन विचारलं, 'मी सत्य जाणू इच्छितो, कसं जाणू?' तो म्हणाला, 'आता फार लोक आहेत. कधीतरी एकांत असताना या.' तो दिवसभर आला नाही, जेव्हा कोणी नव्हतं तेव्हा संध्याकाळी आला. दिवे विझूविझू झाले होते, रात्र झाली होती, साधू एकटाच होता, आपला

दरवाजा बंद करून घेऊ पाहत होता. तो माणूस म्हणाला, 'थांबा, आता कोणीही नाही. तुम्ही आलेल्या लोकांना निरोप देऊन दरवाजा बंद करताय. सगळे जण गेले की आत प्रवेश करू म्हणून मी बाहेरच थांबलेलो होतो. आता मी आलोय. आता मी विचारू इच्छितो, मी शांत कसा होऊ आणि परमात्म्याची प्राप्ती कशी करून घेऊ?'

तो म्हणाला, 'बाहेर ये. हे झोपडीच्या आत नाही होणार. कारण इथं जो दिवा लावलेला आहे, तो माणसानं लावलेला आहे आणि हे झोपडीच्या आत होणार नाही कारण ही जी झोपडी आहे, ती माणसानं तयार केलेली आहे. बाहेर येऊ. एक मोठं जग आहे जे कोणी तयार केलेलं नाही, तर परमात्म्यानं तयार केलेलं आहे. बाहेर जाऊ, तिथं माणसाची निर्मिती काहीच नाहीये. तिथं मनुष्याचा कुठला प्रभाव नाही.'

आणि तुम्ही लक्षात ठेवा, माणूस हा एकमेव प्राणी असा आहे की, जो अशुभ प्रभाव टाकतो. आणखी कोणी अशुभ प्रभाव टाकत नाही.

ते बाहेर आले. तिथं बांबूचं वन होतं आणि चंद्र वर फुललेला होता– वर आलेला होता. तो साधू त्या वनापाशी जाऊन उभा राहिला- एक मिनिट, दोन मिनिटं, दहा मिनिटं, पंधरा मिनिटं. त्या माणसानं विचारलं, 'काही बोला तरी. तुम्ही गप्प उभे आहात, त्यातून आम्ही काय समजायचं?' तो म्हणाला, 'जर तुमच्या लक्षात येऊ शकतं तर लक्षात आलं असतं. तूसुद्धा गुपचूप उभा राहा आणि आपण बांबूचं एक वन झालो आहोत, तूही हो.' तो म्हणाला, 'हे तर फार अवघड आहे.'

तो साधू म्हणाला, 'ही आमची साधना आहे. बांबूंपाशी उभं राहून आपण अलग आहोत हे थोड्याच वेळात विसरतो आणि आपण बांबूच होऊन जातो आणि चंद्र पाहता पाहता आपण थोड्याच वेळात विसरून जातो की आपण अलग आहोत, आपण चंद्रच होऊन जातो.'

आणि निसर्गाच्या सहवासात जो एवढं तादात्म्य शोधतो, त्याचे विचार अद्‌भुत पद्धतीनं शुद्ध होऊ लागतात. त्याच्या विचारांची अशुद्धी मावळू लागते. तेव्हा तीन मार्ग आहेत. सद्‌विचार आणि सद्‌विचारांचे अनंत प्रवाह आहेत आणि सद्‌पुरुष, ते कधी संपलेले नाहीत, ते नेहमी अस्तित्वात असतात.

परंतु आपण असे काही अंध असतो, आपल्याला केवळ मृतात्म्यांची पूजा करायची सवय असते. आपण असे अंध असतो की, कुठली जीवित व्यक्ती आपल्याला कधी सहन होत नाही. फक्त मृत व्यक्ती आम्हाला आदरणीय ठरतात आणि त्यांच्याशी सत्संग फार अवघड असतो. जगात जेवढे धर्म आहेत, ते सगळे मृतात्म्यांचे पूजक आहेत. जीवित व्यक्तीचा पूजक जवळजवळ कोणीही

नसतो आणि ते सगळे मृतात्म्यांची पूजा करतात. सगळ्यांना असा भ्रम असतो की, जेवढे सद्‌पुरुष व्हायचे होते, ते होऊन गेले, पुन्हा कोणी होणार नाही. सगळ्यांना असा भ्रम असतो की जो जीवित आहे, तो आदरणीय कसा होऊ शकेल.

भूतलावर सद्‌पुरुष नेहमी अस्तित्वात असतात. ते जागोजागी अस्तित्वात असतात, नजर असेल तर ते ओळखता येऊ शकतात आणि पुन्हा मोठी गोष्ट तर अशी आहे की, ते पूर्णतः आपल्या तुलनेत आणि कल्पनेनुसार नसले तरीसुद्धा आपल्याला त्याच्याशी काय घेणं आहे?

एक फकीर होता. तो म्हणाला, 'मी आजपर्यंत ज्यांच्यापाशी गेलो, त्यांच्याकडून शिकलो.' कोणीतरी विचारलं, 'हे कसं शक्य आहे? एका चोराकडून काय शिकणार?' ते म्हणाले, 'एकदा असं झालं, त्या चोराच्या घरी आम्ही एक महिनाभर पाहुणे होतो. तो रोज रात्री चोरी करायला निघायचा आणि तीन-चार वाजता परत फिरायचा. आम्ही त्याला विचारायचो, 'सांग, काय झालं?' तो हसून म्हणायचा, 'आज तर काही झालं नाही, एखादे वेळी उद्या होईल.' एक महिना तो चोरी करू शकला नाही. कधी दरवाजावर सैनिक असायचा, कधी लोक घरात जागे असायचे, कधी कुलूप तोडू शकला नाही, कधी आत घुसला तर खजिन्यापर्यंत पोचू शकला नाही आणि तो चोर रोज रात्री दमून-भागून परतायचा आणि आम्ही त्याला विचारायचो, 'सांग काय झालं?' तो म्हणायचा, 'आज तर नाही झालं, परंतु कदाचित उद्या होईल.' आम्ही त्याच्याकडून हे शिकून घेतलं. आम्ही शिकून घेतलं की, आज झालं नाही तर चिंता करू नका. लक्षात ठेवा, उद्या होऊ शकेल.

'आणि एक चोर चोरी करायला गेलेला– वाईट काम करायला गेलेला, तोसुद्धा एवढ्या आशेनं भरलेला आहे.' तेव्हा तो फकीर म्हणाला, 'त्या काळात आम्ही परमात्म्याच्या शोधात होतो. आम्ही परमात्म्याची चोरी करू पाहत होतो. आम्हीही तिथं दरवाजे ठोठावू पाहत होतो, कुठला मार्ग सापडत नव्हता. आम्ही थकलेले होतो, निराश झालो होतो आणि आम्हाला वाटलं, व्यर्थ आहे सगळं, सोडून देऊ; परंतु त्या चोरानं आम्हाला वाचवलं आणि तो म्हणाला, आज नाही झालं, कदाचित उद्या होईल. म्हणून आम्ही सूत्र तयार केलं की, आज नाही झालं तर कदाचित उद्या होईल आणि मग एकदाचं ते घडलं, चोरानं चोरी केली आणि आम्हीही परमात्म्याची चोरी केली.'

तेव्हा प्रश्न हा नाहीये की, आपण सद्‌पुरुषाकडूनच शिकू शकतो. प्रश्न हा आहे की, शिकण्याची बुद्धी आणि समज असेल तर या जगात सद्‌पुरुष भरलेले आहेत आणि ते जर नसेल तर महावीरांपासूनही लोक दूर गेले होते. त्यांना

वाटलं, हा कोणी लफंगा आहे, कोणी नंगा आहे. कोण जाणे कोण आहे. महावीरांपासूनही लोक दूर गेले आहेत. आपण जे ऐकता, लोक सांगतात, अमुक एक आदमी नंगालुच्चा आहे, हा शब्दप्रयोग सगळ्यात आधी महावीरांसाठी वापरला गेला आहे. कारण ते नंगे होते आणि केस बांधायचे. लोक म्हणायचे, 'नंगा-लुच्चा आहे.' आज तो शब्द म्हणजे शिवी आहे. जर आपल्याला कोणी काही म्हटलं तर आपल्याला राग येईल; परंतु हा शब्दप्रयोग नग्न आणि केस बांधणाऱ्या साधू महावीरांसाठी सगळ्यात आधी वापरला गेला होता.

तेव्हा महावीरांपासूनही लोक दूर गेले होते. त्यांना वाटलं, कुठला कोण फालतू माणूस आहे. अशी माणसं होती. त्यांनी महावीरांना मारलं-पिटलं. त्यांना वाटलं, हा कोणी बेईमान आहे, लबाड आहे, हेर आहे.

अशी माणसं होऊन गेली- महावीरांना ते समजून घेऊ शकले नाहीत. अशी माणसं होऊन गेली, त्यांनी ख्रिस्ताला सुळी दिलं, त्यांना वाटलं, हा खोटं बोलतोय. सॉक्रेटिसला विष देणारेही लोक होऊन गेले आणि ते लोक त्या काळात होऊन गेले असं वाटून घेऊ नका, ती सगळी माणसं आजही आपल्यात आहेत. हीच माणसं होती. आजही तुम्हाला संधी मिळाली तर तुम्ही सॉक्रेटिसला विष पाजाल. संधी मिळाली तर ख्रिस्ताला सुळी द्याल, संधी मिळाली तर महावीरांना बघून काय हा माणूस आहे म्हणून हसायला लागाल; परंतु आज ते मरण पावलेले असल्यानं मृतात्म्यांची आपण पूजा करता, त्यांच्याशी काही घेणं नाही. जे हयात आहेत, त्यांचं पूजन अवघड असतं, त्यांना मानणं-समजून घेणं अवघड असतं.

तेव्हा जर सद्चा शोध घ्यायचा असेल तर हे सारं जग सद्पुरुषांनी नेहमीच भरलेलं असतं. असं कधी झालेलं नाही, कधी होणार नाही. सद्पुरुषांची परंपरा खंडित होईल असं जेव्हा होईल, त्या दिवसानंतर कोणी सत्पुरुष होणार नाही. कारण तो प्रवाहच खंडित होईल, तो वाळवंटात विलीन होईल. तो लांबसर आणि लहानसा प्रवाह नेहमी वाहत राहतो. त्याच्याशी परिचित व्हायचं, संबंधित राहायचं आणि त्यासाठी आपल्याला जेव्हा कोणी श्रेष्ठ व्यक्ती भेटेल तेव्हाच आपल्याला कळेल असं नाही. छोट्या-छोट्या घटनांमधूनही समजणं शक्य असतं.

एका साधूबद्दल एक गोष्ट मी वाचत होतो. ते वयाच्या साठाव्या वर्षापर्यंत व्यवसाय करत राहिले. त्यांचं नाव, घरातलं नाव– राजाबाबू होतं. ते थकले तरीही लोक त्यांना राजाबाबू म्हणायचे. एक दिवस सकाळी-सकाळी ते फिरायला निघाले होते. सूर्य अजून वर आलेला नव्हता, तर ते गावाबाहेर फिरायला पडले. एक बाई आपल्या घरात एका मुलाला उठवत होती. ती त्याला म्हणत होती,

'राजाबाबू! किती वेळ झोपून राहाल? आता सकाळ झाली, ऊठ.' ते साधू छडी घेऊन बाहेर निघाले होते, तेव्हा त्यांच्या कानावर पडलं, 'राजाबाबू! किती वेळ झोपून राहणार? आता सकाळ झाली, ऊठ.' हे ऐकल्यावर ते परतले आणि घरी जाऊन त्यांनी सांगितलं, 'आता अवघड आहे, आज उपदेश मिळाला. आज कानावर पडलं की राजाबाबू, किती वेळ झोपून राहणार. आता सकाळ झाली, ऊठ.' तेव्हा ते म्हणाले, 'बस्स, आज तर ही गोष्टच संपली.'

आता या कुठल्या स्त्रीनं कोण जाणे कुठल्या मुलाला सकाळी उठवण्यासाठी म्हटलं होतं, पण ज्याच्यापाशी डोळे होते, त्याच्यासाठी ते उपदेश झाले आणि हे शक्य आहे, आपल्याला कोणी उपदेश देत असेल; आपल्यापाशी कान आणि डोळे नसतील, आपण ऐकत बसून राहिलात आणि आपल्याला वाटेल, कदाचित आणखी कोणाला म्हणत असेल.

तेव्हा सत्‌चा संपर्क, सत्‌ची आकांक्षा, सत्‌चा शोध, अन्वेषण आणि सद्‌विचारांचा जीवनप्रवेश, निसर्गाचं सान्निध्य या सद्‌विचारासाठी, शुद्ध विचारासाठी उपयुक्त अटी आणि भूमिका असतात.

या थोड्याशा गोष्टी मी विचारशुद्धीसाठी सांगितल्या, तो एक अनिवार्य भाग समजून त्याचं आयुष्यभर आचरण करायचं आहे. ही काही आजकालची गोष्ट नाही. तीन दिवसांत चर्चा झाली आणि संपली असं कुठल्याही धर्मांचं ट्रेनिंग होऊ शकत नाही. धर्मांचं असं ट्रेनिंग होऊ शकत नाही की तीन दिवस आपण भेटलो आणि मुद्दा निकालात निघाला. अधर्म असा आजार आहे की तो जीवनभर ग्रासून राहतो म्हणून धर्माचं शिबिरही आयुष्यभर चालवायला लागेल. आणखी कुठला मार्ग नाही. तेव्हा आयुष्यभर त्याचा प्रयोग करावा लागेल.

भावशुद्धीसाठी आपण काय करायचं त्यासाठी भावाच्या संबंधात मी उद्या बोलेन. आता रात्रीच्या ध्यानासाठी थोड्या गोष्टी समजून घेऊ आणि पुन्हा रात्रीच्या ध्यानासाठी बसू.

सकाळच्या ध्यानाच्या वेळी केलं तसं रात्रीच्या ध्यानासाठी सगळ्यात आधी तर आपण संकल्प करू. पाच वेळा संकल्प करू. पुन्हा पाच वेळा झाल्यावर थोडा वेळपर्यंत सकाळी भाव केला तसा भाव करायचा. त्यानंतर सगळे लोक पहुडतील. सगळे लोक आधीपासूनच पहुडतील. आपापल्या जागी शांतपणे पहुडतील. पहुडल्यानंतर अंध:कार होईल. मग आपण आपलं शरीर सैल सोडायचं. याआधी जे शिबिरात होते त्यांना आम्ही एकत्रितरीत्या शरीर सैल करायला सांगितलं होतं. शक्य आहे, काही लोकांचं एकत्रितरीत्या शिथिलीकरण होत नाही, म्हणून त्यांच्यासाठी आणखी एक सरळ मार्ग मी सुचवतो.

शरीरात योगाच्या दृष्टीनं सात चक्रं असतात. त्या सात चक्रांपैकी पाच

चक्रांचा प्रयोग आपण या ध्यानासाठी करू. सगळ्यात प्राथमिक चक्र जे आहे त्याला मूलाधार म्हणतात, ते जननेंद्रियाजवळ असतं. दुसरं चक्र असतं स्वाधिष्ठान चक्र. ते बेंबीच्या जवळ असतं असं मानता येईल. आता कल्पनेनं समजून घेऊ. जननेंद्रियाच्या जवळ चक्र असतं, त्याचं नाव मूलाधार. बेंबीच्या जवळ जे चक्र असतं, त्याचं नाव स्वाधिष्ठान आणि वर चला, हृदयाच्या जवळ जे चक्र असतं, त्याचं नाव अनाहत आणि वर सरकल्यावर मस्तकापाशी जे चक्र असतं, त्याचं नाव आज्ञा आणि वर गेल्यावर टाळूपाशी जे चक्र असतं, ते सहस्रार.

या पाचांचा उपयोग करू. तेव्हा चक्रं तर सात असतात, आणखीही आहेत. या पाचांचा आपण उपयोग करू आणि त्याद्वारे शरीर शिथिलतेकडे घेऊन जाऊ आणि तुम्ही हैराण व्हाल, जे मूलाधार चक्र आहे, त्याचं नियंत्रण आपल्या पायांवर असतं. मूलाधार चक्राबाबत आम्ही सल्ला देऊ. तुम्ही जर पहुडलात तर मी म्हणेन मूलाधार चक्रावर ध्यान घेऊन जा. तेव्हा तुम्ही आपल्या आत जननेंद्रियाच्या जवळ मूलाधार चक्राजवळ ध्यान घेऊन जाऊ, तिथं बोध ठेवू. मग मी म्हणेन, मूलाधार चक्र सैल सोडा आणि त्याचबरोबर दोन्ही पाय सैल सोडा. तुम्ही आत भाव कराल की मूलाधार चक्र सैल होतंय, मूलाधार चक्र सैल होतंय आणि पाय सैल होत आहेत. थोड्याच वेळात तुमच्या लक्षात येईल की, दोन्ही पाय मृतवत् शिथिल झालेले आहेत.

पाय सैल झाल्यानंतर आपण वरच्या बाजूला सरकू, बेंबीजवळ स्वाधिष्ठान चक्रापाशी. मी म्हणेन, ध्यान नाभीच्या जवळ घेऊन जाऊ. तुम्ही तुमच्या कल्पनेत नाभीच्या जवळ ध्यान न्यायचं आणि तिथं आम्ही म्हणू की स्वाधिष्ठान चक्र सैल होतंय आणि पोटाचं सगळं यंत्र सैल होतंय. त्याचा अनुभव घेताच ते सगळं यंत्र हळूहळू शिथिल होऊन जाईल.

पुन्हा आपण आणखी वर सरकू आणि हृदयाच्या जवळ येऊ. मग मी म्हणेन, अनाहत चक्र शिथिल होतंय. तेव्हा आपण हृदय सैल सोडायचं आणि अनाहतावर ध्यान ठेवायचं. त्या जागी हृदयापाशी आणखी विचार करायचा की, अनाहत शिथिल होतंय, तेव्हा छातीचं पूर्णच्या पूर्ण यंत्र आणि संस्थान शिथिल होईल.

मग आपण वर यायचं आणि मस्तकापाशी दोन्ही डोळ्यांमध्ये जे आज्ञाचक्र आहे, त्याच्या आत भाव करायचा की, आज्ञेजवळ आमचं ध्यान आहे, दृष्टी आहे आणि मी म्हणेन, आज्ञाचक्र शिथिल होतंय आणि मस्तक शिथिल होतंय. त्याबरोबर सगळं मस्तक, मान, डोक्याचा सगळा भाग एकदम सैल होऊन जाईल. फक्त टाळूच्या जवळ आपल्याला थोडासा ताण आणि धक्-धक् जाणवेल.

शेवटी मी म्हणेन, सहस्रार चक्र सैल होतंय. तुम्ही टाळूपाशी मस्तकावर

ध्यान नेलंत तर आणि त्याच्याबरोबर सगळं मस्तक शिथिल होतंय. तेव्हा भाव केल्यावर तुमच्या लक्षात येईल की, आत सगळं शिथिल होईल.

हे प्रदीर्घ प्रक्रियेत केलं, अशासाठी की शरीर एकदम मृतवत् व्हावं म्हणजे हे प्रत्येकासाठी होऊनच जावं, या पाच चक्रांवर सल्ला देईन आणि जेव्हा हे सगळं शिथिल होईल तेव्हा मी तुम्हाला म्हणेन की, आता शरीर एकदम मृतवत् झालं, आता ते सैल सोडायचं तर ते एकदम सैल सोडायचं. शरीर मृतवत् झालंय. मग मी म्हणेन, आपला श्वास सैल होतोय, शांत होतोय, थोडा वेळा त्याबद्दल सल्ला देईन. त्यानंतर सल्ला देईन की, मन बिलकुल शून्य झालंय. या तीन सूचना देईन– प्रथम चक्रांसाठी, दुसरी प्राण-श्वासासाठी आणि तिसरी विचारासाठी.

ही पूर्ण प्रक्रिया केल्यानंतर मी म्हणेन, दहा मिनिटांसाठी सगळं शून्यवत् झालं. त्या शून्यात आपण पहुडलेले. फक्त ज्ञान तुमचं असेल, एक ज्ञानज्योत जळत राहील आणि तुम्ही निवांत पडून राहाल. फक्त ते ज्ञान राहील, फक्त शुद्ध राहील की मी पहुडलोय. यात असं शक्य आहे की, शरीर जर एकदम मृतवत् वाटू लागलं तर कोणाला घाबरायचं नाही– कारण चक्रांच्या प्रयोगाबरोबर शरीर एकदम मृतवत् झाल्यासारखं वाटेल. जर असं वाटायला लागलं की शरीर एकदम मृतवत् आहे, तर घाबरायचं नाही. हे फार शुभ आहे. जो जिवंतपणी आपलं शरीर मृतवत झाल्याचा अनुभव घेईल तो हळूहळू मृत्यूच्या भयातून मुक्त होतो.

तेव्हा त्यात घाबरायचं नाही. कुठलाही अनुभव येईल, कुठला प्रकाश, आलोक, शांती जाणवेल तर ती शांतपणे बघत राहायची आहे आणि शांत शून्यात पडून राहायचं आहे. संकल्प, भाव आणि पुन्हा ध्यान, या तीन प्रक्रियांमध्ये हे अनिवार्य आहे– हे रात्रीचं ध्यान असेल.

मला वाटतं, माझं म्हणणं तुमच्या लक्षात आलं असेल. तेव्हा आता सगळ्या लोकांनी इतकं दूर बसायचंय की, आधी आपल्याला पहुडता येईल एवढी जागा करून घ्यायची. सगळ्यांनी एवढं दूर बसायचंय. सगळ्या जागेचा उपयोग करून घ्या. कोणी बसून राहणार नाही.

■

प्रवचन पाचवे

भाव-शुद्धीची किमया

माझे प्रिय आत्मन्,

साधनेच्या एकूण भूमिकेच्या संबंधात आपण दोन मुद्द्यांवर बोललो– शरीरशुद्धी आणि विचारशुद्धी. शरीर आणि विचारापेक्षा खोल तळ भावाचा, भावनांचा आहे. भावाची शुद्धी सगळ्यात महत्त्वपूर्ण तत्त्व असतं. साधनेत शरीर आणि विचार या दोन्हीपेक्षा भावशुद्धीची उपयुक्तता जास्त असते.

हे अशासाठी की, माणूस विचारांच्या पातळीवर फार कमी जगतो, माणूस भावनांच्या पातळीवर जास्त जगतो. असं म्हटलं जातं की, माणूस एक रॅशनल ॲनिमल आहे, एक बौद्धिक प्राणी आहे. ही गोष्ट तेवढी खरी नाही. तुम्ही तुमच्या आयुष्यात विचार करून फार काही करत नाही. तुम्ही बहुतेक जे करता, ते भावनांनी प्रभावित झालेलं असतं. तुम्ही जी घृणा करता, तुम्ही जो क्रोध व्यक्त करता, तुम्ही जे प्रेम करता, ते सगळं भावनांशी संबंधित असतं, विचारांशी संबंधित नसतं.

आयुष्याचा अधिकतर चेहरा भावविश्वातून उद्‌भवतो, विचारांच्या

जगातून नाही. म्हणून असंही आपण पाहिलं असेल तरी आपण विचार एक करता; पण वेळेला काम काही वेगळंच करता. त्याचं कारण विचार आणि भावात भिन्नता असते. मी क्रोध व्यक्त करणार नाही असं तुम्ही ठरवता. क्रोध वाईट असतो असा तुम्ही विचार करता; परंतु जेव्हा क्रोध तुम्हाला घेरून टाकतो, तेव्हा तुमचा विचार एका बाजूला पडतो आणि त्याचं क्रोधात रूपांतर होतं.

जोपर्यंत भावविश्वात परिवर्तन होणार नाही तोपर्यंत केवळ विचारांच्या जगात विचारमंथन करून जीवनात कुठली क्रांती होत नाही. म्हणून फार मूलभूत, परिधीसाधनेत जो सगळ्यात आधारभूत बिंदू असतो, तो भावनांचा– भावाचा. भावशुद्धी किंवा शुद्ध भावाचं प्रवर्तन कसं करावं, या संबंधात आज सकाळी आपण विचार करू.

भावाच्या ज्या वेगवेगळ्या दिशा आहेत, त्या चारही दिशांवर मी सर्वाधिक जोर देणं पसंत करेन. चार तत्त्वांबद्दल बोलू, त्यांच्या माध्यमातून भाव शुद्ध होऊ शकतात. तीच चार तत्त्वं विकृत होऊन अशुद्ध भावांना जन्म देतात. ते चार भाव; त्यांतला पहिला आहे मैत्री, दुसरा आहे करुणा, तिसरा प्रमुदिता आणि चौथा कृतज्ञता.

जर एखाद्या व्यक्तीनं हे चार भाव आत्मसात केले तर भावशुद्धी लाभते. या चार भावांची विकृत रूपं-मैत्रीच्या विपरीत घृणा आणि वैर, करुणेच्या विपरीत क्रूरता, हिंसा आणि निर्दयता, आनंद, प्रफुल्लतेच्या विपरीत उदासीनता, विषाद, संताप, चिंता आणि कृतज्ञतेच्या विपरीत कृतघ्नता– यापेक्षा वेगळी ज्याच्या जीवनाची आणि भावाची स्थिती असते, तो अशुद्ध भावात असतो. या चार भावांमध्ये जो वसलेला असतो, तो भावशुद्ध असतो.

आपण असा विचार करा की, आपलं भावविश्व कुठल्या गोष्टींनी प्रभावित होत असतं, कुठल्या गोष्टींनी संचालित होत असतं. आपल्या आयुष्यात मैत्रीच्या जागी वैर, वैमनस्य जास्त महत्त्वाचं आहे का? मैत्रीऐवजी वैरभावानं, शत्रुत्वानं आम्ही जास्त प्रेरित होतो का? आम्ही जरा जास्त प्रभावित होतो का? आम्ही जास्त सक्रिय होतो का? आमच्या आत शक्ती जास्त उद्‌भवते का?

मी जसं आधी म्हटलं, क्रोधात शक्ती असते; परंतु मैत्रीतही शक्ती असते आणि ज्याला केवळ क्रोधाची शक्ती निर्माण करणंच माहिती आहे, तो आयुष्यातल्या एका मोठ्या भागापासून वंचित राहतो. ज्याला मैत्रीतल्या शक्तीला जाग आणणं माहिती नाही, जो केवळ शत्रुत्वातच शक्तिमान असतो आणि मैत्रीच्या अवस्थेत शिथिल होतो...

तुम्हाला हे माहिती असेल, जगातली सगळी राष्ट्रं शांततेच्या काळात

कमजोर होतात आणि युद्धकाळात शक्तिशाली होतात. कारण? कारण मैत्रीची शक्ती निर्माण करणं आपल्याला माहिती नाही. शांती आपल्यासाठी शक्ती नाही, दुर्बलता असते आणि हेच कारण आहे भारतासारख्या ज्या देशांनी शांततेची फार चर्चा केली, प्रेमाची फार चर्चा केली, ते देश शक्तिहीन झाले. कारण शक्ती निर्माण करण्याचा सामान्यपणे एकच मार्ग आहे– शत्रुत्व.

हिटलरनं आपल्या आत्मकथेत लिहिलंय, जर कुठलं राष्ट्र शक्तिमान करायचं असेल तर खरे वा खोटे शत्रू निर्माण करा. आपल्या देशाला समजावून सांगा की, शत्रू जवळपास आहेत, मग ते असोत वा नसोत आणि जेव्हा त्यांच्या हे लक्षात येईल की, शत्रू जवळपास आहेत, तेव्हा शक्तीचा आणि ऊर्जेचा जन्म होईल म्हणून हिटलरनं एकदम खोटे शत्रू उभे केले– यहुदी– ज्यांच्यात काही अर्थ नव्हता. दहा वर्षं त्यानं प्रचार केला आणि सगळ्या देशाला समजावून सांगितलं की, ज्यू शत्रू आहेत आणि त्यांच्यापासून संरक्षण करायचंय आणि शक्ती निर्माण झाली.

जर्मनीची सगळी शक्ती वैमनस्यातून निर्माण झाली. जपानची सगळी शक्ती वैमनस्यातून निर्माण झाली. आज सोव्हिएत रशियाची किंवा अमेरिकेची सगळी शक्ती वैमनस्यावर आधारित आहे. अजूनपर्यंत माणसाचा इतिहास केवळ शत्रुत्वाची शक्ती निर्माण करणं जाणतो. मैत्रीच्या शक्तीची आपल्याला कल्पना नाही.

महावीरानं, बुद्धानं आणि ख्रिस्तानं मैत्रीच्या शक्तीची पहिली पायाभरणी केली आणि त्यांनी जे म्हटलं– अहिंसा शक्ती आहे किंवा ख्रिस्तानं म्हटलं की, प्रेम शक्ती आहे, किंवा बुद्धानं म्हटलं की करुणा शक्ती आहे, हे आपण ऐकतो; पण आपल्याला माहिती नाही.

तेव्हा मी तुम्हाला सांगेन, आपल्या आयुष्यात विचार करा, तुम्हाला आपण शक्तिशाली असल्यासारखं केव्हा वाटतं? तुम्ही कोणाशी शत्रुत्वात असता तेव्हा? तुम्ही कोणाच्या बाबतीत शांततेनं आणि प्रेमानं भरून गेला असता तेव्हा? तेव्हा तुम्हाला कळेल, तुम्ही शत्रुत्वाच्या स्थितीत शक्तिशाली असता आणि जेव्हा शांत, अवैराच्या स्थितीत असता तेव्हा अशक्त आणि कमजोर होता.

याचा अर्थ हा की, आपण एका अशुद्ध भावानं प्रभावित झालेले असता. हा अशुद्ध भाव आपल्या आत जेवढा खोलवर असेल तेवढं आपण आत प्रवेश करू शकत नाही. का आत प्रवेश करू शकत नाही? हा बिंदू समजून घेणं फार महत्त्वाचं असतं.

शत्रुत्व नेहमी बहिर्केंद्रित असतं. म्हणजे एखादी व्यक्ती बाहेर असते, त्याच्याशी शत्रुत्व असतं. जर बाहेर कुठली व्यक्ती नसेल तर तुमच्यात शत्रुत्व

असू शकत नाही आणि मी जर तुम्हाला म्हटलं, प्रेम बहिर्केंद्रित नसतं. जर बाहेर कोणीही नसेल तरीही आत प्रेम असू शकतं. प्रेम अंत:केंद्रित असतं, मैत्री अंत:केंद्रित असते आणि शत्रुत्व परकेंद्रित असतं, ते दुसऱ्याशी संबंधित असतं, घृणा बाहेरून कार्यरत राहते, प्रेम आतून उद्‌भवतं. प्रेमाचे झरे आतून वाहतात. घृणेची प्रतिक्रिया बाहेरून निर्माण होते. अशुद्ध भाव बाहेरून येतात, शुद्ध भाव आतून वाहतात. अशुद्ध आणि शुद्ध भावातला फरक नीट समजावून घ्या.

जे भाव बाहेरून निर्माण होतात, ते शुद्ध नसतात. तेव्हा ते प्रेम, ते पॅशन, ज्याला आपण प्रेम म्हणतो, ते शुद्ध नसतं, कारण ते बाहेरून येतं. जे आतून प्रवाहित असतं, बाहेरून कार्यरत नसतं तेच प्रेम शुद्ध असतं. म्हणून आपण आपल्या देशात प्रेम आणि मोह वेगळे करतो. पॅशन, वासना आणि प्रेम आपण वेगळे करतो. वासना बाहेरून कार्यरत होते.

बुद्ध किंवा महावीरांच्या हृदयात वासना तर नाही, परंतु प्रेम आहे.

ख्रिस्त एका गावातून निघाले होते. कडक दुपारची वेळ होती. ते खूप थकलेले होते आणि खूप कडक ऊन होतं. ते एका बागेत एका झाडाखाली विश्रांती घ्यायला थांबले. ते घर आणि ती बाग एका वेश्येची होती. त्या वेश्येनं ख्रिस्ताला त्या झाडाखाली विश्रांती घेताना पाहिलं. अशा माणसानं कधी त्या बागेत विश्रांती घेतलेली नव्हती आणि अशा माणसाला कधी तिनं पाहिलेलं नव्हतं. तिनं खूप सुंदर माणसं पाहिली होती. तिनं खूप धडधाकट माणसं पाहिली होती; पण हे सौंदर्य काही वेगळं होतं आणि हे स्वास्थ्यही काही वेगळं होतं. एका ओढीनं ती कधी त्या झाडापाशी गेली, तिला कळलं नाही. ती जेव्हा जवळ येऊन ख्रिस्ताला पाहू लागली तेव्हा त्यांचे डोळे उघडले, ते उठून जाऊ लागले. ख्रिस्तानं तिला धन्यवाद दिले, 'तुझ्या या झाडानं जी सावली दिलीय त्याबद्दल धन्यवाद, आता मी जातो आणि माझा मार्ग दूरचा आहे.'

ती वेश्या म्हणाली, 'दोन क्षण जर माझ्या घरात आला नाहीत तर माझं मन दुखावेल. दोन क्षण थांबा. मी कोणाला बोलावण्याची ही पहिलीच वेळ आहे. लोक माझ्या दाराशी येतात आणि त्यांना परत पाठवलं जातं. आयुष्यात ही पहिलीच वेळ आहे की मी कोणाला आमंत्रित करत्येय.' ख्रिस्त म्हणाले, 'तू म्हणत्येयस तर मग मी आलोच. पण माझा मार्ग दूरचा आहे. मला जाऊ दे.' ख्रिस्त म्हणाले, 'तू म्हणत्येयस तर मग मी आलोच.' ती वेश्या म्हणाली, 'त्यानं मला फार त्रास होईल. त्याचा अर्थ, माझ्या घरात येण्याएवढंही प्रेम तुम्ही दाखवू शकत नाही.' ख्रिस्त म्हणाले, 'लक्षात ठेव, मी एकटाच माणूस आहे तुझ्यावर प्रेम करू शकणारा आणि जेवढे लोक तुझ्या दाराशी आले, ते काही प्रेम करत नाहीत. कारण त्यांच्यापाशी प्रेम नाहीये, ते तुझ्यासाठी आले आहेत आणि

माझ्या आत प्रेम आहे.'

प्रेम दिव्याच्या प्रकाशासारखं असतं. जर कोणीही इथं नसेल तर प्रकाश शून्यात पडत राहील आणि कोणी निघाला तर त्याच्यावर पडेल आणि वासना आणि मोह प्रकाशासारखे नसतात. ते कोणापासून प्रभावित झाले तर ओढतात. म्हणून वासना एक तणाव आहे, टेन्शन आहे. प्रेम तणाव नाहीये. प्रेमात कुठला तणाव नसतो. प्रेम अत्यंत शांत स्थितीत असते.

बाहेरून प्रभावित होतात, ते अशुद्ध भाव असतात. अशुद्ध भाव ते असतात ज्यांचे तरंग बाहेरच्या हवेमुळे तुमच्यात निर्माण होतात आणि तुमच्यातून जे निर्माण होतात ते शुद्ध भाव असतात, बाहेरच्या हवेमुळे ते प्रभावित होतात.

महावीर आणि बुद्धाच्या बाबतीत आपण कधी या भाषेत बोलत नाही की ते प्रेम करत होते. मी तुम्हाला असं म्हणेन, प्रेम करणारे तेच तेवढे लोक होते; परंतु त्या प्रेमात आणि तुमच्या प्रेमात फरक आहे. तुमचं प्रेम म्हणजे एखाद्या व्यक्तीशी संबंध असतो. त्यांचं प्रेम संबंध नसतो, स्टेट ऑफ माईंड आहे, स्टेट ऑफ रिलेशनशिप नाहीये. त्यांचं प्रेम म्हणजे कोणाशी संबंध नसतो. त्यांचं प्रेम त्यांच्या चित्ताची अवस्था आहे. म्हणजे ते प्रेम त्यांच्या दृष्टीनं अपरिहार्य आहे, कारण त्यांच्यापाशी आणखी करण्यासारखं काही नाहीये.

लोक म्हणतात महावीराला लोकांनी अपमानित केलं, दगड मारले, कानांत खिळे ठोकले आणि त्यांनी सगळ्यांना क्षमा केली. मी म्हणतो, ते चुकीचं सांगतायत. महावीरानं कोणाला क्षमा केली नाही. कारण जे संतापतात ते लोक क्षमा करतात आणि महावीरानं त्यांच्यावर कुठली दया केली नाही. कारण जे क्रूर असतात, ते दया दाखवतात आणि महावीरानं मी यांच्याशी वाईट वागायचं नाही असा काही विचार केला नाही. कारण ज्यांच्या मनात वाईट कामांचा विचार येतो तेच लोक तसा विचार करतात.

मग महावीरानं काय केलं? महावीर मजबूर आहेत, प्रेमाशिवाय त्यांच्यापाशी द्यायला काही नाही. तुम्ही काहीही करा, उत्तर प्रेमच येऊ शकतं. तुम्ही फळांनी लगडलेल्या झाडावर दगड मारा, उत्तरादाखल फळंच पडू शकतात. आणखी कुठला मार्ग नाही. यात झाड काहीच करत नाहीये, ही अपरिहार्यता आहे आणि तुम्ही पाण्यानं भरलेल्या झऱ्यात कशाही बादल्या फेका, त्या खराब असतील नाहीतर सुंदर, सोन्याच्या असोत वा लोखंडाच्या, झरा तुम्हाला पाणी दिल्याशिवाय राहणार नाही. यात झऱ्याचं काही वैशिष्ट्य नाही, मजबुरी आहे, तर जेव्हा प्रेम चित्ताची अवस्था असते तेव्हा ती एक विवशता असते. ते द्यावंच लागेल, त्याशिवाय दुसरा मार्ग नाही.

तेव्हा जे भाव आतून निघतात जे तुम्ही बाहेरून ओढून आणत नाही, जे

तुम्ही बाहेरून ओढून आणू शकत नाही, ते भाव शुद्ध असतात आणि ते भाव जे बाहेरची वादळं तुमच्यात लाटांप्रमाणे निर्माण करतात, ते अशुद्ध असतात. जे बाहेरून निर्माण केले जातील, ते तुमच्यात बेचैनी आणि त्रास निर्माण करतील आणि जे आतून निघतील ते तुम्हाला आनंदानं भरून टाकतील.

शुद्ध आणि अशुद्ध भावाच्या आधी पहिली गोष्ट लक्षात ठेवा. शुद्ध भाव म्हणजे चित्ताची अवस्था असते. अशुद्ध भाव चित्ताची विकृती आहे, अवस्था नाही. अशुद्ध भाव म्हणजे हृदयावरचा बाहेरचा परिणाम असतो, शुद्ध भाव म्हणजे हृदयावरचा अंतसचा विकास असतो. तेव्हा तुमच्या आयुष्यात असा विचार करा की, आपण ज्या भावनांनी संचालित होतो ते आपल्या आतून येतात का, दुसरे लोक आपल्यात निर्माण करतात?

मी माझ्या मार्गानं जातोय आणि तुम्ही मला शिवी देता आणि जर मला राग आला तर तो अशुद्ध भाव आहे. कारण तुम्ही माझ्यात तो भाव निर्माण केलात. मी माझ्या मार्गानं जातोय आणि तुम्ही माझा आदर करता, मी प्रसन्न झालो. हा अशुद्ध भाव आहे. कारण हा भाव तुम्ही माझ्यात निर्माण केलात. मी माझ्या मार्गानं जातोय, तुम्ही शिव्या देता किंवा माझी प्रशंसा करता तरीसुद्धा माझी अवस्था जशी होती तशीच आहे– शिव्या देण्याआधी किंवा कौतुक करण्याआधी, हा शुद्ध भाव आहे. कारण तुम्ही तो निर्माण केलेला नाही. तो माझा आहे.

जे माझं आहे, ते शुद्ध आहे. जे माझं आहे, ते शुद्ध आहे आणि जे बाहेरून येतं, ते अशुद्ध आहे. बाहेरून जे येतं, ती रिॲक्शन आहे, तो प्रतिध्वनी आहे.

आम्ही मागे एक एको पॉइंट बघायला गेलो होतो आणि तिथं आवाज केलात तर तिथून डोंगर त्या आवाजाचा प्रतिध्वनी करायचे. मी म्हटलं की आमच्यापैकी बरेचसे लोक एको पॉइंट आहेत. तुम्ही काहीही म्हटलंत, तर ते त्याची पुनरुक्ती करतात. त्यांच्यापाशी स्वत:चं काही नाहीये, ते फक्त पहाड असतात. तुम्ही काही ओरडा, तिथूनही त्या ध्वनीचा प्रतिध्वनी निघतो; पण ती गर्जना त्यांची नाही, ती तुम्ही निर्माण केली होती आणि तुम्ही जी निर्माण केली होती, ती तुमची नव्हती, ती आणखी कोणीतरी तुमच्यात निर्माण केली होती.

आपण सगळे एको पॉइंट आहोत आणि आमच्यापाशी स्वत:चा कुठला आवाज नाहीये आणि स्वत:चं कुठलं जीवन नाहीये, स्वत:चा कुठला भाव नाहीये. आमचे सगळे भाव अशुद्ध आहेत. कारण ते दुसऱ्यांचे आहेत, उधार आहेत.

हे पहिलं सूत्र लक्षात ठेवा की, भाव स्वत:चे असावेत, त्या प्रतिक्रिया असू नयेत, त्या माझ्या चित्ताच्या अवस्था असाव्यात. अशा चित्ताच्या अवस्थांची मी चार भागांत विभागणी केली आहे. पहिली अवस्था मैत्री.

मैत्री संपादन करावी लागेल. मैत्री अशासाठी साधावी लागेल की, आपल्या आत मैत्रीचा जो शक्तिबिंदू आहे, तो विकसित करण्याची संधी आयुष्य फार कमी देतं. तो अविकसित राहतो, तो बीप्रमाणे आमच्या मनोभूमीत राहतो. विकसित होऊ शकत नाही. शत्रुत्वाचं बीज एकदम विकसित होतं. कारण? त्याचीही नैसर्गिक कारणं आहेत, तीसुद्धा जरूर आहेत; परंतु आयुष्यभराची सोबत असण्याची आवश्यकता नाही. त्याची एक दिवस आवश्यकता असते, एक दिवस ती सोडण्याचीही आवश्यकता असते.

मूल जेव्हा जन्माला येतं, तेव्हा जन्माला आल्यावरच त्याला जो अनुभव येतो, तो प्रेमाचा नसतो. मूल जन्माला आल्यावर त्याला जो अनुभव येतो तो भीतीचा, फिअरचा असतो आणि स्वाभाविक आहे, एक छोटंसं मूल आईच्या पोटात सुव्यवस्थित, सुखात होतं, तिथं काही अडचण नव्हती, कुठला त्रास नव्हता. तिथं तो मोठ्या सुखात झोपलेला होता आणि श्वास घेत होता. एक छोटंसं मूल सगळ्या दृष्टींनी कमजोर असं जेव्हा आईच्या पोटातून बाहेर येतं तेव्हा त्याला जो पहिला अनुभव येतो, त्याच्यावर जो पहिला आघात होतो, तो भीतीचा असतो आणि भीतीचा आघात जर झाला तर ज्यांच्याकडे तो पाहतो, त्यांच्याबद्दल प्रेम निर्माण होत नाही, त्यांच्याबद्दल भीती निर्माण होते आणि ज्यांच्याबद्दल भीती निर्माण होते, त्यांच्याबद्दल घृणा निर्माण होते.

त्याचे नियम समजून घ्या. भीती कधी प्रेम निर्माण करत नाही, भीतीशिवाय प्रेम निर्माण होत नाही असं कोणी म्हटलं असेल तर ते अगदी चुकीचं आहे. भीती असेल तर प्रेम निर्माण होऊच शकणार नाही आणि वरून जरी प्रेम दाखवलं गेलं तरी आतून अप्रीती असते.

या जगात जेवढं प्रेम आपण बघतो ते जास्त करून भीतीवर उभं आहे आणि भीतीवर जे प्रेम उभं आहे, ते खोटं आहे म्हणून वरून प्रेम राहतं आणि आतून घृणा निर्माण होते. आपण ज्यांच्या ज्यांच्यावर प्रेम करतो, त्यांची घृणासुद्धा करतो. कारण प्रेम वर असतं, घृणा खाली असते, कारण आपण त्यांच्यापासून भयभीत असतो.

लक्षात ठेवा, जी व्यक्ती कोणाला भयभीत करत असेल ती आपल्या प्रेम मिळवण्याच्या संधी वाया घालवत आहे. जर बाप आपल्या मुलाला भयभीत करत असेल तर तो त्याचं प्रेम मिळवू शकणार नाही. जर पती आपल्या पत्नीला भयभीत करत असेल तर तो तिचं प्रेम मिळवू शकणार नाही. तो प्रेमाचा अभिनय मिळवू शकतो, प्रेम मिळवू शकणार नाही. याचं कारण म्हणजे प्रेम केवळ निर्भयतेत विकसित होऊ शकतं, भीतीत विकसित होत नाही.

मुलाचा जन्म झाल्याबरोबर त्याला भीतीचा अनुभव येतो आणि म्हणून

त्याचे शत्रुत्वाचे बिंदू तर सक्रिय होतात, प्रेमाचे बिंदू सक्रिय होऊ शकत नाहीत. बहुतेक लोकांचे प्रेमाचे बिंदू आयुष्यभर सक्रिय न होताच संपतात कारण जीवन त्यांना कुठली संधी देत नाही. ज्याला आपण प्रेम म्हणतो तेसुद्धा प्रेम नाहीये. कारण ती केवळ कामवासना आहे. तीसुद्धा केवळ कामवासना आहे, प्रेम नाहीये. प्रेम तर केवळ साधनेनं विकसित होतं.

म्हणून मैत्रीचा आणि प्रेमाचा आपल्या आत जो बिंदू आहे, तो विकसित करावा लागेल. सगळ्या निसर्गाच्या विरुद्ध विकसित करावा लागेल. कारण निसर्ग तो विकसित होण्याची संधी देत नाही. तुम्हाला जे आयुष्य मिळतं ते त्याला संधी देत नाही. त्यात केवळ शत्रुत्व विकसित होतं आणि ज्याला आपण मैत्री म्हणतो, ती मैत्री म्हणजे केवळ औपचारिकता असते, शिष्टाचार असतो. ती मैत्री म्हणजे शत्रुत्वापासून वाचण्याची, शत्रुत्व निर्माण न करण्याची केवळ एक व्यवस्था असते; परंतु ती मैत्री नसते. मैत्री फार वेगळी गोष्ट आहे.

तो बिंदू कसा विकसित करायचा? आपल्या आत मैत्रीचा भाव निर्माण व्हायला कशी सुरुवात होईल? त्याचा भाव करावा लागेल. मैत्रीचा सतत भाव करावा लागेल. आपल्या चारही बाजूला जे लोक आहेत. त्यांना मैत्रीचा संदेश पाठवावा लागेल, मैत्रीचे किरण पाठवावे लागतील आणि आपल्या आत त्या मैत्रीचे बिंदू सतत कार्यरत– सक्रिय करावे लागतील.

तुम्ही जर नदीकिनारी बसला असाल तर नदीच्या दिशेनं प्रेम पाठवा. नदीचं नाव अशासाठी घेतोय की कुठल्या माणसाकडे प्रेम पाठवण्यात थोडी अडचण येऊ शकते. एका झाडावर प्रेम करा. अशासाठी झाडाची गोष्ट करतोय की, एका माणसाकडे प्रेम पाठवण्यात थोडी अडचण येऊ शकते. सगळ्यात आधी निरार्गाकडे प्रेम पाठवा. प्रेमाचा बिंदू सगळ्यात आधी निसर्गाच्या दिशेनं विकसित होऊ शकतो. का? कारण निसर्ग आपल्यावर कुठला आघात करत नाही.

पूर्वीच्या काळी अद्भुत लोक होते. सगळ्या जगाला प्रेमाचा संदेश पाठवायचे. सकाळी सूर्य उगवायचा तर हात जोडून त्याला नमस्कार करायचे आणि त्याला म्हणायचे की, 'धन्य आहेस. तू आम्हाला प्रकाश देतोस, उजेड देतोस, म्हणून तुझी करुणा अपार आहे.'

ही पूजा म्हणजे कुठला पॅगॅनिझम नव्हता. ही पूजा म्हणजे कुठला अडाणीपणा नव्हता. त्यात अर्थ होते, त्यात मोठे अर्थ होते. जी व्यक्ती सूर्याच्या प्रेमानं भरून जायची, जी व्यक्ती नदीला आई म्हणून प्रेमानं भरून जायची, जो जमिनीला आई म्हणून तिच्या आठवणीनं प्रेमानं भरून जायचा असा माणूस माणसांबद्दच्या अप्रीतीनं जास्त दिवस भरलेला राहणं अशक्यच होतं. अद्भुत माणसं होती, त्यांनी सगळ्या निसर्गाला प्रेमाचे संदेश पाठवले होते आणि सगळीकडे पूजा,

प्रेम, भक्ती विकसित केलेली होती.

आवश्यकता आहे त्याची. जर प्रेमाचा अंकुर आपल्या आत निर्माण करायचा असेल तर सगळ्यात आधी त्याचा संदेश पाठवावा लागेल. आपण तर असे विचित्र लोक आहोत की, रात्री पूर्णचंद्र वर असेल तर आपण खाली पत्ते-रमी खेळत राहू आणि आपण हिशेब करत राहू की, एक रुपया हरलोय का एक रुपया जिंकलोय. चंद्र वर आलाय आणि प्रेमाची एवढी अद्‌भुत संधी वाया जाईल.

चंद्र तुमच्या त्या केंद्राला जाग आणू शकत होता. जर चंद्राजवळ दोन क्षण मंत्रमुग्ध बसून तुम्ही प्रेमाचा संदेश पाठवला असतात, तर त्याच्या किरणांनी तुमच्या आत कुठला बिंदू, कुठलं तत्त्व सक्रिय केलं असतं आणि तुम्ही प्रेमानं भरून गेला असता.

चारही बाजूंना संधी आहेत. हा संपूर्ण निसर्ग खूप अद्‌भुत गोष्टींनी भरलेला आहे. त्याच्यावर प्रेम करा आणि प्रेमाची कुठलीही संधी आली तरी ती दवडू नका, तिचा उपयोग करून घ्या. त्याचा उपयोग अशासाठी की, जर तुम्ही रस्त्यानं जात असाल आणि एखादा दगड पडला असेल तर तो दूर करा. हा अगदी फुकटात मिळालेला उपयोग आहे, तो आपलं जीवन बदलून टाकेल. हे अगदी स्वस्त असं काम आहे. तुम्ही रस्त्यानं निघाला आहात, एक दगड पडलाय आणि तुम्ही तो उचलून बाजूला ठेवलाय, यापेक्षा आणखी स्वस्त साधना कुठली असणार. तिथून कुठली अपरिचित व्यक्ती जाईल, कुणाला माहिती आहे? आणि त्या दगडाची ठेच कुणाला बसली असती, हे तरी कुठे माहिताय? तुम्ही प्रेमाचं असं एक काम केलंय.

मी तुम्हाला म्हणून सांगतोय, खूप छोट्या-छोट्या गोष्टी आयुष्यात प्रेमाचं तत्त्व विकसित करतात– खूप छोट्या छोट्या गोष्टी. एखाद्या रस्त्यात एखादा मुलगा रडतोय. तुम्ही निघून जाता. तुम्ही उभं राहून दोन क्षण त्याचे अश्रू पुसू शकत नाही.

अब्राहम लिंकन आपल्या सीनेटच्या एका बैठकीला जात होता, वाटेत एका नाल्यात एक डुक्कर अडकलं होतं. लिंकन पळत गेला आणि त्यानं सांगितलं, 'सिनेटला थोडा वेळ थांबवून ठेवा. मी आलोच.' ही फार विचित्र गोष्ट होती. अमेरिकेची संसद परिषद क्वचितच अशा प्रकारे थांबलेली असेल. लिंकन परत आला, त्यानं त्या डुकराला काढलं. चिखलानं त्याचे सगळे कपडे माखले. त्याला नाल्यातून बाहेर काढून त्यानं ठेवलं, मग परत आत गेला. लोकांनी विचारलं, 'काय प्रकार होता? एवढं तुम्ही घाबरून काम थांबवून बाहेर का गेलात?' तर तो म्हणाला, 'एक जीव संकटात सापडला होता.'

हे प्रेमाचं किती साधंसं काम होतं आणि किती अद्भुत आणि या छोट्या छोट्या गोष्टी... आता मी बघतो. असे लोक आहेत की, ते कुठला कीटक मरू नये म्हणून पाणी गाळून पितील, पण त्यांच्या मनात प्रेम नाहीये. तेव्हा त्यांचं पाणी गाळणं निरर्थक आहे. कुठला कीटक मरू नये म्हणून ते रात्री जेवणार नाहीत. पाणी गाळून पितात; पण त्या त्यांच्या अगदी मेकॅनिकल हॅबिटच्या गोष्टी आहेत; परंतु त्यांच्या हृदयात प्रेम नसल्यानं त्याला काही अर्थ नाहीये.

ते पाणी गाळून पितात, का रात्री जेवत नाहीत, का मांसाहार करत नाहीत, याला काही अर्थ नाहीये. एक ब्राह्मण वा एक जैन वा एक बौद्ध मांसाहार करत नसेल, पण असं समजू नका की त्यांचं मन प्रेमानं भरलंय. ही केवळ सवयीची गोष्ट आहे, ही केवळ वंशपरंपरागत ऐकीव गोष्ट आहे. समजून घेतलेली गोष्ट आहे; परंतु त्यांच्या मनात प्रेम नाहीये.

हां, जर हे तुमच्या प्रेमानं विकसित होत असेल तर ही अद्भुत गोष्ट होईल, जर प्रेमानं विकसित झाली तर अहिंसा परम धर्म आहे. जर अहिंसा पुस्तकं वाचून आणि कुठले संप्रदाय प्रमाण मानून विकसित झाली तर तो कुठला धर्मच नाहीये.

तेव्हा आयुष्यात खूप छोटी-छोटी कामं असतात आणि आम्ही विसरूनच गेलोय, म्हणजे मी तुम्हाला सांगतोय, तुम्ही जर कोणाच्या खांद्यावर हात ठेवलात तर आपल्या साऱ्या हृदयातलं प्रेम आपल्या हातातून त्याच्याकडे पाठवा. आपले सगळे प्राण, सारं हृदय त्या हातात एकवटून जाऊ दे आणि तुम्हाला आश्चर्य वाटेल, त्या हातात जादू अवतरेल. जेव्हा तुम्ही कोणाच्या डोळ्यांत पाहाल, तेव्हा तुमच्या डोळ्यांत तुमचं सगळं हृदय उतरू दे. तुम्हाला आश्चर्य वाटेल, ते डोळे जादूचे होतील आणि ते कुणाच्या आत काहीतरी हलवून सोडतील. केवळ तुमच्या प्रेमालाच जाग येणार नाही तर अशीही शक्यता आहे की दुसऱ्या व्यक्तीच्या प्रेमालाही जाग येण्याचा उपाय आणि व्यवस्था तुम्ही कराल. जेव्हा कुठला एक नीट प्रेम करणारा माणूस निर्माण होतो, तेव्हा लाखो लोकांमध्ये प्रेम सक्रिय होतं.

हे मैत्री आणि प्रेमाचे बिंदू जागवण्याच्या ज्या काही संधी मिळतील त्या सोडू नका आणि त्यांच्या संधी मिळण्यासाठी एक सूत्र लक्षात ठेवा. नियमितपणे चोवीस तास हे लक्षात ठेवा की, ज्यांच्या बदल्यात तुम्हाला काहीही घ्यायचं नाहीये अशी एक-दोन कामं अवश्य करा, चोवीस तास आपण काम करत असतो. ती कामं आपण अशासाठी करतो की त्याच्या बदल्यात आपली काही अपेक्षा असते. चोवीस तासांत नियमपूर्वक अशी काही कामं करा की, ज्यांच्या बदल्यात तुम्हाला काहीही घ्यायचं नाहीये. ती कामं प्रेमाची असतील आणि

तुमच्या आत प्रेम निर्माण करतील. जर एखाद्या व्यक्तीनं ज्याच्या बदल्यात त्याची कुठलीही इच्छा नाही असं एखादं काम केलं तरी त्याचं त्याला मोठं फळ मिळेल. कारण त्याच्या आत प्रेमाचं केंद्र सक्रिय होईल, विकसित होईल.

तेव्हा ज्याच्या बदल्यात तुम्हाला काहीही नकोय असं काही करा. त्यामुळे मैत्री हळूहळू विकसित होईल. एक क्षण असा येईल की, जे तुमचे शत्रू नसतील केवळ त्यांच्यासाठी तुम्ही मैत्रिपूर्ण होऊ शकाल. मग आणखी विकास होईल आणि एक क्षण असा येईल की, जे तुमचे शत्रू आहेत, त्यांच्याशीही तुम्ही मैत्रिपूर्ण व्हाल. आणखी एक क्षण येईल की, मग मित्र कोण आणि शत्रू कोण हे तुमच्या लक्षातही येणार नाही.

महावीरांनी म्हटलंय, 'मित्ति मे सब्ब भुएषु वैरं मज्झ न केवई.' सगळे माझे मित्र आहेत आणि कोणाशीही माझं वैर नाहीये.

हा कुठला विचार नाहीये, हा भाव आहे. म्हणजे हा कुठला विचार नाहीये, माझा कोणी शत्रू नाहीये ही भावाची स्थिती आहे आणि माझा कोणी शत्रू नाहीये, हे केव्हा होतं? जेव्हा मी कोणाचा शत्रू राहत नाही. महावीरांचे कोणी शत्रू असणं शक्य असतं; परंतु महावीर म्हणतात, 'माझा कोणी शत्रू नाहीये.' याचा अर्थ काय आहे? याचा अर्थ, मी कोणाचा शत्रू नाही आणि महावीर म्हणतात, माझं कोणाशी वैर नाही. किती आनंदाची घटना घडली नसेल नाही.

म्हणून मी महावीरांना, बुद्धाला त्यागी म्हणत नाही. या जगात सगळ्यात मोठे भोग त्याच लोकांनी केले आहेत. जगात सगळ्यात मोठा भोग त्याच लोकांनी केला आहे. त्यागी तुम्ही होऊ शकता, ते नाही. आनंदाची इतकी अपार दारं त्यांनी उघडली. या जगात जे काही श्रेष्ठतम होतं, जे काही सुंदर होतं, जे काही शुभ होतं सगळं त्यांनी प्यायलं आणि जाणलं आणि तुम्ही काय जाणताय? विषाशिवाय तुम्ही काही जाणत नाही आणि त्यांनी अमृत जाणलं.

तेव्हा मी तुम्हाला म्हणतो की, प्रेमाचा तो अंतिम परम क्षण, आपण जेव्हा सगळ्या जगावरचं प्रेम विशाल करतो आणि आपल्या हृदयातून किरण वाहतात, त्याच्यासाठी जीवनसाधना करावी लागेल. रोज प्रेमाचं कुठलं ना कुठलं कृत्य जरूर करा, सचेत करा आणि सगळ्या दिवसभर हजार संधी असतात– प्रेम जाहीर करण्याच्या; परंतु आपल्या सवयी वाईट असतात. प्रेम जाहीर करण्याच्या सगळ्या संधी आपण दवडतो आणि घृणा जाहीर करण्याची एकही संधी दवडत नाही. घृणा जाहीर करण्याच्या जितक्या संधी दवडू, तेवढं ते शुभ आहे आणि प्रेम जाहीर करण्याच्या जेवढ्या संधी आपण पकडू तेवढं ते शुभ आहे. घृणेचे क्षण वाया जाऊ देत. एखादा क्षण जागरूक होऊन वाया जाऊ दे आणि प्रेमाचा एखादा क्षण जागरूकपणे पकडा. त्यामुळे साधनेत अद्‌भुत गती येईल.

तेव्हा पहिलं सूत्र आहे, मैत्री. दुसरं सूत्र आहे, करुणा. करुणा मैत्रीचंच एक रूप आहे. त्याला वेगळं अशासाठी म्हणतात की, त्यात काही वेगळे भागही आहेत. वेगळ्या भावांचा अर्थ, या जगात तुम्ही तुमच्या जवळपासच्या माणसांवर थोडा विचार केलात, तर तुम्ही त्यांच्याबद्दल फार करुणेनं भरून जाल.

आता आपण इथं एवढे लोक बसलेले आहोत. सांगता येत नाही, संध्याकाळी त्यांच्यापैकी कोणी संपून जाईल. एका संध्याकाळी तर सगळे संपून जातील. एक ना एक दिवस आपल्यापैकी प्रत्येक माणूस जाईल. जर मला वाटलं की, जे लोक माझ्यासमोर बसले आहेत त्यांच्यापैकी काही चेहरे मला पुन्हा दिसणार नाहीत तर, माझ्या हृदयात त्यांच्याबद्दल करुणा निर्माण होणार नाही?

एवढ्यात मी एका बागेत गेलो आणि तिथं फुलं उमलली आहेत, संध्याकाळी ती मलूल होतील. त्यांच्या आयुष्याचा काळ छोटासा आहे. आता सकाळी उमलली आहेत. संध्याकाळी मावळतील, ही फुलं जी आत्ता स्मित करतायत, संध्याकाळी गळून पडतील आणि धुळीस मिळतील, या गोष्टीचं स्मरण त्यांच्याबद्दल करुणा निर्माण करणार नाही? रात्री जे तारे असतात, त्यांच्यापैकी एखादा निखळतो आणि विरून जातो, हा विचार त्या ताऱ्यांबद्दल करुणा निर्माण करणार नाही? जर लक्षात आलं तर चारही बाजूंना पाहिल्यावर प्रत्येकाबद्दल करुणा वाटेल, खूप दया वाटेल, इतकं थोडं हे मिलन आहे, इतकं कठीण हे जीवन आहे, इतकी ही दुर्लभ घटना आहे आणि इतक्या वासना आणि इतक्या तृष्णा, इतक्या पीडा आहेत प्रत्येकामध्ये, तरीसुद्धा आपण कसेतरी जगतो आणि कसेतरी प्रेम करतो आणि कशातरी दोन सुंदर कृती तयार करतो. हे खूप करुणा निर्माण करणारं नाही?

एकदा एक माणूस येऊन बुद्धावर थुंकला. एवढा रागावला की त्यांच्यावर थुंकला. त्यांनी ते पुसलं आणि त्या माणसाला सांगितलं, 'आणखी काही सांगायचंय?' त्यांच्याजवळ जो आनंद नावाचा भिक्षू होता, तो म्हणाला, 'तुम्ही काय बोलताय? तो काही म्हणालाय? आम्हाला आज्ञा द्या, आम्ही त्याला ठीक करू. तो तुमच्या अंगावर थुंकला म्हणजे हद्दच झाली.' बुद्ध म्हणाला, 'तो काही बोलू इच्छितोय, भाषा असमर्थ आहे, वेग तीव्र आहे. बोलू शकला नाही, क्रियेतून प्रकट केलं.'

याला मी म्हणतो, करुणा. भाषा किती असमर्थ आहे म्हणून बुद्धाला त्याची दया आली. तो काही सांगू इच्छितोय, खूप संतापाची काही तरी गोष्ट आहे, ती तो प्रकट करू इच्छितोय. शब्द सापडत नाहीत तर थुंकून जाहीर केलं.

जेव्हा कोणी माझ्यापाशी प्रेमानं येऊन माझ्या हातावर हात ठेवतो, तेव्हा केवढी करुणा जाणवते. तो काही सांगू इच्छितोय, भाषा असमर्थ आहे, हातावर

हात ठेवून काही सांगण्याचा प्रयत्न करतो. जेव्हा कोणी कोणाला आलिंगन देतं, भाषा असमर्थ असते, माणूस किती कमजोर असतो, काही सांगू इच्छितो. हृदयाला हृदयाच्या जवळ आणतो, कुठला मार्ग सापडत नाही.

काल मी इथून जात होतो. काही लोक माझ्या पाया पडू लागले आणि मला फार करुणा वाटली, मनुष्य किती असमर्थ असतो. काही सांगू इच्छितो पण सांगू शकत नाही आणि पाय पकडतो. मागे माझे एक प्रिय मित्र होते. ते विचारी होते. ते म्हणाले, 'नाही नाही, हे करू नका.' तेही योग्यच बोलले. किती वाईट झालंय जगात. पाया पडणारे तर होतेच, पाया पडून घेणारे निर्माण झाले आहेत. तेव्हा त्यांनी योग्यच सांगितलं, 'नाही, नाही, हे करू नका.' मला त्यांचं बोलणं योग्य वाटलं; पण योग्यही वाटलं नाही. त्यांनी योग्यच सांगितलं, जगात कोणी कोणाकडून पाया पडून घेणं चूक आहे; पण ते जगही अयोग्य असेल जिथे पाया पडावंसं वाटणार नाही असे लोक नसतील. कोणाच्या पाया पडतील अशी हृदयं जिथं नसतील ते जगही चुकीचं असेल. पाया पडल्याशिवाय कळणार नाहीत असे भाव आपल्यात उठले नाहीत तर ते जगही चुकीचं असेल.

माझी गोष्ट तुमच्या लक्षात येतीय? पाया पडल्याशिवाय कळणार नाहीत असे भाव आपल्यात उमटले नाहीत तर ते जगही चुकीचं असेल. मनुष्य फार शुष्क आणि बेईमान होईल.

आणि पुन्हा मी याचंही आपल्याला स्मरण देईन, मी थक्क झालोय, जेव्हा मी कोणाला माझ्या पाया पडताना बघतो तेव्हा माझ्या लक्षात आलंय, त्यानं माझं पाय पकडलेले नाहीत. त्याला माझ्या पायात काहीतरी दिसतंय, त्यानं कदाचित परमात्म्याचेच पाय पकडले आहेत आणि जेव्हा कोणी कोणाच्या आजपर्यंत पाया पडलाय- त्याला पाया पाडलं गेलं नसेल तर– जेव्हा कोणी कोणाच्या पाया पडलाय, तो फक्त परमात्म्याच्या पाया पडलाय, तो कोणा व्यक्तीच्या पाया पडलेला नाही. शेवटी पाया पडावंसं वाटावं असं कोणाच्या पायात काय असतं? परंतु अंतरंगात काही भाव होता, त्याला वाट मिळत नाही.

काल माझ्या खोलीत माझ्यावर प्रेम करणारं कोणीतरी होतं आणि संध्याकाळी जेव्हा आंघोळीला जायला लागलो तेव्हा मी दिवा लावला तर तो म्हणाला, 'प्रकाश पसरला, मला तुमचे पाय धरू देत.' मी फार चकित झालो आणि त्यांनी माझे पाय पकडले. मी त्यांच्या डोळ्यांत जे अश्रू पाहिले, त्या अश्रूंपेक्षा सुंदर जमिनीवर काहीही नाही. या भूमीवर त्या अश्रूंपेक्षा ना कुठली सुंदर कविता आहे, ना कुठलं गीत आहे, प्रेमाच्या क्षणी उत्पन्न होणारं आणि जर त्यांचा बोध झाला, त्याचं स्मरण झालं, जर ते दिसलं तर आपल्याला एवढी करुणा का वाटणार नाही!

पण तुम्ही काय बघताय? ज्यांच्यात करुणा निर्माण होत नाही, निंदा निर्माण होते असं काहीतरी तुम्ही लोकांमध्ये बघताय. तुम्ही लोकांमध्ये असं काहीतरी बघताय– ज्यांच्यात करुणा निर्माण होते, क्रौर्य निर्माण होतं. तुम्ही लोकांमध्ये असं काहीतरी बघताय– जे त्यांचा खरा भाग नाहीये, जे त्यांचं हृदय नाहीये, ती त्यांची मजबुरी आहे. एक माणूस मला शिव्या देतो. हे काय त्याचं हृदय आहे? ही त्याची मजबुरी असेल. वाईटातल्या वाईट माणसाच्या अंतरंगात एक हृदय आहे तिथपर्यंत जर आपण पोचू शकलो तर आपण खूप करुणेनं भरून जाऊ.

बुद्धानं त्या सकाळी म्हटलं होतं, 'दया येत्येय. दया येत्येय, भाषा कमजोर असते, आनंद. माणसाचं हृदय खूप काही सांगू इच्छितं, सांगू शकत नाही.' तुम्ही म्हणालात, 'आणखी काही सांगायचंय?' तो माणूस आणखी काय म्हणणार! आता तर सांगणं अवघड झालं. तो परत आला. रात्री त्याला खूप पश्चात्ताप झाला. तो दुसऱ्या दिवशी क्षमा मागायला आला. त्यानं पायाशी लोळण घेतली आणि रडू लागला. बुद्ध म्हणाले, 'बघितलंस आनंद, भाषा कमजोर आहे. आजही तो काही बोलू इच्छितोय आणि बोलू शकत नाही. कालही त्याला काही सांगायचं होतं आणि सांगू शकला नाही. त्या वेळीही त्यानं काही कृत्य केलं होतं, आजही काही कृत्य करतोय. भाषा फार कमजोर असते आनंद आणि माणूस खूप दया दाखवण्यासारखा असतो.'

आणि चार दिवसांचं हे आयुष्य आहे आणि चार दिवसांचंही आपण म्हणतो, चार क्षणांचं तरी काय आहे? आणि या चार क्षणांच्या मिलनात जर आपण एक-दुसऱ्याबद्दल करुणेनं भरून गेलो नाही, तर आपण माणसं कसली, आपण जीवन जाणलंच नाही, आपण ओळखलं नाही.

तेव्हा आपल्या चारही बाजूंना करुणा पसरा, आपल्या चारही बाजूंशी परिचित व्हा. किती दुःखी आहेत लोक. त्यांच्या दुःखात आणखी दुःख वाढवू नका. तुमची करुणा त्यांचं दुःख कमी करेल. करुणेनं भरलेला एक शब्द त्यांचं दुःख कमी करेल. त्यांचं दुःख आणखी वाढवू नका.

आपण सगळे एकमेकांचं दुःख वाढवतोय. आपण सगळे एकमेकांना दुःख देण्यात सहभागी असतो. एकेक माणसामागं अनेकानेक माणसं दुःख द्यायला उभी असतात. जर करुणेचा बोध झाला तर तुम्ही कोणाला दुःख द्यायचे सारे मार्ग वेगळे कराल आणि जर कोणाच्या जीवनात सुख देणं शक्य असेल तर ते द्यायचा उपाय कराल.

आणि एक गोष्ट लक्षात ठेवा, जो दुसऱ्याला दुःख देतो, तो शेवटी दुःखी होतो. जो दुसऱ्याला सुख देतो त्याला शेवटी खूप सुख मिळतं. म्हणून मी

म्हणतो की जो सुख द्यायचा प्रयत्न करतो, त्याच्या अंतरंगात सुखाची केंद्रं विकसित होतात आणि जो दुःख द्यायचा प्रयत्न करतो, त्याच्या अंतरंगात दुःखाची केंद्रं विकसित होतात.

परिणाम बाहेरून येत नाहीत, परिणाम अंतरंगात विकसित होतात. आपण जे करतो, त्याची रिसेप्टिव्हिटी आपल्या आत विकसित होते. ज्याला प्रेम हवंय, त्यानं प्रेम पसरावं आणि ज्याला आनंद हवाय, त्यानं आनंद लुटावा. ज्याला आपल्या घरावर फुलांचा वर्षाव व्हायला हवाय, त्यानं दुसऱ्यांच्या अंगणात फुलं फेकावीत. आणखी कुठला मार्ग नाही.

तेव्हा साधनेच्या प्रवेशासाठी करुणेचा एक भाव प्रत्येकाला विकसित करणं आवश्यक असतं.

तिसरी गोष्ट आहे, प्रमुदिता, उत्फुल्लता, प्रसन्नता, आनंदाचा एक बोध, विषादाचा अभाव. आपण सगळे विषादानं भरलेलो आहोत. आपण सगळे उदास लोक, थकलेले लोक आहोत. आपण सगळे हरलेले, पराजित मार्गावरून चालत जातो आणि संपून जातो. आपण असे चालतो जसे काही आजच मेलेलो आहोत. आपल्या चालण्यात कुठली गती आणि प्राण नाहीये. आपल्या उठण्या-बसण्यात जीव नाहीये. आपण सुस्त आहोत, उदास आहोत, तुटलेले आहोत आणि हरलेले आहोत. हे चूक आहे. आयुष्य कितीही छोटं असू दे, मृत्यू कितीही निश्चित असू दे, ज्याला थोडी समज आहे, तो उदास राहणार नाही.

सॉक्रेटिस मरत होता, त्याला विष दिलं जात होतं आणि तो हसत होता. त्याचा शिष्य क्रेटोनं विचारलं, 'हसताय. आमचे डोळे अश्रूंनी भरलेले आहेत. मृत्यू जवळ आलाय आणि हा विषादाचा क्षण आहे.' सॉक्रेटिस म्हणाला, 'विषाद कुठे आहे? जर एखादा मेला, अगदी ठार मेला तर विषाद कसला? कारण दुःखाचा अनुभव घ्यायला कोणी वाचणार नाही आणि जर मेला किंवा वाचला, तर दुःख कसलं? जे हरवलं, ते आपलं नव्हतं, जे आपले होते ते वाचलेले आहेत.' तेव्हा तो म्हणाला, 'मी खूष आहे. मृत्यू दोनच कामं करू शकतो. एक तर एकदम मिटवून टाकेल. एकदम मिटवून टाकलं तर आनंदच आहे, कारण दुःखाचा अनुभव घ्यायला वाचणारच नाही आणि जर मला वाचवलं तरी आनंद आहे. कारण जे माझं नाहीये, ते नष्ट होऊन जाईल, मी तर वाचेन. मृत्यू दोनच कामं करू शकतो म्हणून हास्यास्पद आहे.'

सॉक्रेटिस म्हणाला, 'मी प्रसन्न आहे कारण मृत्यू काय हिरावून घेणार? एक तर एकदम मिटवून टाकेल, तर काय हिरावून घेतलं? कारण आता जे हिरावून घेतलं तेही नाहीये तेव्हा दुःखाचा कुठलाही अनुभव येणार नाही आणि जर मी वाचलो, तर सगळं वाचलं. मी वाचलो तर सगळं वाचलं. जे हिरावून घेतलं, ते

माझं नव्हतं.' म्हणून सॉक्रेटिस म्हणाला, 'मी आनंदात आहे.'

जे मृत्यूच्या समोर खूष असतात– आणि आपण असे आहोत की जीवन आपल्याला मिळूनही दुःखी बसलेले आहोत. आपण असे आहोत की आपण आयुष्यात दुःखीकष्टी बसलेले आहोत आणि असेही लोक होऊन गेले आहेत की, जे मृत्यूच्या समोर आनंदात होते.

मन्सूरला ते सुळावर देत होते. त्याचे पाय तोडले, त्याचे हात तोडले, त्याचे डोळे काढले. जगात त्यापेक्षा कठोर यातना कधी कोणाला दिली गेली नाही. ख्रिस्ताला लवकर मारलं गेलं, गांधीजींना लगेच गोळी मारली गेली, सॉक्रेटिसला विष दिलं गेलं. माणसाच्या इतिहासात मन्सूरचे सगळ्यात जास्त हाल करून मारलं गेलं आणि त्याचे पाय तोडले गेले. त्याच्या पायांतून रक्त वाहू लागलं तर त्यानं रक्तानं आपले हात माखून घेतले. गर्दी जमलेली होती लोक दगड फेकत होते. त्यांनी विचारलं, 'हे काय करतोयस?' तो म्हणाला, 'हात धुतोय (वजू-मुसलमान नमाजाआधी हात धुतात.) त्यानं आपल्याच रक्तानं आपले हात धुतले. तो म्हणाला, 'वजू करतोय.' आणि तो म्हणाला, 'मन्सूरचं एक वचन लक्षात ठेवा की प्रेमाची जी खरी बाजू आहे, ती रक्तानं केली जाते, पाण्यानं केली जात नाही आणि जो आपल्या रक्तानं वजू करतो, तो नमाजात प्रवेश करतो.'

लोक चकित झाले की काय वेडा आहे. त्याचे पाय तोडले गेले, मग त्याचे हात तोडले गेले. नंतर त्यांनी त्याचे डोळे काढले. एक लाख लोक एकत्र जमले आहेत, दगड मारतायत आणि एकेक अवयव तोडला जातोय आणि जेव्हा त्याचे डोळे फोडले गेले तेव्हा तो ओरडला, 'हे परमात्मा, लक्षात ठेवा, मन्सूर जिंकला.'

लोकांनी विचारलं, 'काय प्रकार आहे? कुठल्या गोष्टीत जिंकलात?' तो म्हणाला, 'परमात्म्याशी बोललोय, परमात्म्या, लक्षात ठेव, मन्सूर जिंकला. मी घाबरलो होतो की कदाचित एवढ्या शत्रुत्वात प्रेम कायम राहू शकणार नाही. तेव्हा परमात्म्या, लक्षात ठेवा की मन्सूर जिंकला. माझं प्रेम कायम आहे. त्यांनी जे माझ्याशी केलं, ते माझ्याशी करू शकले नाहीत. या लोकांनी माझं जे केलंय ते माझं करू शकले नाहीत. प्रेम कायम आहे.' आणि तो म्हणाला, 'हीच माझी प्रार्थना आहे आणि हीच माझी विनंती आहे.'

मन्सूर त्या वेळीही हसत होता, त्या वेळीही मस्त होता. लोक मृत्यूसमोर खूष राहिलेले आहेत आणि हसत राहिलेले आहेत आणि आपण आयुष्यासमोर उदास आणि रडत बसलेलो आहोत. हे चूक आहे. कुठले उदास मार्ग, कुठलं विषादानं भरलेलं हृदय मोठी कामं करू शकत नाही. अभिमानासाठी उत्फुल्लता,

अभिमानासाठी खूप आनंदानं भरलेलं ह्रदय हवं.

तेव्हा चोवीस घंटे उत्फुल्ल राहा. या फक्त सवयी आहेत. औदासीन्य एक सवय आहे, ती तुम्हीच लावून घेतलीय. उत्फुल्लता एक सवय आहे, ती लावून घेता येते. उत्फुल्लता टिकवण्यासाठी आयुष्याचा जो प्रकाशित भाग आहे, तो पाहा, अंधारानं भरलेला भाग नाही.

मी जर तुम्हाला म्हटलं की, 'माझा कुठला मित्र आहे आणि हे फार अद्‌भुत गाणं त्यानं म्हटलंय किंवा फार अद्‌भुत बासरी वाजवतो.' तुम्ही मला म्हणाल, 'असेल. हा काय बासरी वाजवणार? त्याला आम्ही गुत्त्यात दारू पिताना पाहिलंय.' हे अंधार बघणं आहे.

जर मी तुम्हाला म्हटलं की, 'हे माझे मित्र आहेत. दारू पितात.' आणि तुम्ही म्हणाल, 'असेल, पण हा तर अद्‌भुत अशी बासरी वाजवतो.' तेव्हा हे आयुष्यातली प्रकाशित बाजू बघणं आहे.

ज्याला आनंदात राहायचंय, त्यानं प्रकाश पाहावा. ज्याला आनंदात राहायचंय त्यानं हे बघायला हवं की दोन दिवसांमध्ये एक रात्र असते आणि ज्याला उदास व्हायचंय त्यानं हे बघावं की दोन रात्रींमध्ये एक दिवस असतो. आपण आयुष्याकडे कसं बघतो तसं आपल्या आत काही विकसित होत जातं. तेव्हा आयुष्यातली अंधारलेली बाजू बघू नका. आयुष्यातली प्रकाशाची बाजू बघा.

मी लहान होतो आणि माझे वडील गरीब होते. त्यांनी मोठ्या कष्टानं स्वत:चं एक घर बांधलं. गरीबही होते आणि अशिक्षितही होते कारण त्यांनी कधी घरं बांधलेली नव्हती, त्यांनी मोठ्या कष्टानं एक घर बांधलं. ते घर अजाणतेपणानं बांधलेलं असेल. ते तयार झालं आणि आम्ही त्या घरात पोचलोही नाही आणि पहिल्याच पावसाळ्यात ते पडलं. आम्ही लहान होतो आणि खूप दु:खी होतो. ते गावाच्या बाहेर होते. त्यांना मी बातमी दिली की, घर तर पडलं. तिथं जाऊ अशा खूप आशा होत्या. त्या तर सगळ्या धुळीला मिळाल्या. ते आले आणि त्यांनी गावात प्रसाद वाटला, म्हणाले, 'परमात्म्याचे धन्यवाद! जर आठ दिवसांनंतर ते पडलं असतं तर माझा एकही मुलगा वाचला नसता.' आठ दिवसांतच आम्ही त्या घरात जाणार होतो आणि त्यानंतर आयुष्यभर त्यांना या गोष्टीचा आनंद होता की घर आठ दिवस आधी पडलं. आठ दिवसांनंतर पडलं असतं तर फार कठीण झालं असतं.

आयुष्याकडे असंही बघता येऊ शकतं आणि जो असं बघतो, त्याच्या आयुष्यात फार प्रसन्नता, फार प्रसन्नतेचा उद्‌भव होतो. तुम्ही आयुष्याकडे कसं बघता, त्यावर सगळं अवलंबून असतं. आयुष्यात काहीही नसतं. तुमची दृष्टी, तुमचा ॲटीट्यूड, तुमची पकड, तुमची समज, तुमची दृष्टी सगळं बनवते आणि बिघडवते.

तुम्ही स्वत:ला विचारा की तुम्ही काय बघता? साधूंमध्येही सापडणं अवघड असावं असं काहीतरी नसलेला एक तरी वाईटातला वाईट माणूस तुम्ही बघितलाय? जर तुम्हाला सापडत असेल तर ती बघा. तो त्या माणसाचा खरा भाग असतो आणि आयुष्याच्या चारही बाजूंना किरण शोधा, प्रकाश शोधा. त्यामुळे तुमच्या आत किरण आणि प्रकाश निर्माण होईल.

याला म्हणतात प्रमुदिता. तिसरा भाव म्हणजे आपण प्रसन्न असायला हवं. आपण एवढं प्रसन्न असायला हवं की, आपण मृत्यू आणि दु:खाला निष्फळ ठरवायला हवं. आपण इतकं आनंदित असायला हवं की, मृत्यू आणि दु:ख आक्रसून मरावेत. मृत्यू आणि दु:ख आहेत याचा पत्तासुद्धा लागू नये.

जो एवढी प्रफुल्लता आणि आनंद आपल्या आत भिनवून घेतो, तो साधनेत प्रगती करतो. साधनेच्या प्रगतीसाठी हे फार आवश्यक आहे, फार आवश्यक आहे.

एक साधू होऊन गेला. तो आयुष्यभर एवढा प्रसन्न असायचा की लोकांना आश्चर्य वाटायचं. लोकांनी कधी त्याला उदास पाहिलं नाही, कधी पीडित पाहिलं नाही. त्याची मरायची वेळ आली आणि तो म्हणाला, 'आता मी तीन दिवसांनी मरेन आणि हे मी अशासाठी सांगतोय की, तुमच्या लक्षात राहावं, जो माणूस आयुष्यभर हसत होता त्याच्या कबरीवर कोणी रडलं नाही. हे मी अशासाठी सांगतोय की, मी जेव्हा मरेन तेव्हा या झोपडीवर कुठली उदासी येऊ नये. इथं नेहमी आनंद होता. इथं नेहमी खुशी होती. म्हणून माझ्या मृत्यूचा उत्सव साजरा करावा. माझ्या मृत्यूचं दु:ख करू नका, माझ्या मृत्यूचा उत्सव साजरा करा.'

लोकांना तर दु:ख झालं, खूप दु:ख झालं आणि जेवढा विलक्षण माणूस तेवढं त्याच्या मरण्याचं दु:ख जास्त आणि त्याच्यावर प्रेम करणारे खूप होते. ते सगळे तीन दिवस आधी एकत्र यायला सुरुवात झाली. तो मरेपर्यंत लोकांना हसवत होता, विलक्षण गोष्टी करत होता आणि त्यांच्याशी प्रेमसंवादही करत होता. सकाळी मरण्याआधी त्यानं एक गाणं म्हटलं आणि गाणं म्हटल्यावर तो म्हणाला, 'लक्षात ठेवा, माझे कपडे उतरवू नका. माझ्या चितेवर कपड्यासहित माझं संपूर्ण शरीर चढवा. मला आंघोळ घालू नका.'

त्यानं सांगितलं होतं, आदेश होता. तो मेला. त्याला कपड्यांसहित चितेवर चढवलं गेलं. त्याला जेव्हा कपड्यासहित चितेवर चढवलं गेलं. लोक उदास उभे होते, परंतु बघून थक्क झाले, त्याच्या कपड्यांमध्ये त्यानं फुलबाज्या आणि फटाके लपवलेले होते. त्याला चितेवर चढवलं गेलं आणि फुलबाज्या-फटाके उडू लागले. चितेचा उत्सव झाला आणि लोक हसू लागले. ते म्हणाले, 'ज्यानं आयुष्यभर हसवलं, तो मृत्यूतसुद्धा आम्हाला हसवून गेलाय.'

आयुष्याचं हास्य करायचंय. आयुष्याचा एक आनंद आणि मृत्यूचाही एक आनंद आणि जो माणूस असं करण्यात यशस्वी होतो, त्याला मोठी धन्यता मिळते आणि खूप कृतार्थता लाभते. त्या भूमिकेत जेव्हा कोणी साधनेत प्रवेश करतो तेव्हा गती अशी असते की, ज्याची आपण कल्पनाही करू शकत नाही. बाणाप्रमाणे विकास होतो.

जडावलेल्या मनानं जो जातो, त्यानं बाणाला दगड बांधलेले आहेत. बाण कुठे जाईल? गती जेवढी तीव्र हवी, तेवढं मन हलकं आणि भारहीन हवं. बाण जेवढा दूर सोडायचा असेल तेवढं बाणावर वजन कमी हवं. ज्याला पहाडावर जेवढं उंच चढायचं असेल त्याला तेवढं ओझं खाली ठेवून यावं लागतं आणि सगळ्यात मोठं ओझं दु:खाचं, विषादाचं, उदासीनतेचं असतं. त्यापेक्षा कुठलं मोठं ओझं नसतं.

तुम्ही लोकांना पाहताय का? जड ओझं त्यांच्या छातीवर ठेवल्यासारखे ते दबून चालले आहेत. हे ओझं खाली फेकून द्या, उत्फुल्लतेचा एक हुंकार द्या. सिंहनाद करा आणि जीवनाला हे सांगा की, आयुष्य कसंही असलं तरी त्यात आनंद आणि जीवनगीत करता येतं. आयुष्याचं एक संगीत होऊ शकतं. या तिसऱ्या गोष्टीचं स्मरण ठेवा.

आणि चौथं मी सांगितलं, कृतज्ञता. कृतज्ञता फार डिव्हाइन, फार दिव्य गोष्ट आहे. आपल्या शतकात जर काही हरवलं असेल तर ती म्हणजे कृतज्ञता, ग्रॅटीट्यूड.

तुम्हाला माहिताय, तुम्ही जो श्वास घेताय, तो तुम्ही घेत नाही, कारण श्वास ज्या क्षणी येणार नाही, त्या क्षणी तुम्ही तो घेऊ शकणार नाही. तुम्हाला माहिताय, तुम्ही निर्माण झालायत? तुम्ही निर्माण झालेले नाही आहात. तुमचा कुठला सचेतन हात नसतो, कुठला निर्णय नसतो. तुम्हाला माहिताय, हा जो छोटासा देह तुम्हाला मिळालाय, तो फार अद्भुत आहे. या भूमीवरचा हा सगळ्यात मोठा मिरॅकल आहे. तुम्ही थोडंसं जेवण घेता, ते तुमचं छोटंसं पोट पचवतं. हा मोठा चमत्कार आहे.

आता एवढा वैज्ञानिक विकास झालाय, जर आपण खूप मोठे कारखाने उभे केले आणि हजारो तज्ज्ञ लावले तरीसुद्धा एक पोळी पचवून रक्त तयार करणं अवघड आहे. आपलं हे शरीर चोवीस तास एक मिरॅकल करतंय. हे छोटंसं शरीर, थोडीशी हाडं, थोडंसं मांस. वैज्ञानिक म्हणतात, या शरीरात मुश्किलीनं चार-पाच रुपयांचं सामान आहे. यात काही जास्त मूल्यवान गोष्टी नाहीयेत. एवढा मोठा चमत्कार चोवीस तास बरोबर आहे, त्याच्याबद्दल कृतज्ञता नाहीये, ग्रॅटीट्यूड नाहीये.

तुम्ही कधी तुमच्या शरीरावर प्रेम केलंय? कधी तुमच्या हातांचं चुंबन घेतलंय? कधी आपल्या डोळ्यांवर प्रेम केलंय? कधी असा विचार केलाय का की काय अद्‌भुत घटित होतंय? आपल्या अजिबात नकळत ही अद्‌भुत घटना घडत्येय, अद्‌भुत गोष्ट घडत्येय याचा ज्यानं कृतज्ञ अनुभव घेतला असेल, ज्यानं आपल्या डोळ्यांवर प्रेम केलं असेल, ज्यानं आपल्या हातांचं चुंबन घेतलं असेल असा तुमच्यात क्वचितच असेल आणि आपण यात अजिबात सहभागी नाही आहोत.

सगळ्यात आधी आपल्या शरीराबद्दल कृतज्ञ होऊन जा. जो आपल्या शरीराबद्दल कृतज्ञ आहे, केवळ तोच दुसऱ्यांच्या शरीराबद्दल कृतज्ञ होऊ शकतो आणि सगळ्यात आधी आपल्या शरीराबद्दलच्या प्रेमानं भरून जा. कारण जो आपल्या शरीराबद्दलच्या प्रेमानं भरलेला आहे केवळ तोच दुसऱ्यांच्या शरीराबद्दलच्या प्रेमानं भरून जातो.

जे आपल्याला आपल्या शरीराविरुद्धच्या गोष्टी शिकवतात, ते लोक अधार्मिक आहेत. शरीर शत्रू आहे आणि दुष्ट आहे आणि असं आहे आणि तसं आहे, शत्रू आहे असं जे लोक म्हणतात, ते अधार्मिक आहेत. शरीर काहीच नाही. शरीर मोठा चमत्कार आहे आणि शरीर अद्‌भुत सहयोगी आहे. त्याबद्दल कृतज्ञ राहा. या शरीरात काय आहे? जे या शरीरात आहे, ते या पंचमहाभूतांकडून मिळालं आहे. या शरीराबद्दल कृतज्ञ राहा, या पंचमहाभूतांबद्दल कृतज्ञ राहा.

एक दिवस सूर्य मावळेल तेव्हा तुम्ही कुठे असाल? वैज्ञानिक म्हणतात, 'चार हजार वर्षांमध्ये सूर्य मावळेल. त्यानं खूप प्रकाश दिलाय, तो रिकामा होत जाईल आणि एक दिवस असा येईल की तो विझून जाईल. आता आपण रोज या विचारात आहोत की रोज सूर्य उगवेल. एक दिवस वेळ येईल, की, लोक संध्याकाळी या विचारानं झोपतील की उद्या सकाळी सूर्य उगवेल आणि तो उगवणार नाही आणि मग काय होईल?'

सूर्यच विझणार नाही, सगळे प्राण विझतील कारण प्राण त्यातूनच मिळतात. कारण सारी उष्णता आणि सारा उत्ताप त्यातून मिळतो.

समुद्राच्या किनारी बसता, कधी विचार केलात, तुमच्या शरीरात सत्तर टक्के समुद्र आहे– पाणी आहे आणि मनुष्याचा जन्म या भूमीवर, किटाणूंचा जो पहिला जन्म झाला, तो समुद्रात झाला होता आणि हे कळल्यावर तुम्ही थक्क व्हाल, तुमच्या शरीरात मीठ आणि पाण्याचं तेवढंच प्रमाण आहे, जे समुद्रात आहे.. आजही आणि या प्रमाणातून जेव्हा कधी शरीर इकडे-तिकडे जाईल, तेव्हा ते आजारी पडेल.

कधी समुद्राच्या जवळ बसून तुम्ही अनुभव घेतलात का की, माझ्या आतही

समुद्राचा एक भाग आहे आणि माझ्या आत समुद्राचा जो भाग आहे, त्यासाठी मला समुद्राबद्दल कृतज्ञ राहायला हवं. सूर्याचा प्रकाश माझ्या आत आहे, त्याबद्दल मला कृतज्ञ राहायला हवं. हवेमुळे माझे प्राण चालतात. त्यांच्याबद्दल कृतज्ञ राहायला हवं. आकाश आणि पृथ्वी, ते मला बनवतात, त्यांच्याबद्दल कृतज्ञ राहायला हवं.

या ग्रॅटीट्यूडला मी दिव्य म्हणतो. या कृतज्ञतेशिवाय कुठलाही माणूस धार्मिक होऊ शकत नाही. अकृतज्ञ-कृतघ्न माणूस काय धार्मिक होणार! या कृतज्ञतेचा निरंतर अनुभव घ्या आणि तुम्ही थक्क व्हाल, ही कृतज्ञता आपल्याला एवढ्या शांतीनं भरून टाकेल आणि एवढ्या रहस्यमय पद्धतीनं आणि तेव्हा एक गोष्ट तुमच्या लक्षात येईल की, एवढ्या सगळ्या गोष्टी मला मिळाव्यात असं काय माझं सामर्थ्य होतं! आणि या सगळ्या गोष्टी मला मिळाल्या आहेत. त्यासाठी तुमच्या मनात धन्यवाद असतील. जे तुम्हाला मिळालंय त्याच्याबद्दल कृतार्थतेचा बोध होईल.

तेव्हा कृतज्ञतेला ज्ञापित करण्याचा, कृतज्ञतेला विकसित करण्याचा उपाय करा, त्यामुळे साधनेत गती येईल आणि केवळ साधनेत नाही, तर आयुष्य खूप वेगळं होऊन जाईल. जीवन खूप वेगळं होऊन जाईल. जीवन एकदम दुसरंच रूप घेईल.

ख्रिस्ताला सुळी दिलं. ख्रिस्त जेव्हा मरू लागले तेव्हा ते म्हणाले, 'हे परमात्मा, त्यांना क्षमा कर. त्यांना क्षमा कर आणि दोन कारणांसाठी क्षमा कर. एक तर काय करतोय ते त्यांच्या लक्षात येत नाही.' त्यात तर त्यांची करुणा होती. 'आणि एक या कारणामुळे माझ्यात आणि त्याच्यात जे अंतर होतं, ते त्यांनी कमी केलंय. परमात्म्यात आणि माझ्यात जे अंतर होतं, ते कमी केलं. त्यासाठी त्यांच्याबद्दल माझ्यात कृतज्ञता आहे.'

तेव्हा जीवनात सतत कृतज्ञतेचा स्मरणपूर्वक उपयोग करा. तुमच्या लक्षात येईल की आयुष्य खूप अद्‌भुत होऊन जाईल.

तेव्हा शुद्ध भावासाठी मी चार गोष्टी सांगितल्या : मैत्री, करुणा, प्रफुल्लता आणि कृतज्ञता. आणखी खूप गोष्टी आहेत; परंतु या चार पुरेशा आहेत. जर त्यांचा विचार केलात तर बाकी सगळ्या या गोष्टींच्या पाठोपाठ आपोआप चालत येतील. या प्रकारे भाव शुद्ध होईल.

मी तुम्हाला सांगितलं, शरीर कसं शुद्ध होईल, विचार कसा शुद्ध होईल, भाव कसा शुद्ध होईल. जर या तिन्ही झाल्या तरीही तुम्ही अद्‌भुत जगात प्रवेश कराल. जर या तिन्ही झाल्या तरीही बरंच काही होईल.

जी तीन केंद्रीय तत्त्वं आहेत त्यांची चर्चा आपण पुढे करू. या तीन

तत्त्वांमध्ये आपण शरीरशून्यता, विचारशून्यता आणि भावशून्यता यांचा विचार करू. आता आपण शुद्धीचा विचार केला, नंतर आपण शून्यतेचा विचार करू आणि जेव्हा शुद्धी आणि शून्यतेचं मिलन होतं तेव्हा समाधी उत्पन्न होते आणि समाधी परमात्म्याचं द्वार असतं. त्याची आपण चर्चा करू.

आता सकाळच्या ध्यानासाठी बसू. सकाळचं ध्यान मी तुम्हाला समजावून दिलंच आहे. मग त्यानंतर थोडा वेळपर्यंत आपण भाव करू. मग त्यानंतर श्वास-प्रश्वास, बरगडी सरळ ठेवून, डोळे बंद करून जिथून श्वास आत येतात-जातात, तिथं नाकापाशी स्मरणपूर्वक पाहू.

सगळे लोक दूर-दूर व्हा म्हणजे कोणाचा कोणाला स्पर्श होणार नाही.

■

प्रवचन सहावे

सम्यक रूपांतराची सूत्रं

माझे प्रिय आत्मन्,

काही प्रश्न आहेत. प्रश्न तर बरेच आहेत, त्या सगळ्यांचं संयुक्त उत्तरच देण्याचा प्रयत्न करेन. काही भागांमध्ये त्याची विभागणी केलेली आहे.

पहिला प्रश्न आहे, वैज्ञानिक युगात धर्माचं स्थान काय आहे? आणि धर्माचा राष्ट्रीय आणि सामाजिक जीवनात काय उपयोग आहे?

विज्ञानाचा अर्थ म्हणजे ज्ञानाची अशी पद्धत की, जी पदार्थांमध्ये दडलेल्या अंतस शक्तीचा शोध घेते. धर्माचा अर्थ म्हणजे ज्ञानाची अशी पद्धत की, जी चेतनेत दडलेल्या अंतस शक्तीचा शोध घेते. धर्म आणि विज्ञानात काही विरोध नाही. किंबहुना धर्म आणि विज्ञान एकमेकांना पूरक आहेत.

जे युग केवळ वैज्ञानिक असेल त्याच्यापाशी सोयी तर वाढतील; परंतु सुख वाढणार नाही. जे युग केवळ धार्मिक असेल त्यातल्या काही थोड्याशा लोकांना सुख मिळेल; परंतु बहुतांशी लोक गैरसोयींनी ग्रस्त राहतील. विज्ञान सोयी देतं, धर्म शांती देतो. सोयी

नसतील तर फार थोड्या लोकांना शांती मिळू शकेल. शांती नसेल तर खूप लोकांना सोयी उपलब्ध होऊ शकतील; परंतु त्याचा ते उपयोग करू शकणार नाहीत.

आजपर्यंत माणसानं ज्या संस्कृतींना जन्म दिला. त्या संस्कृती अर्धवट आणि खंडित होत्या. पूर्वेनं ज्या संस्कृतीला जन्म दिला होता, ती संस्कृती विशुद्ध धर्मावर उभी होती. तिची विज्ञानाची बाजू अत्यंत कमजोर होती. परिणामत: पौर्वात्य जग मागास झालं, दरिद्री झालं, पराजित झालं. पश्चिमेनं जी संस्कृती निर्माण केलीय, ती दुसऱ्या टोकाच्या– एक्स्ट्रीम बाजूवर उभी आहे. तिचा पाया विज्ञानावर उभा आहे आणि धर्माचा त्याच्याशी काही संबंध नाही. परिणामत: पश्चिमेचा विजय झालाय. धन, समृद्धी, सोयी त्यानं एकत्र केल्या आहेत; परंतु मनुष्याचा अंतरात्मा हरवलाय.

भविष्यात जी संस्कृती निर्माण होईल ती संस्कृती जर मनुष्याच्या हिताची व्हायची असेल तर त्या संस्कृतीत धर्म आणि विज्ञानाचं संतुलन असेल. त्या संस्कृतीत धर्म आणि विज्ञानाचा समन्वय असेल. ती संस्कृती वैज्ञानिक किंवा धार्मिक अशी नसेल. ती संस्कृती वैज्ञानिक रूपानं धार्मिक असेल किंवा धार्मिक रूपानं वैज्ञानिक असेल.

हे दोन्ही प्रयोग असफल झाले आहेत. पूर्वेचा प्रयोग अयशस्वी झाला आहे. पश्चिमेचा प्रयोगही अयशस्वी झालेला आहे आणि आता एक संधी आहे, की जागतिक- युनिव्हर्सल प्रयोग करण्याची... जो पूर्वेचाही नसेल, पश्चिमेचाही नसेल आणि ज्यात धर्म आणि विज्ञान एकत्रित असेल.

तेव्हा मी तुम्हाला सांगेन, धर्म आणि विज्ञानात कुठला विरोध नाहीये, जसं शरीर आणि आत्म्यात कुठला विरोध नाहीये. जो माणूस केवळ शरीराच्या आधारावर जगेल, तो आपला आत्मा गमावून बसेल आणि जो माणूस केवळ आत्म्याच्या आधारावर जगण्याचा प्रयत्न करेल तोही नीट जगू शकणार नाही, कारण तो शरीर गमावत जाईल.

ज्याप्रमाणे माणसाचं जीवन म्हणजे शरीर आणि आत्म्यामध्ये एक संतुलन आणि संयोग असतो, त्याचप्रमाणे परिपूर्ण संस्कृती म्हणजे विज्ञान आणि धर्मामध्ये संतुलन आणि संयोग असेल. विज्ञान तिचं शरीर असेल. धर्म तिचा आत्मा असेल.

परंतु मी तुम्हाला सांगेन, मला जर कोणी विचारलं की, आपल्याला धर्म आणि विज्ञान यापैकी एक पर्याय निवडायचा आहे तर मी असं म्हणेन की आम्ही धर्माची निवड करायला तयार आहोत. जर मला कोणी म्हणालं की, विज्ञान आणि धर्मापैकी कशाची तरी निवड करायची आहे, दोन्ही एकत्र येऊ शकणार

नाहीत, तर मी म्हणेन, आम्ही धर्माची निवड करायला तयार आहोत. आम्ही दरिद्री राहणं आणि गैरसोयीत राहणं पसंत करू; परंतु माणसाचा अंतरात्मा गमावणं आम्हाला आवडणार नाही.

ज्या आपलं स्वत्व हिरावून घेतात, त्या सोयींची काय किंमत आहे! जी आपल्या स्वरूपापासून आपल्याला वंचित करते, त्या संपत्तीचं काय मोल आहे! वस्तुत: ती ना संपत्ती आहे ना सुविधा!

मी एक छोटीशी गोष्ट सांगतो, ती मला फार आवडली. मी ऐकलंय, एकदा यूनानचा एक बादशहा आजारी पडला. तो इतका आजारी पडला की, डॉक्टरांनी आणि चिकित्सकांनी सांगून टाकलं, आता तो वाचू शकणार नाही. तो वाचायची कुठलीही शक्यता दिसत नव्हती. त्याचे मंत्री आणि त्याचे चाहते फार चिंताग्रस्त आणि त्रस्त झाले. त्याच वेळी गावात एक फकीर आला आणि कोणीतरी म्हणालं, 'त्या फकिराला जर आणलं तर.... लोक म्हणतात, त्याच्या आशीर्वादानं आजार बरे होतात.'

ते त्या फकिराला आणायला गेले. तो फकीर आला. आल्याबरोबर त्यानं बादशहाला म्हटलं, 'वेडा आहेस काय? हा काय आजार आहे? हा काही आजार नाहीये. या आजारावर अगदी साधा उपाय आहे.' बरेच महिने अंथरुणाला खिळलेला तो बादशहा उठून बसला. तो म्हणाला, 'कुठला इलाज? आम्हाला तर वाटलं आम्ही गेलोच. आम्ही वाचण्याची कुठलीही आशा राहिलेली नाही.' तो म्हणाला, 'अगदी सोपा उपाय आहे. तुमच्या गावातल्या कुठल्याशा शांत आणि समृद्ध माणसाचा कोट घेऊन त्यांना घालायला द्या. ते स्वस्थ आणि बरे होतील.'

वजीर पळाले, गावात खूप समृद्ध लोक होते. त्यांनी एकेका घरी जाऊन सांगितलं की तुमचा कोट हवा आहे, एका शांत आणि समृद्ध माणसाचा. ते श्रीमंत लोक म्हणाले, 'आम्ही दु:खी आहोत. कोट! आम्ही आमचा प्राण देऊ शकतो, कोटाचा काही प्रश्न नाही. बादशहा वाचत असेल तर आम्ही सगळं देऊ शकतो; परंतु आमच्या कोटाचा उपयोग होणार नाही. कारण आम्ही श्रीमंत तर आहोत, परंतु शांत नाही आहोत.'

ते गावातल्या प्रत्येक माणसाकडे गेले. त्यांनी दिवसभर शोधलं आणि संध्याकाळी निराश झाले. त्यांच्या लक्षात आलं, बादशहा जगणं अवघड आहे, हे औषध फार महागात पडेल. सकाळी त्यांना वाटलं होतं, 'औषध फार सोपं आहे.' संध्याकाळी त्यांच्या लक्षात आलं, औषध फार दुर्मिळ आहे, ते मिळणं शक्य नाही. ते सगळ्या मोठ्या माणसांकडे जाऊन आले होते. संध्याकाळी थकून भागून उदास परतत होते. सूर्य मावळत होता. गावाबाहेर नदीपाशी एका

खडकाजवळ एक माणूस बासरी वाजवत होता. ती बासरी एवढी संगीतमय होती आणि त्यातून एवढ्या आनंदलहरी उठत होत्या की, त्या वजीरांपैकी एक जण म्हणाला, 'आपण शेवटचं एकदा या माणसाला पुन्हा विचारू, कदाचित हा शांत असेल.'

ते त्याच्यापाशी गेले आणि म्हणाले, 'तुमच्या बासरीच्या आवाजात, तुमच्या गीतात एवढा आनंद आणि शांती आहे की आम्ही काय बोलावं? आमचा बादशहा आजारी आहे आणि एका अशा माणसाच्या कोटाची गरज आहे की जो शांत आणि समृद्ध असेल.' तो माणूस म्हणाला, 'मी माझे प्राण देईन; परंतु जरा बारकाईनं पाहा, माझ्यापाशी कोट नाहीये. त्यांनी बारकाईनं पाहिलं, तो माणूस नग्नावस्थेतच बासरी वाजवत होता.

त्या बादशहाला वाचवता आलं नाही कारण जो शांत होता, त्याच्यापाशी समृद्धी नव्हती आणि जो श्रीमंत होता, त्याच्यापाशी शांती नव्हती. तसंच हे जगही वाचवता येणार नाही, कारण ज्या जमातींकडे शांतीच्या गोष्टी आहेत, त्यांच्यापाशी समृद्धी नाहीये आणि ज्या जमातींकडे श्रीमंती आहे, त्यांच्याकडे शांतीचा कुठला विचार नाही. तो बादशहा मेला, ही जातही मरेल माणसाची.

इलाज तोच आहे, जो त्या बादशहाचा इलाज होता. तोच या माणसाच्या पूर्ण संस्कृतीचाही इलाज आहे. आम्हाला कोटही हवाय आणि शांतीही हवीय. आजपर्यंत आमचे विचार अधुरे राहिलेले आहेत. आजपर्यंत आपण माणसाबाबत फार अधुऱ्या पद्धतीनं विचार केलाय आणि आमच्या सवयी एक्स्ट्रीमवर जाणाऱ्या आहेत. माणसाच्या मनाचा सगळ्यात मोठा आजार 'अति' आहे, एक्स्ट्रीम आहे.

कन्फ्यूशियस एका गावात उतरलेला होता. तिथं कोणीतरी कन्फ्यूशियसला म्हटलं, 'आमच्या गावात एक खूप विद्वान, खूप विचारशील माणूस आहे, तुम्ही त्यांना भेटाल?' कन्फ्यूशियस म्हणाला, 'आधी मी असं विचारतो की तुम्ही त्याला फार विचारी का म्हणता? मग मी त्याच्या भेटीला जाईन.' ते लोक म्हणाले, 'तो अशासाठी विचारी आहे की तो कुठलंही काम करण्याआधी तीन वेळा विचार करतो– तीन वेळा!' कन्फ्यूशियस म्हणाला, 'तो माणूस विचारी आहे. तीन वेळा थोडं जास्तच झालं, एक वेळ कमी होतं. दोन वेळा पुरेसं आहे. जे मध्ये थांबतात, ते बुद्धिमान असतात. अडाणी माणसं अतिरेक करतात.'

एखाद्या माणसानं स्वत:ला शरीरच समजणं हा एक अडाणीपणा आहे. दुसरा अडाणीपणा हा आणखी तेवढाच अडाणीपणा आहे, तो म्हणजे एखाद्या माणसानं स्वत:ला केवळ आत्मा समजणं. माणसाचं व्यक्तित्व एक संयोग असतं. माणसाची संस्कृतीही एक संयोग असेल.

आणि आपल्याला शिकून घेतलं पाहिजे. आपल्या इतिहासातलं दारिद्र्य, आपल्या देशाचे पराजय आणि पूर्वेच्या देशांचं पददलित होणं अकारण नाहीये; तो अतिरेक– धर्माचा अतिरेक त्याचं कारण आहे. भविष्य सुंदर असेल, जर विज्ञान आणि धर्म एकत्र आले तर?

हे नक्कीच स्पष्ट आहे की, विज्ञान आणि धर्माच्या संयोगात धर्म केंद्रभागी असेल आणि विज्ञान परीघ असेल. हेही स्पष्ट आहे की, विज्ञान आणि धर्माच्या मिलनात धर्म आणि विवेक असेल आणि विज्ञान त्याचा अनुयायी असेल. शरीर मालक होऊ शकत नाही, विज्ञानही मालक होऊ शकत नाही. मालक तर धर्म असेल आणि तेव्हा आपण एक अधिक चांगलं जग निर्माण करू शकू.

म्हणून असं विचारू नका की वैज्ञानिक युगात धर्माचा काय उपयोग आहे? वैज्ञानिक युगातच धर्माचा उपयोग आहे, कारण विज्ञान एक अतिरेक आहे आणि तो अति खतरनाक आहे. धर्म त्याला संतुलन देईल आणि तो अतिरेक आणि त्या धोक्यापासून माणसाला वाचवू शकेल.

म्हणून सगळ्या जगात धर्माच्या पुनरुत्थानाचा एक क्षण खूप जवळ आलाय. आता धर्माचं पुनरुत्थान होणं, हे स्वाभाविकच आहे, सुनिश्चित आहे, अनिवार्य आहे. म्हणून मी म्हणेन, विज्ञान युगात धर्माची काय आवश्यकता आहे असं विचारणंही व्यर्थ आहे. विज्ञानयुगातच धर्माची सर्वाधिक आवश्यकता असते.

त्याच संबंधात त्यांनी विचारलंय की, राष्ट्रीय आणि सामाजिक जीवनात काय उपयोग आहे?

मला वाटतं, माझ्या या बोलण्यानं त्याचाही तुम्ही विचार केला असेल. कारण ज्या गोष्टीचा उपयोग एका माणसासाठी आहे, त्या गोष्टीचा उपयोग अनिवार्यपणे संपूर्ण राष्ट्र आणि संपूर्ण समाजासाठी होईल. कारण राष्ट्र आणि समाज काय आहेत? ते माणसांच्या संबंधांशिवाय अन्य काय आहेत? तेव्हा एखादं राष्ट्र धर्माच्या अभावाशिवाय जगू शकतं, या भ्रमात कोणी राहू नये.

भारतात हे दुर्भाग्य घडलं. आपण काही शब्दांचे चुकीचे अर्थ लावले. आपण धर्मनिरपेक्ष राज्याची चर्चा सुरू केली. आपण म्हणायला हवं होतं, संप्रदायनिरपेक्ष आणि आपण म्हणायला लागलो, धर्मनिरपेक्ष. संप्रदायनिरपेक्ष असणं एक गोष्ट आहे आणि धर्मनिरपेक्ष असणं दुसरी गोष्ट आहे. कुठलाही समजदार माणूस संप्रदायनिरपेक्ष असतो आणि केवळ अडाणीच धर्मनिरपेक्ष असू शकतात.

संप्रदायनिरपेक्ष होण्याचा अर्थ आम्हाला जैनांशी काही घेणं नाही, आम्हाला हिंदू, आम्हाला बौद्ध, आम्हाला मुसलमानांशी काही घेणं नाही. संप्रदायनिरपेक्ष

होण्याचा अर्थ हा आहे; परंतु धर्मनिरपेक्ष होण्याचा अर्थ हा की, आम्हाला सत्याशी, अहिंसेशी, प्रेमाशी आणि करुणेशी काही घेणं नाही. कुठलंही राष्ट्र धर्मनिरपेक्ष असू शकत नाही आणि जे होईल, त्याचं दुर्भाग्य आहे. राष्ट्राला तर धर्मप्राण व्हावं लागेल, धर्मनिरपेक्ष नाही, हा संप्रदायनिरपेक्ष असणं फार आवश्यक आहे.

जगात धर्माचं सगळ्यात जास्त नुकसान नास्तिकांनी केलेलं नाही. जगात धर्माचं सगळ्यात जास्त नुकसान भौतिकवादी वैज्ञानिकांनी केलेलं नाही. जगात धर्माचं सगळ्यात मोठं नुकसान धार्मिक सांप्रदायिकांनी केलेलं आहे. त्या लोकांनी ज्यांचा जोर धर्मावर कमी आहे. जैनांवर जास्त आहे, त्या लोकांनी ज्यांचा जोर धर्मावर कमी, हिंदूंवर जास्त आहे, ज्यांचा जोर धर्मावर कमी आणि इस्लामवर जास्त आहे, त्यांनी हे नुकसान केलेलं आहे. त्या लोकांनी या जगाला धर्मापासून वंचित केलं आहे. धर्माचे शरीर व्हायला हवे होते, असे संप्रदाय धर्माचे शत्रू ठरले आहेत.

आणि म्हणून धर्माचा खूप उपयोग आहे, संप्रदायांचा काहीच उपयोग नाही. संप्रदाय आणि सांप्रदायिकता जेवढी क्षीण असेल तेवढं ते अर्थपूर्ण असेल, उपयुक्त असेल.

म्हणून कुठलीही जमात किंवा कुठलंही राष्ट्र किंवा कुठलाही समाज धर्माच्या आधाराशिवाय उभं राहणं शक्य नाही. हे कसं शक्य आहे? प्रेमाच्या आधाराशिवाय आपल्याला उभं राहणं शक्य आहे का? प्रेमाच्या आधाराशिवाय कुठलंही राष्ट्र होऊ शकतं का? किंवा कुठलंही राष्ट्र त्याग, अपरिग्रह, अहिंसा, अभय यांच्या आधाराशिवाय राष्ट्र होऊ शकतं का?

ही तर आत्म्याची मूलभूत तत्त्वं आहेत. त्यांच्या आधाराशिवाय कुठलंही राष्ट्र राष्ट्र होत नाही, कुठलाही समाज समाज होत नाही आणि जर तसा समाज असेल, तसं राष्ट्र असेल तर ज्याच्यात थोडा विवेक आहे, तो त्याला माणसांचा यांत्रिक समूह म्हणेल. तो त्याला राष्ट्र म्हणू शकणार नाही.

राष्ट्र अंतर्संबंधांनी, इंटर-रिलेशनशिपनं उभं राहतं. माझा जो तुमच्याशी संबंध आहे, तुमचा जो तुमच्या शेजाऱ्यांशी संबंध आहे, त्या सगळ्या अंतर्संबंधाचं नाव राष्ट्र. ते अंतर्संबंध जेवढे सत्यावर, प्रेमावर, अहिंसेवर, परमात्म्यावर उभे असतील, तेवढा राष्ट्राच्या जीवनात सुवास दरवळेल, तेवढा राष्ट्राच्या जीवनात प्रकाश येईल, तेवढा राष्ट्राच्या जीवनातला अंधार कमी होईल.

मी तर म्हणेन राष्ट्र आणि समाज त्यांचे प्राण धर्मावरच उभे राहू शकतात. धर्मनिरपेक्ष शब्दाच्या बाबतीत थोडंसं सावधान असण्याची आवश्यकता आहे. संपूर्ण राष्ट्राला सावधान राहण्याची आवश्यकता आहे. त्या शब्दाच्या मागं मोठा

धोका आहे. आपण समजू या, त्या शब्दाच्या मागं धर्माची कुठली आवश्यकता नाही. माणसाच्या जीवनात धर्माचीच एकमात्र आवश्यकता असते, बाकीच्या सगळया गोष्टी गौण आहेत आणि त्या टाळता येतात. धर्म ही एकच गोष्ट अशी आहे की, जी सोडता येत नाही.

मला वाटतं, तुमचे प्रश्न सोडवण्यात ही गोष्ट उपयोगी ठरेल.

आणखी एका मित्रानं विचारलंय, साधनेत ध्यान कशाचं करायचं?

सर्वसामान्यपणे ध्यानाच्या संबंधी जे काही विचार प्रचलित आहेत, त्यात आपण ध्यानाचा 'कशाचं तरी ध्यान' अशा अर्थानं विचार करतो. कशाचं तरी ध्यान करू या. म्हणून स्वाभाविकच असा प्रश्न उठतो की ध्यान कशाचं? प्रार्थना कशाची? आराधना कशाची? प्रेम कोणावर?

मी सकाळी तुम्हाला एक गोष्ट सांगितली. एक प्रेम आहे, ज्यात आपण विचारतो, प्रेम कोणाबरोबर? आणि एक प्रेम आहे, ज्यात आपण विचारतो, प्रेम माझ्या आत आहे का नाही? कशाशी काही संबंध नाही.

तेव्हा मी म्हटलं, प्रेमाच्या दोन अवस्था आहेत. एक, लव्ह इज ए रिलेशनशिप, प्रेम एखाद्या संबंधांसारखं आणि एक प्रेम, ॲज ए स्टेट ऑफ माइंड, प्रेम मन:स्थितीसारखं. प्रेमाच्या बाबतीत आधी आपण विचारतो, 'कोणावर?' मी जर तुम्हाला म्हटलं, मी प्रेम करतो तर तुम्ही विचाराल, 'कोणावर?' आणि मी जर असं म्हटलं, 'कोणावरचा काही प्रश्न नाही. मी फक्त प्रेम करतो.' तेव्हा तुम्हाला आश्चर्य वाटेल, परंतु दुसरी गोष्टच समजून घ्यायची आहे.

जो फक्त प्रेम करतो तोच माणूस प्रेम करतो आणि कोणावर काही प्रश्न नाही. कारण जो माणूस 'कोणावर' प्रेम करतो, तो बाकी काय करणार? तो बाकी गोष्टींबद्दल घृणेनं भरलेला असेल. जो माणूस 'कोणाचं ध्यान' करतो, तो बाकीच्यांचं काय करेल? बाकीच्यांबद्दल तो मूर्च्छेनं भरलेला असेल. आपण ज्या ध्यानाची चर्चा करतोय, ते कशाचं ध्यान नाहीये, ध्यानाची एक अवस्था असते. अवस्थेचा अर्थ हा आहे. ध्यानाचा अर्थ कशाचं स्मरण करायचं नाही. ध्यानाचा अर्थ, जे सगळं आपल्या स्मरणात आहे ते विलीन करायचं आहे आणि अशी एक स्थिती आणायचीच की केवळ चेतना तेवढी राहावी, केवळ कॉन्शसनेस तेवढा राहावा, केवळ अवेअरनेस तेवढा राहावा.

इथं आपण एक दिवा लावा आणि इथून सगळ्या गोष्टी दूर हटवा, तरीसुद्धा दिवा प्रकाशत राहील; तसंच आपण जर चित्तातून सगळी ऑब्जेक्टस दूर केली, चित्तातून सगळे विचार दूर केले, चित्तातून सगळ्या कल्पना दूर केल्या तर काय होईल? जर सगळ्या कल्पना आणि सगळे विचार दूर झाले तर काय होईल? चेतना तेवढी राहील. चेतनेची ध्यान हीच एक अवस्था आहे.

ध्यान कोणाचं करायचं नसतं. ध्यान एक अवस्था असते जेव्हा चेतना तेवढी राहते. जेव्हा चेतना फक्त राहते आणि चेतनेसमोर कुठला विषय, कुठलं ऑब्जेक्ट राहत नाही, तेव्हा त्या अवस्थेचं नाव ध्यान. मी ध्यानाचा त्या अर्थानं उपयोग करतोय.

आपण जो प्रयोग करतोय, तो खऱ्या अर्थानं ध्यान नाही, धारणा आहे. ध्यान तर साध्य होईलच. आपण जो प्रयोग करतोय– समजा, रात्री आपण चक्रांवर प्रयोग केला, सकाळी आपण श्वासावर प्रयोग केला. ही सगळी धारणा आहे, हे ध्यान नाहीये. या धारणेच्या माध्यमातून एक क्षण येईल, श्वाससुद्धा विलीन होऊन जाईल. या धारणेच्या माध्यमातून एक क्षण येईल, शरीरही विलीन होऊन जाईल, विचारही विलीन होतील. जेव्हा सगळं विलीन होऊन जाईल तेव्हा बाकी काय राहील? जे बाकी राहील, त्याचं नाव ध्यान आहे. जेव्हा सगळं विलीन होऊन जाईल तेव्हा जे बाकी राहील त्याचं नाव ध्यान आहे. धारणा कशाची तरी असते आणि ध्यान कशाचं नसतं.

तेव्हा आपण धारणा करत आहोत, चक्रांची करतोय, श्वासाची करतोय. तुम्ही विचाराल की ईश्वराची धारणा केली तर अधिक चांगलं होणार नाही का? आपण कुठल्या मूर्तीची धारणा केली तर ते अधिक चांगलं होणार नाही का?

ते धोक्याचं आहे. ते धोक्याचं अशासाठी आहे की, मी ज्याला ध्यान म्हणतो, ती अवस्था येणार नाही. मूर्तीची धारणा करण्यामुळे मूर्तीच येत राहील आणि मूर्तीची धारणा जेवढी गाढ होत राहील, तेवढी जास्त मूर्ती येऊ लागेल.

रामकृष्णांना असंच झालं होतं. ते कालीचं ध्यान करत होते, धारणा करत होते. मग हळूहळू त्यांना असं झालं की अंतरंगात कालीचं दर्शन त्यांना होऊ लागलं. डोळे बंद केले की ती मूर्ती सजीव व्हायची. ते फार रसमुग्ध होऊन गेले. खूप आनंदात राहू लागले मग तिथं एक संन्यासी आला आणि तो संन्यासी म्हणाला, 'तू हे जे करतोयस, ती केवळ कल्पना आहे, ही सगळी इमॅजिनेशन आहे. हा परमात्म्याचा साक्षात्कार नाहीये.' रामकृष्ण म्हणाले, 'परमात्म्याचा साक्षात्कार नाहीये? मला कालीचा साक्षात्कार होतो.' तो संन्यासी म्हणाला, 'कालीचा साक्षात्कार परमात्म्याचा नाहीये.'

कोणाला कालीचा होतो, कोणाला ख्राइस्टचा होतो, कोणाला कृष्णाचा होतो. या सगळ्या मनाच्या कल्पना आहेत. परमात्म्याच्या साक्षात्काराचं कुठलं रूप नाहीये आणि परमात्म्याचा कुठला चेहरा नाहीये, परमात्म्याचा कुठला रंग नाहीये आणि कुठला आकार नाहीये. ज्या क्षणी चेतना निराकारात पोचते, त्या क्षणी ती परमात्म्यात पोचते.

परमात्म्याचा साक्षात्कार होत नाही, परमात्म्याशी मीलन होतं. समोरासमोर

कोणी उभं नसतं की, एका बाजूला तुम्ही उभे आहात, दुसऱ्या बाजूला परमात्मा आहे. एक क्षण असा येतो की, तुम्ही सगळ्या सत्तेत लीन होऊन जाता– जसा थेंब समुद्रात मिसळतो आणि त्या क्षणी जो अनुभव येतो, तो अनुभव परमात्म्याचा असतो.

परमात्म्याचा साक्षात्कार किंवा दर्शन होत नाही. परमात्म्याच्या मीलनात एक अनुभूती असते, थेंबाला सागरात पडतेवेळी होईल तशी.

तेव्हा तो संन्यासी म्हणाला, 'हा तर भ्रम आहे. ही तर कल्पना आहे.' आणि त्यानं रामकृष्णाला म्हटलं, 'तुमच्या आत ज्याप्रमाणे ही मूर्ती तुम्ही उभारलीय त्याप्रमाणे तिचे दोन तुकडे करा. कल्पनेची एक तलवार उचला आणि मूर्तीचे दोन तुकडे करा.'

रामकृष्ण म्हणाले, 'तलवार! तिथं तलवार कशी उचलू?' तो संन्यासी म्हणाला, 'ज्याप्रमाणे मूर्ती तयार केली, तीही एक धारणा आहे. तलवारीचीही धारणा करा आणि तोडा. कल्पनेनं कल्पना खंडित होऊन जाईल. जेव्हा मूर्ती पडेल आणि बाकी काही राहणार नाही– जग तर विलीन झालंय, आता एक मूर्ती राहिलीय, तीही तोडा– जेव्हा फक्त जागा राहील, तेव्हा परमात्म्याचा साक्षात्कार होईल.' तो म्हणाला, 'ज्याला आपण परमात्मा समजून राहिलात, तो परमात्मा नाहीये. परमात्मप्राप्तीला लास्ट हिन्ड्रन्स– शेवटचा अडसर आहे तो, तो आणखी पाडून टाका.'

रामकृष्णांना फार अवघड गेलं. जिला इतक्या प्रेमानं सजवलं, ज्या मूर्तीची एवढी वर्षं साधना केली, जी मूर्ती मोठ्या मुश्किलीनं सजीव होऊ लागली, ती तोडायची! ते पुन्हा-पुन्हा डोळे बंद करायचे आणि परत यायचे, म्हणायचे, 'हे दुष्कृत्य माझ्या हातून होणार नाही.' तो संन्यासी म्हणाला, 'शक्य नसेल तर परमात्म्याचं सान्निध्य लाभणार नाही.' तो संन्यासी म्हणाला, 'परमात्म्यावरचं तुमचं प्रेम थोडं कमी आहे. परमात्म्यासाठी एक मूर्ती दूर करायला तुम्ही तयार नाही आहात.'

आपलंही परमात्म्यावरचं प्रेम फार कमी आहे. आपणही मध्ये मूर्ती आणल्या आहेत, संप्रदाय आणून ठेवले आहेत, ग्रंथ आणून ठेवले आहेत आणि कोणी त्यांना दूर करायला तयार नाही.

तो म्हणाला, 'तुम्ही ध्यान लावून बसा आणि मी तुमच्या कपाळावर काचेनं कापीन. जेव्हा तुम्हाला आतून वाटेल की मी तुमच्या कपाळावर काचेनं कापतोय, हिंमत दाखवा आणि दोन तुकडे करा.' रामकृष्णांनी ती हिंमत दाखवली आणि जेव्हा त्यांची हिंमत पूर्ण झाली, त्यांनी मूर्तीचे दोन तुकडे केले. परत येऊन त्यांनी सांगितलं, 'आज पहिल्यांदाच समाधी साधली. आज पहिल्यांदाच जाणलं

की सत्य काय आहे. आज पहिल्यांदाच कल्पनेतून मुक्त झालो आणि सत्यात प्रवेश झाला.'

तेव्हा म्हणून मी कुठली कल्पना करायला सांगत नाहीये. कल्पनेचा अर्थ हा, ज्यामुळे बाधा होईल अशी कुठली कल्पना करायला मी सांगत नाहीये आणि ज्या थोड्याशा गोष्टी मी सांगितल्या आहेत– जसं चक्रांची, श्वासाची– त्यांनी काही अडचण येणार नाही, कारण त्यानं कुठलं प्रेम निर्माण होत नाही आणि त्याला काही अर्थ नाही. ज्यांच्या माध्यमातून आत प्रवेश होईल असे हे केवळ कृत्रिम उपाय आहेत. या अडचणी होऊ शकत नाहीत.

तेव्हा शेवटी ध्यानात प्रवेश व्हायला अडचण होणार नाही, केवळ अशाच कल्पनांच्या प्रयोगाची मी चर्चा करतोय. म्हणून मी कोणाचं ध्यान करायला तुम्हाला सांगत नाहीये, फक्त ध्यानात जायला सांगतोय. कशाचं ध्यान करायचं नाहीये, आपल्या आत ध्यानात पोचायचंय. याचं थोडं स्मरण ठेवलंत तर बऱ्याचशा गोष्टी स्पष्ट होतील.

एका मित्रानं विचारलंय, आत्मिक शक्ती उच्च असूनही सांसारिक रुचीसमोर त्या पराजित का ठरतात?

आजपर्यंत झालेल्या नाहीत. आजपर्यंत आध्यात्मिक रुची सांसारिक रुचीसमोर कधी पराभूत झालेल्या नाहीत. तुम्ही म्हणाल, मी चुकीचं सांगतोय, कारण तुम्हाला तुमच्या आत रोज पराजय जाणवत असेल; परंतु मी तुम्हाला विचारतो, 'तुम्हाला आध्यात्मिक रुची आहे?' जी पराजित होते ती नाहीच आहे, तो फक्त एक ऐकीव आध्यात्मिक विचार आहे. कोणी जर असं म्हटलं की हिरे असूनही दगडांसमोर हिरे पराजित होतात, तर आपण काय म्हणणार? आपण म्हणू, हिरे तिथं नाहीच आहेत. हिरे काल्पनिक असतील आणि दगड खरे असतील. तेव्हा हिरे हारतील आणि दगड जिंकतील आणि हिरे जर खरे असतील तर दगडांसमोर ते कसे हारतील.

तुम्हाला वाटत असेल की, आपल्या जीवनात तर सांसारिक वृत्ती आपल्या सगळ्या आध्यात्मिक वृत्तींना पराभूत करतात. आध्यात्मिक वृत्ती कुठे आहेत? तेव्हा जो पराजय जाणवतो, तो केवळ काल्पनिक असतो. दुसरी बाजू अस्तित्वातच नाही.

तुम्हाला सतत वाटत असेल की घृणा जिंकते आणि प्रेम हारतं; परंतु प्रेम आहे कुठे? तुम्हाला वाटत असेल, संपत्ती मिळवण्याची आकांक्षा जिंकते आणि परमात्माप्राप्तीची आकांक्षा हारते, ती आहे कुठे? जर ती असेल तर कुठलीही आकांक्षा त्याच्यासमोर जिंकू शकत नाही. जर असेल तर कुठलीही आकांक्षा

टिकू शकत नाही. जिंकण्याचा तर प्रश्नच नाही.

जर कोणी म्हटलं की प्रकाश तर आहे, परंतु अंधाराचा विजय होतो. तेव्हा आम्ही म्हणू, तुम्ही वेडे आहात. आजपर्यंत प्रकाश आणि अंधारात लढाई झालेलीच नाही. आजपर्यंत प्रकाश आणि अंधारात कुठली लढाई झाली नाही, कारण प्रकाश असताना अंधार अस्तित्वातच राहत नाही. म्हणजे लढाईची ती कधी दुसरी बाजूच नाहीये तर जिंकणार काय? आणि जेव्हा प्रकाश अस्तित्वातच नसतो तेव्हाच अंधार जिंकतो. म्हणजे त्याचा जय केवळ प्रकाशाच्या गैरहजेरीतच असतो. प्रकाशाच्या उपस्थितीत तर कुठला प्रश्नच नाहीये, कारण तो तर विलीन होतो, राहतच नाही.

ज्यांना तुम्ही सांसारिक वृत्ती म्हणताय, त्यात जर आत्मिक वृत्ती निर्माण झाल्या तर विलीन होतात, प्राप्त होत नाहीत. म्हणून माझा जो पूर्ण प्रयत्न आहे तो असा की, तुमच्यात आत्मिक वृत्ती निर्माण व्हाव्यात या मुद्द्यावर मी जेवढा जोर देतोय तेवढा तुमच्या सांसारिक वृत्ती विलीन करण्यावर मी भर देत नाहीये. तो पॉझिटिव्हली तुमच्यात निर्माण व्हावा.

जेव्हा विधायक रूपानं आत्मवृत्ती निर्माण होते तेव्हा सांसारिक वृत्ती क्षीण होतात. ज्याच्या आत प्रेम निर्माण होतं, त्याच्या अंतरंगातून घृणा मावळते. घृणा आणि प्रेमात कधी टक्कर होत नाही, आजपर्यंत झाली नाही. ज्याच्या आत सत्य निर्माण होतं, त्याच्या आत असत्य विलीन होतं. असत्य आणि सत्यात आजपर्यंत टक्कर झालेली नाही. ज्याच्या आत अहिंसा निर्माण होते, त्याची हिंसा विलीन होते. अहिंसा-हिंसेत आजपर्यंत संघर्ष झालेला नाही. पराजयाचा तर प्रश्नच नाही. मुकाबलाच होत नाही. हिंसा एवढी कमजोर आहे की, अहिंसेच्या आगमनाबरोबर ती क्षीण होते. अधर्म फार कमजोर असतो. जग फार कमजोर असतं. अत्यंत कमजोर असतं.

म्हणून आपला देह जेव्हा संसाराला माया म्हणतो तेव्हा माया याचा अर्थ असा की, जरासा स्पर्श होताच मावळून जावा एवढा तो कमजोर असतो. मॅजिकल आहे. जणू कोणीतरी सांगितलंय तुम्हाला की हे आंब्याचं झाड लागलंय; परंतु ते जादूचं झाड आहे. तुम्ही जवळ गेलात तर तुम्हाला कळेल की ते नाहीच आहे. जणू कुठे तरी रात्री एक दोरी लोंबतीय आणि तुम्हाला वाटलं, साप आहे आणि तुम्ही जवळ गेलात तर तुम्हाला वाटलं, साप नाहीये. तेव्हा तो जो दोरीत साप दिसला होता, ती माया होती. तो फक्त दिसत होता, प्रत्यक्षात नव्हता.

म्हणून आपला देह या जगाला माया म्हणतो कारण जो त्याच्या जवळ जाईल त्याला सत्य बघताच लक्षात येईल की, जग नाहीच आहे. ज्याला आपण संसार म्हणतोय, त्यानं आजपर्यंत सत्याचा मुकाबला केलेला नाही.

म्हणून जेव्हा तुम्हाला वाटतं की, आपल्या आध्यात्मिक वृत्ती हारतात तेव्हा एक गोष्ट लक्षात ठेवा, त्या तुमच्या वृत्ती काल्पनिक असतील. पुस्तकात वाचून शिकलेल्या असतील. त्या तुमच्या अंतरंगातल्या नाहीत.

बरेच लोक आहेत. एक गृहस्थ माझ्यापाशी आले ते मला विचारत होते, 'आधी असं व्हायचं की मला परमेश्वराचा अनुभव येऊ लागला होता. आता मला तसा अनुभव येत नाही.' मी त्यांना म्हटलं , 'तो कधी आलेला नसेल. आजपर्यंत कधी असं झालंय का की परमेश्वराचा अनुभव यायला लागला आणि पुन्हा कधी आला नाही?' माझ्याकडे बरेच लोक येतात, ते म्हणतात, 'आधी आमचं ध्यान लागायचं, आता लागत नाही.' मी म्हटलं, 'ते कधी साधलं नसेल, कारण ते लागलं आणि पुन्हा लागणार नाही हे अशक्य आहे.'

जीवनात श्रेष्ठ सोपान प्राप्त करता येतात, शोधता येत नाहीत, हे लक्षात ठेवा. जीवनात श्रेष्ठ सोपान प्राप्त करता येतात, शोधता येत नाहीत. शोधण्याचा कुठला मार्ग नाही. ज्ञान घेता येऊ शकतं, उपलब्ध करता येतं, शोधता येत नाही. हे अशक्य आहे.

पण होतं काय, आमच्या अंतरंगात शिक्षणानं, संस्कारामुळे काही धार्मिक गोष्टी निर्माण होतात. ज्यांना आपण धर्म समजतो, ते धर्म नाहीयेत, ते केवळ संस्कार आहेत. संस्कार आणि धर्मात फरक आहे. लहानपणापासून तुम्हाला शिकवलं जातं की आत्मा आहे. तुम्हीही शिकता. पाठ करता. लक्षात राहतं. ते तुमच्या मेमरीचं, स्मृतीचा एक भाग होऊन जातं. नंतर तुम्हीही म्हणू लागता, आत्मा आहे आणि आत्मा तुम्ही समजता की आपल्या आत आत्मा आहे हे आपल्याला माहिती आहे.

तुम्हाला काहीच माहिती नाही. एक ऐकीव विचार आहे, एक खोटी गोष्ट आहे जी दुसऱ्या लोकांनी तुम्हाला शिकवलीय. तुम्हाला अजिबात माहिती नाहीये; पण जर हा आत्मा तुमच्या वासनेसमोर हरला तर तुम्ही म्हणाल, 'आत्मा फार कमजोर आहे आणि वासनेसमोर हारतो.'

हा आत्मा तुमच्याजवळ नाहीच आहे. तुमच्या अंतरंगात फक्त एक विचार आहे आणि तो विचार समाजानं निर्माण केलाय, तोही तुमचा नाहीये. आपल्या अनुभवानं आत्मिक शक्तींची ऊर्जा जेव्हा जागी होते, तेव्हा ऐहिक शक्ती पराभूत होतात. त्या पुन्हा पकडत नाहीत.

हे लक्षात ठेवा आणि जोपर्यंत पराजय होतो, तोपर्यंत समजून घ्या की, तो ऐकीव धर्म असेल, जाणून घेतलेला धर्म नाही. कोणीतरी सांगितलेला असेल, तुम्ही तो अनुभवलेला नाही. आई-वडिलांनी ऐकलेला असेल. परंपरांनी तुम्हाला सांगितलेला आहे, तुमच्या अंतरंगात घडलेला नाही. म्हणजे तुम्ही विचार करता

की, प्रकाश नाहीये म्हणून अंधाराचा विजय होतो आणि जेव्हा प्रकाश असतो तेव्हा त्याचं अस्तित्वच अंधाराचा पराजय असतो. अंधाराशी प्रकाश लढत नाही, त्याचं असणं, त्याचं केवळ एक्झिस्टन्स, त्याची सत्ता म्हणजेच अंधाराचा पराजय असतो.

हे लक्षात असू दे आणि ज्या पोकळ धार्मिक प्रवृत्ती, आध्यात्मिक प्रवृत्ती हारत असतील, त्या पोकळ समजून बाहेर फेकून द्या. त्यांना काही अर्थ नाही. पोकळ वृत्ती फेकून द्यायची समज येईल तेव्हा वास्तविक वृत्ती निर्माण करण्याची समज तुमच्यात येईल.

आपल्यापैकी बरेचसे लोक अत्यंत काल्पनिक गोष्टी वाहत राहतात, ज्या त्यांच्यापाशी नसतात. म्हणजे स्वत:ला बादशहा समजणाऱ्या भिकाऱ्यांपैकी आपण एक आहोत; पण प्रत्यक्षात आपण नाही आहोत. म्हणून जेव्हा खिशात हात घालतो आणि पैसे हाताला लागत नाहीत, तेव्हा आपण म्हणतो, 'हे काय झालं.' प्रत्यक्षात बादशहाची स्वप्नं बघणं भिकाऱ्यांचा एक शौक असतो आणि सगळे भिकारी जमिनीवर बादशहा व्हायची स्वप्नं बघत असतात.

तेव्हा आपण जेवढे सांसारिक होतो तेवढीच धार्मिक व्हायचीही स्वप्नंही बघतो. स्वप्नांच्या कितीतरी पद्धती आहेत. सकाळी देवळात जाऊन येतो. कधी थोडा दानधर्मही करतो. कधी व्रत-उपवासही करतो. कधी कुठली गीता, कुराण, बायबलही वाचतो. त्यामुळे असा भ्रम निर्माण होतो की, आपण धार्मिक आहोत. हे सगळे धार्मिक व्हायचे भ्रम निर्माण करणारे मार्ग आहेत आणि पुन्हा या धार्मिक प्रवृत्ती जेव्हा थोड्याशा सांसारिक प्रवृत्तींसमोर हारतात तेव्हा फार क्लेश होतो, फार पश्चात्ताप होतो आणि आपल्याला वाटतं, 'धार्मिक प्रवृत्ती किती कमजोर आहेत आणि सांसारिक प्रवृत्ती किती प्रबळ असतात.' तुमच्यात धार्मिक प्रवृत्ती नाहीच आहेत. तुम्हीच स्वत:ला धार्मिक म्हणून फसवताय.

तेव्हा ज्या प्रवृत्ती वासनेसमोर हारतात, त्या मिथ्या आहेत हे जाणून घ्या. ही एक कसोटी आहे. ज्या आध्यात्मिक प्रवृत्ती सांसारिक प्रवृत्तींसमोर हारतात, त्या मिथ्या आहेत, खोट्या आहेत अशी कसोटीच समजा. ज्या दिवशी शोधून लाभणार नाही; पण जिच्या अस्तित्वानंच सांसारिक प्रवृत्ती मावळतील अशी कुठली प्रवृत्ती अंतरंगात निर्माण होईल, त्या दिवशी समजा की काहीतरी घडलंय, कुठला तरी धर्म अवतरला आहे.

सकाळी सूर्य उगवावा आणि अंधार तसाच राहिला तर आपल्याला वाटेल, सूर्य उगवलाय असं आपण स्वप्नात बघतोय. सूर्य उगवतो तेव्हा अंधार आपोआपच विलीन होतो. अंधार असतो, हेसुद्धा आजपर्यंत सूर्याला माहिती नाहीये. त्याला ते कळणं शक्यही नाही. आजपर्यंत वासना असते हेही आत्म्याला माहिती नाही.

ज्या दिवशी आत्म्याला जाग येते, त्यानंतर वासना राहत नाही. त्यांची आजपर्यंत भेट झालेली नाही.

हे लक्षात ठेवा. हे कसोटीप्रमाणे लक्षात ठेवा. ती कसोटी उपयोगी पडेल.

एका मित्रानं विचारलंय की, साधनेत तपश्चर्येची आवश्यकता आहे का नाही?

मी जे तुम्हाला सांगतोय– शरीरशुद्धी, विचारशुद्धी, भावशुद्धी, शरीरशून्यता, भावशून्यता– ही तपश्चर्या आहे.

तपश्चर्या म्हणजे लोकांना काय वाटतं? कोणीतरी माणूस उन्हात उभा आहे, तपश्चर्या करतोय. कुठलातरी माणूस काट्यांवर झोपलाय, तपश्चर्या करतोय. कोणीतरी माणूस भुकेला बसलाय, तपश्चर्या करतोय. तपश्चर्येकडे बघण्याची आमची दृष्टी अत्यंत मटेरियालिस्टिक आहे, फार शारीरिक आहे. कारण आपली दृष्टी तपश्चर्येची आहे. आपल्या दृष्टीनं तपश्चर्येचा अर्थ शरीर-कष्ट असतो. शरीराला कोणी कष्ट देत असेल तर तो तपश्चर्या करतोय. खरं तर तपश्चर्येचा शरीराच्या कष्टाशी कुठला संबंध नाहीये. तपश्चर्या फार अद्‌भुत गोष्ट आहे. तपश्चर्या ही वेगळीच गोष्ट आहे.

एक माणूस उपवास करतोय. आपण समजतो, तपश्चर्या करतोय, तो फक्त उपाशी मरतोय आणि मी तर असंसुद्धा म्हणतो की, तो उपास करतच नाहीये. तो केवळ अनाहार आहे. अनाहार राहणं, जेवण न घेणं एक गोष्ट आहे. उपवास धरणं एकदम दुसरी गोष्ट आहे.

उपवासाचा अर्थ परमात्म्याचा निकट वास्तव्य. उपवासाचा अर्थ आहे, आत्म्याच्या जवळ असणं. उपवासाचा अर्थ आहे, आत्म्याच्या जवळ असणं आणि अनाहाराचा अर्थ काय? अनाहाराचा अर्थ, शरीराच्या सान्निध्यात असणं, त्या वेगळ्या गोष्टी आहेत.

भुकेला माणूस शरीराच्या सान्निध्यात असतो, आत्म्याच्या सान्निध्यात नसतो. त्यापेक्षा तर पोट भरलेला माणूस शरीराच्या सान्निध्यात कमी असतो कारण भुकेला माणूस सगळा वेळ भुकेच्या, पोटाच्या आणि शरीराच्या बाबतीत विचार करत राहतो. त्याच्या चिंतनाचा प्रवाह शारीरिक असतो. त्याचं आंतरिक सान्निध्य शरीराशी आणि 'रोटी'शी असतं.

जर भुकेलं राहणं एखादा सद्‌गुण असता तर दारिद्र्य भूषणावह ठरलं असतं. जर उपाशी मरणं म्हणजे आध्यात्मिकता असती तर दरिद्री देश आध्यात्मिक झाले असते; परंतु तुम्हाला माहीत आहे, कुठलाही दरिद्री देश कधी आध्यात्मिक नसतो. आजपर्यंत झालेला नाही. जेव्हा एखादी जमात समृद्ध असते, तेव्हा ती धार्मिक होऊ शकते.

ज्या दिवसांचं तुम्हाला स्मरण आहे, हे पूर्वेचे देश जेव्हा धार्मिक होते, भारत धार्मिक होता, ते फार समृद्धीचे, फार सुखाचे, फार भाग्याचे दिवस होते. महावीर आणि बुद्ध राजपुत्र होते, जैनांचे चोवीस तीर्थंकर राजपुत्र होते. हा योगायोग नाही. आजपर्यंत कुठल्या दरिद्री घरात कुठला तीर्थंकर का निर्माण झाला नाही?

त्यामागं कारण आहे. अत्यंत समृद्धीत पहिल्यांदा तपश्चर्या सुरू होते. दारिद्र्य तर शरीराच्या निकट असतं, समृद्धी शरीरापासून मुक्त होऊ लागते. अशा अर्थांनी मुक्त होऊ लागते की, त्याच्या शरीराच्या गरजा तर पूर्ण झालेल्या आहेत आणि नव्या गरजांचा त्याला पहिल्यांदाच बोध होतो, जो आत्म्याचा असतो.

म्हणून मी उपाशी मरण्याच्या बाजूनं नाही, कोणाला उपाशी मारण्याच्या बाजूनं नाही आणि ना गरिबीला अध्यात्मवाद म्हणतो. जे लोक असं म्हणतात, ते भ्रमात आहेत आणि दुसऱ्यालाही भ्रमात ठेवत आहेत आणि ते केवळ गरिबीचं समर्थन करत आहेत. संतोषाचे खोटे मार्ग शोधत आहेत.

उपाशी राहण्याचं कुठलं मूल्य नाही, उपवासाचं मूल्य आहे. उपवासाचा अर्थ, आत्म्याच्या जवळ जाण्याचा ते सतत प्रयत्न करत होते. कुठल्या क्षणी ते जेव्हा आत्म्याच्या जवळ जात तेव्हा शरीराची जाणीव विसरत होते. हे क्षण प्रदीर्घ असू शकतात. एक दिवस, दोन दिवस, महिनासुद्धा उलटू शकतो.

महावीरांबाबत सांगितलं जातं, बारा वर्षांच्या तपश्चर्येत त्यांनी केवळ तीनशे पन्नास दिवस जेवण घेतलं. महिने आणि दोन-दोन महिने जेवणाशिवाय उलटायचे. तुम्हाला वाटतं, जर उपाशी राहायचे तर दोन महिने कसे जायचे? भुकेला माणूस तर मरून जाईल; परंतु महावीर मरण पावले नाहीत, कारण त्या क्षणी शरीराचं भानच नव्हतं. आत्म्याची एवढी जवळीक होती, एवढं सान्निध्य होतं की शरीर आहे, याचीही जाणीव नव्हती.

आणि ही फार रहस्यपूर्ण गोष्ट आहे. जर आपल्याला शरीर आहे याची जाणीव राहिली नाही, तर शरीर अगदी दुसऱ्या पद्धतीनं काम करू लागतं आणि त्याला भोजनाची आवश्यकता राहत नाही. आता ही एक मोठी वैज्ञानिक गोष्ट आहे. जर तुम्हाला शरीराचं अजिबात भान राहिलं नाही तर, तर शरीर अगदी दुसऱ्या पद्धतीनं काम करू लागतं आणि त्याला भोजनाची तेवढी गरज भासत नाही आणि माणूस जेवढा आत्मिक जीवनात प्रवेश करतो, तेवढंच भोजनापासून खूप सूक्ष्म, खूप सूक्ष्म शक्ती निर्माण करणं त्याला शक्य होतं जे सामान्य माणसाला शक्य होत नाही.

तेव्हा महावीर भुकेले राहिले त्याचं मुख्य कारण हे की ते आत्म्याच्या एवढे

जवळ होते की त्यांच्या लक्षात राहिलं नाही. मागं एक घटना घडली.

एक संन्यासी माझ्यापाशी आले. ते मला एक दिवस म्हणाले, 'मी आज उपवास केलाय.' मी म्हटलं, 'अनाहार केला असेल, उपवास काय असणार?' त्यांनी विचारलं, 'अनाहार आणि उपवासात काय फरक आहे?' मी म्हटलं, 'अनाहारात असं की असतं आपण भोजन सोडतो आणि भोजनाचं चिंतन करतो आणि उपवासाचा अर्थ हा की, आपल्याला भोजनाशी काही घेणं नसतं. आपण आत्म्याच्या चिंतनात असतो आणि भोजन विसरतो.'

उपवास म्हणजे तपश्चर्या असते आणि अनाहार म्हणजे शरीर-कष्ट, शरीर-दमन. अनाहार अहंकारी लोक करतात, उपवास निरहंकारी करतात. अनाहारात दंभाची तृप्ती होते– मी एवढे दिवस आहार न घेता राहिलो. चारही दिशांना प्रशंसा आणि सुखशब्द ऐकू येतात. चारही बाजूंना धार्मिक असल्याची बातमी पसरते. थोड्याशा शरीर-कष्टात दंभाची एवढी तृप्ती होते. तेव्हा जे खूप दांभिक असतात, ते एवढं करायला तयार होतात.

मी तुम्हाला स्पष्ट सांगतो, या अहंकाराच्या वृत्ती आहेत. या धर्माच्या वृत्ती नाहीत. धार्मिक व्यक्ती उपवास जरूर करतात. अनाहार करत नाहीत. उपवासाचा अर्थ हा की ते सतत आत्म्याचं सान्निध्य मिळावं या प्रयत्नात दंग असतात आणि जेव्हा ते आत्म्याच्या जवळ असतात तेव्हा कधी असे क्षण येतात की, भोजनाचा विसर पडतो, लक्षात राहत नाही.

हे मी परोपरीनं तुम्हाला सांगतो, म्हणजे केवळ या बाबतीतच नाही, तर प्रत्येक बाबतीत खरं आहे. काल मी सेक्सबद्दल आणि प्रेमाबद्दल तुमच्याशी बोलत होतो किंवा आणखी कुठली बात असेल. जो माणूस सेक्सच्या दमनात गुंगलाय, तो आपल्याला तपस्वी वाटेल, खरं तर तो तपस्वी नाहीये. जो प्रेमाच्या विकासात गुंग आहे तो तपस्वी आणि प्रेमाच्या विकासामुळे सेक्स आपोआप विलीन होईल. परमात्म्याचं सान्निध्य जसजसं मिळू लागेल, तसतसं शरीराच्या बाबतीत बरंचसं परिवर्तन होईल. शरीराची दृष्टी बदलेल; देह-दृष्टी बदलेल.

ज्या माध्यमातून व्यक्ती 'मी देह आहे' हे विसरून 'मी आत्मा आहे' हे लक्षात घेते, त्या विज्ञानाला मी तपश्चर्या म्हणतो. तपश्चर्या एक टेक्निकची गोष्ट असते. तपश्चर्या एक टेक्निक आहे, एक सेतू आहे, एक मार्ग आहे, ज्या माध्यमातून व्यक्ती मी देह आहे हे विसरते आणि मी आत्मा आहे, याचा त्याला बोध होतो.

परंतु दांभिक तपश्चर्या सगळ्या जगात चालल्या आहेत आणि त्या दांभिक तपश्चर्यांनी मोठे धोके निर्माण केले आहेत, त्यामुळे काही दांभिकांची दंभतृप्ती होते, परंतु जनमानसाचं नुकसान होतं. कारण जनमानसाला असं वाटतं, हीच

तपश्चर्या आहे, हीच साधना आहे, हाच योग आहे. या काही साधना नाहीयेत, काही योग नाहीयेत.

आणखी एक गोष्ट तुम्हाला सांगतो, जे लोक अशा प्रकारे शरीरदमनासाठी उत्सुक असतात, ते थोडे न्युरॉटिक असतात, थोडे विक्षिप्त असतात. आणखीही तुम्हाला एक गोष्ट सांगतो की, ज्या लोकांना आपल्या शरीराला कष्टवण्यात आनंद मिळतो, त्यांनी दुसऱ्या कोणाच्या शरीराला पीडा देण्यातही आनंद घेतलेला असतो. त्यांनी दुसऱ्यांना पीडा देण्यात जो आनंद घेतलेला असतो, ती पीडा ते आपल्या शरीराला देतात, हा केवळ एक बदल असतो. हे हिंसक लोक असतात. ही आत्महिंसा आहे. ही स्वत:शीच केलेली हिंसा आहे.

आणि मी तुम्हाला याचंही स्मरण देईन, माणसाच्या अंतरंगात दोन प्रकारच्या वृत्ती असतात. मी जीवित राहावं अशी त्याच्यात एक जीवनवृत्ती असते. तुम्हाला कदाचित हे माहिती नसेल, मी मरावं अशी त्याच्यात एक मरणोत्सुक वृत्तीही असते. मृत्यूची एक सुप्त वृत्ती, एक डेथ इन्स्टिंक्ट प्रत्येक माणसाच्या अंतरंगात असते. या दोन्ही वृत्ती त्याच्यात वसलेल्या असतात.

ही जी मृत्यूची वृत्ती आहे, ती अनेकदा माणसाला आपलीच हत्या करायला प्रवृत्त करते. त्यातही रस वाटायला सुरुवात होतो. खूप लोक एकदम आत्महत्या करतात, काही लोक हळूहळू करतात. जे हळूहळू आत्महत्या करतात, ते आपल्याला तपस्वी वाटतात. जे एकदम करतात, त्यांना आपण म्हणतो, त्यांनी आत्महत्या केली. जे हळूहळू करतात, ते आपल्याला तपस्वी वाटतात.

तपश्चर्या आत्महत्या नाहीये. तपश्चर्येचा मृत्यूशी संबंध नाहीये. अनंत जीवनाशी संबंध आहे. तपश्चर्या मरण्यासाठी नाही, पूर्ण जीवन प्राप्त करण्यासाठी असते.

तेव्हा तपश्चर्येची माझी दृष्टी, त्या सहा सूत्रांशी आहे– जी तीन सूत्रं आता मी तुम्हाला सांगितली आणि तीन सूत्रं केली... आपण चर्चा करू. त्या सहा सूत्रांमध्ये जो प्रवेश करतो... तुम्हाला असं वाटत नाही, एखादी व्यक्ती आपल्या पत्नीला सोडून पळून जाते, ही काय तपश्चर्या आहे? आपण त्याला तपश्चर्या म्हणू. आपण त्याला संन्यासी म्हणू. खरं तर असंही शक्य आहे की, हा बायकोला सोडून पळालाय आणि बायकोचं चिंतन करतोय. तपश्चर्या म्हणजे बायको जवळ असावी आणि तिचा विसर पडावा, आपण दूर पळायचं आणि तिचं चिंतन करायचं, ही तपश्चर्या नाही.

आणि लक्षात ठेवा, जे लोक ज्या गोष्टी सोडून पळतात, ते लोक त्यांचंच चिंतन करतात. त्यांना त्या गोष्टींचं चिंतन चालणार नाही, हे अशक्य आहे. कारण त्या गोष्टींचं चिंतन त्यांना चालणार नाही, असे जर ते लोक असते तर त्या गोष्टींच्या उपस्थितीतही ते चिंतन चाललं नसतं.

आणि मी तुम्हाला असंही सांगेन, गोष्टी जेव्हा आसपास असतात; तेव्हा त्यांचं चिंतन चालत नाही, जेव्हा त्या नसतात तेव्हा चिंतन चालतं. तुम्हाला स्वत:ला याचा अनुभव नाही? जे समोर आहे, त्याचं चिंतन होत नाही. जे अस्तित्वात नसतं, त्याचं चिंतन चालतं. तुम्ही ज्यांच्यावर प्रेम करता त्या जर तुमच्या जवळ असतील तर तुम्हाला त्यांचा विसर पडतो. ती माणसं दूर होतात, तेव्हा ती आठवू लागतात. ती जितकी दूर होतात, तेवढी त्यांची आठवण प्रगाढ होऊ लागते. ज्यांना आपण संन्यासी म्हणतो, त्यांच्या कष्टाची तुम्हाला जाणीव नाही आणि जर जगातले सगळे संन्यासी इमानदार असतील तर संन्यासी व्हायचा भ्रम दूर होईल आणि जर प्रामाणिकपणे त्यांनी आपल्या आत्मव्यथा सांगितल्या, त्यांच्या अंतरंगात जे घडतं, ते ज्या वेदना सहन करतात, ज्या वासनांनी ते ग्रस्त असतात, ज्या वासना त्यांना पीडा देतात आणि जो सैतान त्यांना सतावतोय असं वाटतं, ते जर त्यांनी सगळं मोकळं केलं तर तुमच्या लक्षात येईल की नरक जमिनीवर असतो, आणखी कुठे होऊ शकत नाही. हे मी तुम्हाला अशासाठी विश्वासानं सांगतोय की, नरक जमिनीवर आणखी कुठे असू शकत नाही, त्या माणसाचं जीवन नरक आहे, त्यानं वृत्तींचं समपरिवर्तन, ट्रान्सफॉर्मेशन तर केलं नाही आणि पळून जाऊन उभा राहिलाय.

तपश्चर्या पलायन नाहीये, ट्रान्सफॉर्मेशन आहे. तपश्चर्या रिनन्सिएशन नाही, ट्रान्सफॉर्मेशन आहे. तपश्चर्या म्हणजे त्याग नाही, समपरिवर्तन आहे. त्या समपरिवर्तनानंसुद्धा जे काही घडतं, ते योग्य असतं. पळून जाऊन, त्याग करून जे घटित होतं, ते योग्य नाहीये आणि जर आपल्या हे लक्षात आलं तर खूपच लाभ होऊ शकतो.

लाखो जीवात्मे कष्ट भोगतायत. त्यांची गंमत एकच असते ती फक्त दंभाच्या तृप्तीची असते. तोसुद्धा त्यांच्यापैकी थोड्यांचाच तृप्त होऊ शकतो, सगळ्यांचाच तृप्त होऊ शकत नाही. त्यापैकी काही कारणांमुळे जे खूप प्रतिभाशाली असतात, त्यांची दंभतृप्ती तर होते, बाकी फक्त कष्ट भोगतात; परंतु तेही अशा आशेनं की कदाचित स्वर्ग मिळेल, कदाचित नरकापासून आपण वाचू, कदाचित मोक्ष मिळेल. तुम्हाला ज्या लोभानं ग्रासलंय, त्यानं त्यांनाही ग्रासलंय आणि लोभ खूप कष्ट सहन करण्याचं सामर्थ्य देतो. एखादा साधारण माणूसही लोभासाठी खूप कष्ट सहन करतो. पैसा मिळविण्यासाठी एखादा साधारण धनेच्छुसुद्धा किती कष्ट सहन करतो! स्वर्गाचे लोभीसुद्धा कष्ट सहन करतात.

ख्रिस्ताला जेव्हा लोक हत्या करण्यासाठी सुळावर घेऊन जाऊ लागले, तेव्हा त्यांच्या एका शिष्यानं विचारलं, 'असं सांगा, आम्ही तुमच्यासाठी हे सगळं सोडलं, परमेश्वराच्या राज्यात आम्हाला कशी वागणूक मिळेल?' त्यांनी विचारलं,

'आम्ही तुमच्यासाठी हे सगळं सोडलं, परमेश्वराच्या राज्यात आमचं स्थान काय असेल? वागणूक कशी असेल?' ख्रिस्तानं त्यांच्याकडे अगदी दयेनं पाहिलं असावं आणि कदाचित दयाबुद्धीनं किंवा मजेनं कोणास ठाऊक, ते काय म्हणाले, 'परमेश्वराच्या जवळच तुमच्यासाठीही जागा राहील.' तो माणूस खूष झाला. तो म्हणाला, 'मग ठीक आहे.'

या माणसाला त्यागी म्हणणार? यापेक्षा अधिक लोभी या भूमीवर शोधून मिळणार नाहीत. त्यांनी विचारलं, 'आम्ही सगळं सोडलं आणि तिथं काय मिळेल?' ज्याच्या मनात काही मिळण्याचा विचार असतो, त्यानं काही सोडलंच नाही. म्हणून या सगळ्या तपश्चर्येच्या ज्या गोष्टी आहेत, या तपश्चर्येच्या गोष्टी करणारे प्रत्येक गोष्टीबरोबर प्रलोभनही देतात की या तपश्चर्येबरोबर हे मिळेल.

ज्यात मिळण्याचा विचार आहे, ती तपश्चर्या खोटी आहे. कारण ती तपश्चर्याच नाही, ते लोभाचं एक रूप आहे. म्हणून जेवढ्या तपश्चर्या आहेत, त्या तुम्हाला सगळ्याच्या बरोबर जोडलेल्या आढळतील. की ही तपश्चर्या करण्यामुळे हे मिळेल आणि ज्यांनी-ज्यांनी पूर्वी इतिहासात ही तपश्चर्या केली, त्यांना हे मिळालंय. ही सगळी ग्रीडची, लोभाची रूपं आहेत.

तपस्वी तो आहे, फक्त एकच तपश्चर्या आहे आणि ती ही की त्यानं स्वतःला जाणून घ्यायला लागावं या कारणासाठी नाही की, स्वतःला ओळखल्यामुळे कुठे स्वर्गात जागा मिळेल, कुठे तरी गौरवशाली जागा मिळेल, कुठे फार सुख मिळेल, तर अशासाठी की स्वतःला न जाणणं म्हणजे जीवनालाच न जाणणं असतं आणि स्वतःला न जाणणं– ज्याच्यात थोडा तरी बोध आहे, त्याच्यात स्वतःला जाणण्याची वृत्ती आणि विचार निर्माण न होणं अशक्य आहे. त्याला वाटेलच की आपण कोण आहोत हे जाणावं, आपल्या आत ही जीवनशक्ती कुठली आहे त्याच्याशी परिचित व्हावं.

तपश्चर्या जीवन-सत्य जाणण्याचा उपाय असतो. तपश्चर्या म्हणजे शरीरदमन नसतं. हां, हे शक्य आहे की तपस्वीच्या बाबतीत बऱ्याचशा गोष्टी घडू शकतात. तुम्हाला वाटतं की तो देहदमन करतोय, परंतु प्रत्यक्षात तो करत नाहीये.

महावीरांच्या मूर्ती पाहिल्या आहेत! त्या मूर्ती पाहिल्यावर असं वाटतं का की या माणसानं देहदमन केलं असेल? तसे हे देह दिसतात.

त्यात शिवाय महावीराच्या मागं जाणारे संन्यासी पाहिले आहेत. त्यांच्याकडे बघितल्यावरच वाटेल की त्यांनी देहदमन केलंय. त्यांचे प्राणस्रोत शुष्क झाले आहेत. त्यांची काया उदास आणि शिथिल आहे, तसंच त्यांचं चित्तही शिथिल आहे. फक्त एका लोभाच्या आहारी जाऊन ओढले जात आहेत. महावीरांच्या मूर्ती ज्या दिसतात, त्यातला आनंद कुठे आहे, ती शांती कुठे आहे?

हे थोडं विचारणीय आहे. महावीरांच्या शरीरावर जे काही परिणाम झाले असतील... महावीरांनी वस्त्रांचा त्याग केला. आम्हाला वाटलं, त्यांनी वस्त्रांचा त्याग केला. कारण त्यांना वाटलं की, वस्त्राचा त्याग केला पाहिजे. नाही, कारण त्यांनी जाणलं की नग्न होण्यातही आनंद असतो.

मी तुम्हाला हे फार एम्फॅटिकली, अगदी जोर देऊन सांगू इच्छितो. वस्त्रांचा त्याग करण्यात काही आनंद आहे, म्हणून महावीरांनी वस्त्रांचा त्याग केला नाही, त्यांनी वस्त्रांचा अशासाठी त्याग केला की, नग्न होण्यात काही आनंद आहे. नग्न होण्यात एवढा आनंद आहे की, कपडे घालणं त्रासदायक झालं. नग्न होण्यात एवढा आनंद वाटू लागला की, वस्त्रांचं अस्तित्व त्रासदायक झालं. वस्त्रं फेकून दिली.

त्यांच्या मागून जाणारा संन्यासी जेव्हा वस्त्रं सोडतो तेव्हा त्याला वस्त्रांचा त्याग करण्यात आनंद होत नाही, वस्त्रांचा त्याग करणं कष्टदायक होतं आणि त्या कष्टांमुळे तो समजू लागतो, मी तपश्चर्या करतोय. महावीरांसाठी ती तपश्चर्या नाहीये, केवळ एक आनंदाचं कृत्य आहे. त्यांना समजून न घेता, त्यांचा आत्मा जाणून न घेता त्यांच्या मागून कोणी जात राहिलं तर तो केवळ वस्त्रांचा त्याग करेल. वस्त्रांचा त्याग करणं त्याच्यासाठी कष्टदायक होईल, म्हणून त्याला तो तपश्चर्या म्हणेल.

तपश्चर्या म्हणजे कष्ट नव्हेत. तपश्चर्येपेक्षा कुठला मोठा आनंद नाही. म्हणून जे तपश्चर्येला बाहेरून ग्रहण करतील, त्यांना ते कष्ट दिसतील, त्यांना ती पीडा जाणवेल आणि तेवढी पीडा सहन करण्याच्या बदल्यात ते या लोकांत आपल्या दंभाची तृप्ती करतील आणि परलोकात लोभाची तृप्ती करतील. मी त्याला तपश्चर्या म्हणत नाही.

तपश्चर्या म्हणजे मनाचा, देहाचा सहयोग घेऊन अंतरंगात प्रवेश करण्याचा विधी. तोसुद्धा अशा अर्थांनी दुर्गम आणि अवघड असतो की, त्यासाठी खूप संकल्पाची जरुरी असते.

तुम्ही थोडा विचार करा. मी जरी सबंध पावसाळाभर बाहेर उभा राहिलो तरी त्यात काय जास्त तपश्चर्या आहे, का मला कोणी शिवी दिली तर माझ्या आत राग उफाळू नये यात तपश्चर्या आहे? मी काट्यांवर झोपलो तर त्यात जास्त तपश्चर्या आहे, का मला कोणी दगड मारला तर माझ्या मनात त्याला दगड मारण्याची कल्पनाही येऊ नये यात तपश्चर्या आहे? कशात तपश्चर्या आहे?

काट्यांवर झोपण्याचा खेळ कोणी सर्कशीतही करू शकतो. उन्हात उभं राहणं म्हणजे केवळ एक अभ्यास आहे आणि थोडे दिवस सराव केल्यानंतर त्यातही काही अर्थ नसतो. ते फार सोपं आहे. नग्न राहणं एक अभ्यास आहे.

शेवटी इथं सगळे आदिवासी नग्न राहतात; परंतु त्याला आपण तपश्चर्या म्हणत नाही आणि तुम्ही नग्न आहात म्हणजे तुम्ही फार मोठं काम करताय म्हणून जाऊन तुम्ही त्यांच्या पाया पडत नाही. आपल्याला माहिती असतं, हा त्यांचा अभ्यास आहे. हे त्यांच्या दृष्टीनं सोपं असतं. यात काही अडचण नाही, काही कठीण नाही.

तपश्चर्या केवळ अभ्यास नाही की एखाद्या गोष्टीचा अभ्यास केला; परंतु आपण जास्त करून ज्यांना तपस्वी म्हणू, त्यांच्यापैकी शंभरपैकी नव्व्याण्णव लोकांची अवस्था अशी आहे. ज्याची तपश्चर्या त्याच्या आनंदाचं फळ आहे असा माणूस क्वचितच मिळेल आणि जेव्हा तपश्चर्या आनंदाचं फळ असते, तेव्हाच ती सत्य असते आणि जेव्हा ती दुःखाची आराधना असते तेव्हा ती सुसाइडल इंस्टींक्ट, ती आत्महत्येच्या वृत्तीचं रूपांतर असते, आणखी काहीही नसतं. ती धार्मिक नसते, ती न्यूरॉटिक आहे; ती विक्षिप्तपणाची गोष्ट आहे.

आणि जगात जर समज वाढली तर अशा संन्याशाला आपण चिकित्सालयात पाठवू, मंदिरात नाही. ही समज निर्माण होईल अशी वेळ लवकरच येईल आणि जो स्वत:ला कष्ट देण्यात रस घेतोय अशा माणसाचा इलाज आपल्याला करून घ्यावा लागेल.

जर शरीराच्याद्वारे भोगण्यात कोणाला काही रस वाटत असेल तर तो एक आजार आहे आणि जर शरीराला दुःख देण्यात कोणाला आनंद वाटत असेल तर उलट्या बाजूनं तोही एक आजार आहे. शरीराच्या माध्यमातून जर भोगण्यात आनंद मिळत असेल तर तो एक आजार आहे, हा भोगी माणसाचा आजार आहे आणि जर शरीराला कष्ट देण्यात कोणाला आनंद मिळत असेल तर तो एक आजार आहे, तो विरागी माणसाचा आजार आहे.

जो शरीराचा उपयोग करतोय, तो आजारातून मुक्त असतो. ना तो शरीरातून आनंद घेतोय, ना त्याच्या भोगातून, ना त्याच्या त्यागातून. शरीर केवळ एक उपकरण आहे. ते दडपणं किंवा फुलवणं यावर ज्याचं ना कुठलं सुख अवलंबून आहे, ना कुठलं दुःख, ज्याचे आनंद शरीरावर निर्भर नाहीयेत, तर ज्याचे आनंद आत्म्यावर अवलंबून आहेत, तो माणूस संन्याशाच्या दिशेनं वेगानं चाललाय आणि ज्याचे आनंद शरीरावर निर्भर आहेत...

तेव्हा ज्यांचे आनंद शरीरावर अवलंबून आहेत असे दोन प्रकारचे लोक आहेत. एक अशा प्रकारचे लोक की, जे जास्त खाऊन आनंद घेतात, दुसरे अशा प्रकारचे लोक की, जे अनाहार राहण्यात आनंद घेतात; परंतु दोघेही शरीराचा आनंद घेत आहेत. म्हणजे त्यांना जर कुठला रस असेल तर तो शरीराशी जोडलेला आहे.

म्हणून भोगी आणि या जगातले संन्यासी, दोघांनाही मी भौतिकवादी आणि शरीरवादी म्हणतो. धर्माचं या शरीरवादी रूपांतरानं फार अहित झालंय. धर्माला पुन्हा त्याच्या आत्मिक रूपांमध्ये प्रतिष्ठापित करण्याची आवश्यकता आहे.

या संबंधात आणखी एक शेवटचा प्रश्न. कोणीतरी विचारलंय की राग, विराग आणि वीतराग यांत काय फरक आहे?

मी जी गोष्ट आता सांगितली ती जर समजली तर रागाचा अर्थ आहे कुठल्यातरी गोष्टीत आसक्ती. विरागाचा अर्थ, त्या आसक्तीचा विरोध. एक व्यक्ती धनसंचय करते, तो राग आहे आणि एखादा माणूस पैशावर लाथ मारून पळून जातो, तो विराग.

परंतु दोघांचीही दृष्टी पैशावर लागलेली आहे. जो संचय करतोय, तोही पैशाचं चिंतन करतोय. जो त्याग करून जातोय, तोही धनाचं चिंतन करतोय. एक जण माझ्यापाशी एवढं धन आहे म्हणून त्याचा संचय करून मजा मारतोय. 'एवढं आहे' म्हणून त्याची दंभपूर्ती होतेय. दुसरा मी एवढा त्याग केलाय म्हणून दंभाची पूर्ती करतो.

तुम्हाला आश्चर्य वाटेल की, ज्यांच्यापाशी पैसा आहे तेही किती आहे म्हणून आकडे मोजतात आणि ज्यांनी त्याग केलाय तेही किती त्याग केला म्हणून आकडे मोजतात. साधू आणि संन्याशांमध्ये स्पर्धा लागते, आपण किती उपवास केले आहेत याची. किती-किती प्रकारचे उपवास केले आहेत, सगळ्याचा हिशेब ठेवतात. कारण त्यागाचाही हिशेब असतो, भोगाचाही हिशेब असतो. रागही हिशेब करतो, विरागही हिशेब करतो. कारण दोघांचीही दृष्टी एक असते, दोघांचाही बिंदू एक असतो, दोघांचीही पकड एक असते.

वीतरागाचा अर्थ विराग नाहीये. वीतरागाचा अर्थ राग आणि विराग दोन्हींमधून मुक्त होणं असा आहे. वीतरागाचा अर्थ, आपण आसक्तही नाही आणि अनासक्तही नाही अशी चित्ताची स्थिती. आपल्याला काही घेणंच नाहीये. एखाद्या माणसाशी पैसा पडून राहिलेला असेल, त्याच्याशी काहीही घेणं नाहीये.

कबीरांचा एक मुलगा होता, कमाल. कबीरांना अत्यंत विरागाची सवय होती. कमालच्या सवयी त्यांना आवडत नव्हत्या. कमालला कोणी काही भेट देऊन गेलं तर कमाल ठेवून घ्यायचा. कबीरांनी त्याला किती वेळा सांगितलं, कोणाच्या भेटीचा स्वीकार करू नकोस. आम्हाला पैशाची काही आवश्यकता नाही. तो म्हणाला, 'जर धन निरुपयोगी आहे तर नाही म्हणण्याची काय आवश्यकता आहे? जर धन निरुपयोगी असेल तर आपण ते मागायला गेलो नाही कारण ते निरुपयोगी आहे. त्यात पुन्हा कोणी इथं टपकलं तर त्याला

आपण नाहीही म्हणत नाही कारण ते निरुपयोगी आहे.'

कबीरांना ते पसंत पडलं नाही. ते म्हणाले, 'तू वेगळा हो.' त्यांचा विराग त्यामुळे खंडित होत होता. कमालला वेगळं केलं गेलं. तो वेगळ्या झोपडीत राहायला लागला.

काशीचे राजेसाहेब भेटायला जायचे. त्यांनी विचारलं, 'कमाल दिसत नाही.' कबीर म्हणाले, 'त्याची पद्धत मला पसंत नाही. वागणं शिथिल आहे. वेगळं केलंय, वेगळा राहतो.' त्यांनी विचारलं, 'काय कारण आहे?' ते म्हणाले, 'धनाचा लोभ आहे. कोणी काही दिलं तर तो घेतो.'

तो राजा गेला. त्यानं एक फार किमती हिरा जाऊन त्याच्या पायाशी ठेवला आणि नमस्कार केला. कमाल म्हणाला, 'आणून आणला तोही एक दगड.' राजाला वाटलं की कबीर तर त्याला मोह नाही म्हणत होते आणि तो तर म्हणतोय की आणून आणला तोही एक दगड. तेव्हा तो उचलून ठेवू लागला. तेव्हा कमाल म्हणाला, 'जर दगड आहे तर तो आता पुन्हा नेण्याचे कष्ट घेऊ नका. नाहीतर आताही तुम्ही त्याला हिरा समजताय.' राजा म्हणाला, 'ही तर काहीतरी लबाडी आहे.' मग त्यानं विचारलं, 'मी हा हिरा कुठे ठेवू?' कमाल म्हणाला, 'कुठे ठेवू विचारत असाल तर मग तुम्ही त्याला दगड मानत नाही. टाकून द्या. ठेवून देण्याची काय गोष्ट आहे.' मग त्यानं झोपडीत सारून दिलं. तो निघून गेला. त्याला वाटलं की ही तर बेईमानीची गोष्ट झाली. मी वळलो की तो काढून घेईल.

तो सहा महिन्यांनंतर परत आला. तो जाऊन म्हणाला, 'काही दिवसांपूर्वी मी काही भेट देऊन गेलो होतो.' कमाल म्हणाला, 'बरेच लोक भेट देऊन जातात आणि जर त्या भेटींना अर्थ असता तर एकतर आम्ही उत्सुकतेनं त्या ठेवून घेतल्या असत्या किंवा उत्सुकतेनं परत केल्या असत्या; परंतु भेट बेईमानी आहे म्हणून हिशेब कोण ठेवणार! नक्कीच देऊन गेले असतील. तुम्ही म्हणत असाल तर नक्कीच देऊन गेले असतील.' तो म्हणाला, 'ती भेट एवढी साधी नव्हती, खूप किमती होती. मी देऊन गेलो होतो तो दगड कुठे आहे?' कमाल म्हणाला, 'ही एक अडचणच आहे. तुम्ही कुठे ठेवून गेला होतात?'

झोपडीत जाऊन जिथं त्यानं ठेवलं होतं तो दगड तिथंच ठेवलेला होता. तो थक्क झाला. त्याचे डोळे उघडले.

हा माणूस विलक्षण होता. त्याच्या दृष्टीनं दगडच होता. त्याला मी वीतरागता म्हणेन. हा विराग नाहीये. हा विराग नाही, ही वीतरागता आहे.

काही तरी पकडण्यात आनंद म्हणजे राग. त्याचा त्याग करण्यात आनंद म्हणजे विराग. वीतरागताचा अर्थ त्याचं अर्थहीन होणं, त्याचं मीनिंगलेस होणं.

वीतरागातच लक्ष्य आहे. ज्यांना ते उपलब्ध होतं, त्यांना परम आनंदाचा लाभ होतो. कारण बाहेरून त्यांची सगळी बंधनं क्षीण होतात.

आणखी एक या संबंधात प्रश्न असा आहे की, मी जी साधनेत भूमिका सांगितली– शरीरशुद्धी, विचारशुद्धी आणि भावशुद्धीची, त्यांच्याशिवाय ध्यान अशक्य आहे का?

नाही, त्याच्याशिवायही ध्यान शक्य आहे, परंतु फार थोड्या लोकांना शक्य आहे. जर ध्यानात परिपूर्ण संकल्पानं प्रवेश झाला तर यापैकी काहीही शुद्ध न करताच ध्यानात प्रवेश शक्य असतो आणि प्रवेश होताच हे सगळं शुद्ध होऊन जाईल; परंतु हे जर शक्य नसेल, एवढा संकल्प जोडणं सोपं नसेल– एवढा संकल्प जोडणं फार अवघड असतं– तर पुन्हा क्रमशः त्यांना शुद्ध करावं लागेल.

ती शुद्ध होऊन ध्यान लाभणार नाही, त्यांच्या शुद्धीमुळे संकल्पाची प्रगाढता लाभेल. त्यांच्या शुद्धीमुळे त्यांच्या अशुद्धीत जी शक्ती खर्च होते, ती वाचेल आणि ती शक्ती संकल्पात परिणत होईल आणि ध्यानात प्रवेश होईल. हे सहयोगी आहेत, अनिवार्य नाही आहेत.

तेव्हा ध्यानात सरळ प्रवेश होऊ शकतो हे ज्यांना शक्य वाटत नाही, त्यांच्यासाठी अनिवार्य आहे, अन्यथा त्यांचा ध्यानात प्रवेशच होऊ शकणार नाही; परंतु अनिवार्य म्हणून नाही की जर कोणात फार प्रगाढ संकल्प असेल तर एका क्षणातही काही न करताच ध्यानात प्रवेश होऊ शकतो. एका क्षणातही! जर कोणी आपले संपूर्ण प्राण एकत्र केले आणि उडी मारली तर त्याला थांबवण्याचं कुठलं कारणच नाही. कोणी थांबवायला नाही, कोणी अशुद्धी थांबवायला नाही; परंतु तेवढ्या पुरुषार्थाला हाकारण्याचं भाग्य फार थोड्या लोकांच्या वाट्याला येतं. एवढं साहस गोळा करण्याचं फार थोड्या लोकांच्या वाट्याला येतं. मी एक गोष्ट सांगेन; तसंच लोक तेवढं साहस दाखवू शकतात.

एक माणूस होता, त्याला वाटलं की जगाचा शेवट नक्कीच होईल. तो ते शोधू लागला. तो जगाचा शेवट शोधू लागला. तो गेला. तो निघाला. हजारो मैल चालावं लागलं आणि लोकांना विचारत राहिला की, 'मला जगाचा शेवट शोधायचाय.'

शेवटी एक मंदिर आलं आणि त्या मंदिराच्या इथं लिहिलं होतं 'हिअर एंडस् द वर्ल्ड!' तिथं एक पाटी लावली होती, त्यावर लिहिलं होतं, 'इथं जग संपतं.' तो फार घाबरला. पाटी आली. थोड्याच अंतरावर दुनिया संपते. पाटीच्या खाली लिहिलं होतं, 'जाऊ नका.'

परंतु त्याला जगाचा अंत पाहायचा होता, तो पुढे गेला. थोड्या अंतरावर

गेल्यावर जगाचा शेवट होत होता. एक किनारा होता आणि खाली अनंत विवरं होती. त्यानं जरासेच डोळे उघडले आणि त्याच्या प्राणांचा थरकाप झाला. तो परत येऊन पळाला. तो मागं वळूनही बघू शकला नाही. तिथं अनंत विवरं होती. छोटे खड्डे घाबरवतात, अनंत! जगाचा शेवट होता. खड्डा अंतिम होता आणि नंतर त्या खड्ड्याच्या खाली काहीही नव्हतं. त्यानं पाहिलं आणि तो पळाला.

तो घाबरून देवळाच्या आत गेला आणि पुजाऱ्याला म्हणाला, 'हा शेवट तर फार भयंकर आहे.' तो पुजारी म्हणाला, 'तू जर उडी मारली असतीस तर जिथं जग संपतं तिथं परमात्मा भेटतो.'

परंतु जोपर्यंत अनंत खड्ड्यात उडी मारण्याएवढं साहस गोळा करणं शक्य होतं नाही तोपर्यंत ध्यानासाठी भूमिका आवश्यक आहे आणि अनंत खड्ड्यात उडी मारायला जो तयार आहे, त्याच्यासाठी कुठली भूमिका नाही. कुठली भूमिका असते का? कुठली भूमिका नाही. म्हणून या भूमिकांना आपण बहिरंग साधन म्हटलंय. ही बाहेरची साधनं आहेत, थोडी मदत करतील. ज्याच्यात साहस असेल, तो सरळ उडी मारेल. साहस नसेल तर पायऱ्यांचा उपयोग करा. हे लक्षात ठेवा.

हे प्रश्न, एवढ्याचीच आज चर्चा होऊ शकेल. पुन्हा काही बाकी उरतील, त्यावर आपण उद्या विचार करू.

■

प्रवचन सातवे

शुद्धी आणि शून्यतेतून समाधि फलित

माझे प्रिय आत्मन्,

साधनेच्या भूमिकेच्या परीघ-बिंदूंवर आपण चर्चा केली. आता आपण त्याच्या केंद्रीय स्वरूपावरही विचार करू.

शरीर, विचार आणि भाव, यांची शुद्धी आणि यांचं शुद्ध स्वरूप मिळवणं प्राथमिक भूमिका आहे. तेवढं झालं तरी जीवनात खूप आनंद निर्माण होतो. तेवढं झालं तरी जीवनात खूप दिव्यता येते. तेवढं झालं तरी आपण अलौकिकाशी संबंधित होतो.

परंतु तो अलौकिकाशी संबंध आहे, अलौकिकाशी मीलन नाही. ते अलौकिकाशी संबंधित होणं आहे, परंतु अलौकिकाशी एक होणं नाही. ते परमात्म्याला जाणणं आहे, परंतु परमात्म्याशी सम्मिलित होणं नाही. शुद्धीची भूमिका परमात्म्याच्या दिशेनं उन्मुख करते आणि परमात्म्याकडे दृष्टी घेऊन जाते. त्यानंतर शून्याची दृष्टी परमात्म्याशी मीलन करवते आणि परमात्म्याशी एकरूप करते.

पहिल्या परिघावर आपण सत्य जाणतो, दुसऱ्या केंद्रावर आपण सत्य

होतो. आता आपण त्या दुसऱ्या गोष्टीचा विचार करू. पहिल्या तत्त्वाला मी शुद्धी म्हटलं, दुसऱ्या तत्त्वाला मी शून्य म्हणतोय. शून्याचे सुद्धा तीन चरण असतील– शरीरावर, विचारावर आणि भावावर.

शरीराची शून्यता शरीर-तादात्म्याचा विरोध असते. शरीराबरोबर आपलं तादात्म्य आहे, एक आयडेंटिटी आहे. आपलं शरीर आहे असं आपल्याला वाटत नाही. कुठल्यातरी टप्प्यावर आपल्याला प्रतीत होतं राहतं, मी शरीर आहे. मी शरीर आहे हा भाव विलीन होऊन गेला तर शरीरशून्यता घटित होईल. शरीराबरोबर माझं तादात्म्य तुटलं तर शरीरशून्यता घटित होईल.

सिकंदर जेव्हा भारताहून परतत होता, तेव्हा त्याला वाटलं की, आपण एका फकिराला भारतातून घेऊन जावं जेणेकरून ग्रीसमध्ये, भारतीय फकीर कसा असतो ते दाखवता येईल. तसे तर बरेच फकीर जायला तयार होते, उत्सुक होते. सिकंदर आमंत्रित करणार, शाही सन्मानानं घेऊन जाणार म्हटल्यावर जायला कोणाला आवडणार नाही; परंतु जे-जे उत्सुक होते, त्यांना घेऊन जाणं सिकंदरला योग्य वाटलं नाही. कारण जे उत्सुक होते त्यावरून स्पष्ट झालं की ते फकीर नव्हते. ज्याला घेऊन जाणं प्रशस्त वाटेल अशा फकिराच्या प्रयत्नात सिकंदर राहिला.

तो जेव्हा सीमेवरच्या प्रदेशांमधून परतत होता तेव्हा एका फकीराचा पत्ता लागला. लोक म्हणाले, 'नदीकिनारी, अरण्यात एक साधू आहे, त्याला घेऊन जाऊ.' तो गेला. त्यानं आधी आपले सैनिक पाठवले आणि त्या फकिराला निरोप दिला. सैनिक जाऊन म्हणाले, 'तुम्ही धन्य आहात. शेकडो जणांनी सिकंदरला निवेदन दिलं की आम्हाला घेऊन चला, त्यानं अजूनपर्यंत कोणाची निवड केलेली नाही. महान सिकंदरची तुमच्यावर कृपा झालीय आणि त्याची इच्छा आहे की तुम्ही यावं. शाही सन्मानानं तुम्हाला ग्रीसमध्ये घेऊन जायचंय.' तो फकीर म्हणाला, 'फकिराला घेऊन जायची ताकद कोणातही नाही.'

सैनिक थक्क झाले. विजेता सिकंदरचे सैनिक होते आणि एका नग्न फकिरानं असं म्हणावं. ते म्हणाले, 'चुकूनही असे शब्द पुन्हा उच्चारू नका, अन्यथा जीव गमावून बसाल.' तो फकीर म्हणाला, 'ज्या जीवनाचा आम्ही त्याग केलाय, त्यापासून सोडवणारा आता कोणीही नाही आणि जाऊन तुमच्या सिकंदरला सांगा, जाऊन त्याला सांगा, तुझ्या शक्ती सगळं जिंकून घेतील; पण ज्यानं स्वत:ला जिंकलंय त्याला जिंकू शकणार नाहीत.'

सिकंदर थक्क झाला. या गोष्टी अजब होत्या, परंतु एका अर्थानं अर्थपूर्णही होत्या कारण फकिराशी भेट झाली होती. अशा माणसाचाच शोध चालला होता. सिकंदर स्वत: गेला. त्याच्या हातात नंगी तलवार होती आणि जाऊन तो

फकिराला म्हणाला, 'जर नाही गेलात तर आम्ही शिर धडापासून वेगळं करू.' तो म्हणाला, 'करा. ज्याप्रमाणे तू शरीरापासून धड वेगळं केलंस असं तुला वाटेल, त्याप्रमाणे शरीरापासून धड अलग केलंय असं मीही पाहीन.' तो म्हणाला, 'आम्हीही म्हणू आणि आम्हीही त्या घटनेचे साक्षीदार होऊ.' तो म्हणाला, 'आम्हीही पाहू की शरीरापासून धड वेगळं केलं गेलंय; परंतु या भ्रमात राहू नकोस की तू माझं काही बिघडवलंयस. जिथपर्यंत कोणी काही बिघडवू शकतो तिथपर्यंत आमचं अस्तित्वच नसतं.'

म्हणून कृष्णानं सांगितलं, जिला अग्नी जाळू शकत नाही, जिला बाण छेदू शकत नाही, जिला तलवार तोडू शकत नाही अशी कुठली तरी सत्ता, अंतरात्मा आपल्या आत आहे. जिला अग्नी जाळू शकणार नाही, आणि जिला बाण वेधू शकणार नाही अशी कुठली तरी अविच्छेद सत्ता आपल्या आत आहे.

त्या सत्तेचा बोध आणि शरीराचं तादात्म्य, मी देह आहे या भावनेचा लोप होणं ही शरीराची शून्यता. ती तोडण्यासाठी काहीतरी करावं लागेल. ती तोडण्यासाठी थोडी साधना होईल आणि शरीर जेवढं शुद्ध होईल तेवढा सहजपणे शरीरापासून संबंध तुटू शकेल. शरीर जेवढ्या शुद्ध स्थितीत राहील तेवढं लवकर मी शरीर नाही, हे जाणता येईल. म्हणून ती शरीरशुद्धीची भूमिका होती, शरीरशून्यता त्याचा अंतिम परिणाम आहे.

मी शरीर नाही ही जाणीव कशी साधेल? हा अनुभव घेऊन पाहावा. एक गोष्ट, उठता-बसताना, झोपताना-उठताना जर आपण थोडं स्मरणपूर्वक पाहिलं, जर थोडा राइट माइंडफुलनेस असेल, जर शरीराच्या क्रियांची थोडी जाणीव असेल तर शून्यता आणण्याचा पहिला टप्पा क्रमशः विकसित होतो.

जेव्हा तुम्ही मार्गावरून चालत असता तेव्हा जरा तुमच्या आत बारकाईनं बघा, तिथं कोणीतरी असाही आहे जो चालत नाहीये. तुम्ही चालताय, तुमचे हातपाय चालतायत, तुमच्या आत कुठलंतरी असं तत्त्व आहे, जे अजिबात चालत नाहीये. जो केवळ तुमचं चालणं बघतोय. जेव्हा हातापायात वेदना होतील, पायाला जखम झाली असेल तेव्हा जरा आत जागरूक होऊन बघा, जखम तुम्हाला झालीय का शरीराला आणि तुम्ही जखम जाणून घेताय. जेव्हा कुठली वेदना असेल शरीरात तर जरा जागरूकपणे बघा की पीडा तुम्हाला होत आहे का तुम्ही केवळ पीडेचे साक्षीदार आहात, पीडेचे दर्शक आहात. जेव्हा भूक लागेल तेव्हा स्मरणपूर्वक बघा, भूक तुम्हाला लागलीय, का देहाला लागलीय, का तुम्ही केवळ प्रेक्षक आहात आणि जेव्हा कुठला आनंद जाणवेल, तर तोही बघा आणि तो आनंद केव्हा घडलाय, त्याचा अनुभव घ्या.

उठता-बसता, चालताना-झोपताना जागेपणी ज्या काही आयुष्यातल्या घटना

आहेत, त्या सगळ्यांमध्ये स्मृतिपूर्वक एका गोष्टीचा विवेक आणि एक गोष्ट सतत बघायची की घटना कुठे घडतायत? त्या माझ्या बाबतीत घडतायत का मी केवळ बघणारा आहे.

आपल्या सवयी तादात्म्यपूर्ण आहेत. जर तुम्ही एखादी फिल्म पाहत असाल, एखादं नाटक पाहत असाल तर ती फिल्म किंवा नाटक बघताना असंही शक्य आहे की तुम्ही रडू लागाल. असंही शक्य आहे की तुम्ही हसू लागाल. असंही शक्य आहे, चित्रपट-नाट्यगृहात जेव्हा प्रकाश उजळेल तेव्हा तुम्ही कोणी बघू नये म्हणून तुमचे अश्रू हळूच पुसाल. तुम्ही रडलात, एक चित्र पाहून तुम्हाला तादात्म्य साधलं. चित्रपटातल्या कुठल्या नायकाशी, कुठल्या पात्राशी तुम्ही तादात्म्य साधलं. त्याच्या वाट्याला पीडा आली असेल, ती पीडा तुमच्यात संक्रमित झाली आणि तुम्ही रडू लागाल.

माणसाच्या अंतस जीवनातही शरीराच्या बाबतीत जे घडतं, चेतना त्याला 'माझ्या बाबतीत घडतंय' असं मानून दुःखी आणि पीडित असते. साऱ्या दुःखाचं एकच कारण आहे की आपलं शरीराशी तादात्म्य असतं आणि सगळ्या आनंदाचंही एकच कारण आहे की शरीराशी तादात्म्य तुटावं, आपल्याला असं स्मरण व्हावं की आपण देह नाही आहोत.

तेव्हा त्यासाठी सम्यक स्मृती, देहाच्या क्रियांबद्दल सम्यक स्मृती, राइट अवेअरनेस, देहाच्या क्रियांचं सम्यक दर्शन, सम्यक निरीक्षण प्रक्रिया आहे. देहाबद्दल सम्यक निरीक्षणानं देहशून्यता येईल.

हे निरीक्षण करणं आवश्यक आहे. जेव्हा रात्री अंथरुणावर झोपू लागाल तेव्हा हे स्मरणपूर्वक पाहणं आवश्यक आहे की मी नाही, माझं शरीर अंथरुणावर पसरलंय आणि जेव्हा सकाळी अंथरुणातून उठू लागाल तेव्हा स्मृतिपूर्वक हे लक्षात ठेवणं आवश्यक आहे की मी नाही, माझं शरीर अंथरुणातून उठलंय. झोप मी घेतलेली नाही, झोप केवळ देहानं घेतलीय आणि जेव्हा जेवण कराल तेव्हा लक्षात ठेवा की, जेवण केवळ शरीरानं घेतलंय आणि जेव्हा कपडे घालाल तेव्हा ध्यानात ठेवा की, कपडे केवळ देह झाकतात, मला नाही. जेव्हा कुठली जखम होईल तेव्हा स्मरणपूर्वक तुमच्या लक्षात येईल की जखम देहाला झालीय, मला नाही. अशा प्रकारे सतत जाणीव जागवत-जागवत कुठल्या तरी क्षणी विस्फोट होतो आणि तादात्म्य भंग पावतं.

तुम्हाला माहिताय, जेव्हा तुम्ही स्वप्नात असता तेव्हा तुम्हाला देहाची आठवण राहत नाही आणि तुम्हाला माहिताय, जेव्हा तुम्हाला गाढ झोप लागते, तेव्हा तुम्हाला तुमच्या देहाची शुद्ध राहत नाही. तुमचा चेहरा तुमच्या लक्षात राहतो?

तुम्ही तुमच्या आत जेवढे खोल जाता, तेवढ्याच प्रमाणात देहाचा विसर पडत जातो. स्वप्नात देहाचं भान राहत नाही आणि गाढ झोपेत, सुषुप्तीत देहाची अजिबात जाणीव राहत नाही. जेव्हा पुन्हा शुद्धी यायला सुरुवात होते, तेव्हा क्रमशः देहाच्या तादात्म्याला जाग येते. एखाद्या दिवशी सकाळी जेव्हा झोपेतून जाग येईल तेव्हा एक क्षण आत पाहा, तुम्ही देह आहात? तेव्हा हळूहळू तुम्हाला स्पष्ट दिसू लागेल की, देहाच्या तादात्म्याला जाग येतीय, तादात्म्य निर्माण होतंय.

या देहाचं तादात्म्य तोडण्यासाठी एक प्रयोग आहे, तो जर महिन्यातून एक-दोनदा करत राहिलात तर देहाचं तादात्म्य तोडण्यासाठी तो उपयोगी पडेल. हा प्रयोग थोडासा समजावून घ्या.

ज्याप्रमाणे आपण रात्रीचं ध्यान करतोय, त्याप्रमाणे सगळं शरीर सैल सोडून, प्रत्येक चक्राला सूचना देत शरीर सैल सोडून, अंधार करून खोलीत, ध्यानात प्रवेश करा. जेव्हा शरीर शिथिल होईल, जेव्हा श्वास शिथिल होईल आणि जेव्हा चित्त शांत होईल तेव्हा असा विचार मनात आणा की, तुम्ही मेला आहात, तुमचा मृत्यू झालाय आणि तुमच्या आत स्मरण करा, मी मेलो आहे तेव्हा माझे कुठले प्रियजन माझ्या आसपास गोळा होतील. त्यांच्या प्रतिमा तुमच्या आसपास उठताना पाहा. ते काय करतील, त्यांच्यापैकी कोण रडतील, कोण ओरडेल, कोण दुःखी होईल, हे सगळं खूप स्पष्टपणे पाहा. ते सगळे तुम्हाला दिसू लागेल.

पुन्हा पाहा की गल्लीतले-शेजारचे आणखी सगळ्या प्रिय व्यक्ती गोळा झाल्या आणि तुमचं प्रेत उचलून आता तिरडीवर बांधलंय. तेही पाहा. आणखी पाहा की तिरडी उचलून लोक त्याला घेऊन जाऊ लागले आणि ती स्मशानापर्यंत पोचू दे आणि त्यांना चितेवर ठेवू दे.

हे सगळं पाहा. ही पूर्ण इमॅजिनेशन आहे, ही पूर्ण कल्पना आहे. या पूर्ण कल्पनेचा जर थोडे दिवस प्रयोग केलात, तर खूप स्पष्ट दिसेल आणि पुन्हा पाहा, त्यांनी चितेवर तुमचं प्रेतही ठेवलं. ज्वाळा उठल्या आहेत आणि तुमचं प्रेत विलीन झालं.

जेव्हा प्रेत विलीन झालं, धूर आकाशात गेला, ज्वाळा विझल्या आणि राख पडली या टप्प्यापर्यंत ही कल्पना पोचेल तेव्हा एकदम सावध होऊन स्वतःमध्ये पाहा की काय होतंय. त्या वेळी अचानक तुमच्या लक्षात येईल, तुम्ही देह नाही आहात. त्या वेळी तादात्म्य एकदम भंग पावेल.

हा प्रयोग अनेक वेळा केल्यावर जेव्हा प्रयोग केल्यानंतर तुम्ही उठून याल, चालाल, बोलाल, तेव्हा तुमच्या लक्षात येईल, तुम्ही देह नाही आहात, या

अवस्थेला आपण विदेह म्हटलंय– या अवस्थेला या प्रक्रियेच्या माध्यमातून जो स्वत:ला जाणतो, तो विदेही होतो.

जर हे चोवीस तास साधलं आणि तुम्ही उठाल-बसाल, बोलाल तर तुम्हाला स्मरण होईल की तुम्ही देह नाही आहात, तर देहशून्य झाला. तेव्हा हे देहशून्य होणं अद्‌भुत आहे. हे अद्‌भुत आहे, यापेक्षा कुठली अद्‌भुत घटना नाही. देहाचं तादात्म्य नसणं सगळ्यात अद्‌भुत असतं.

देहशुद्धी, विचारशुद्धी आणि भावशुद्धीनंतर जेव्हा देहाच्या शून्यतेचा हा प्रयोग कराल, तेव्हा तो निश्चितपणे सफल होतो आणि तेव्हा जीवनात फार अद्‌भुत परिवर्तन व्हायला सुरुवात होईल. तुमचे सगळे भ्रम आणि सगळी पापं देहाशी बांधलेली आहेत. देहाशी न बांधलेली एकही चूक आणि एकही पाप तुम्ही तुमच्या जीवनात केलं नसेल आणि जर तुम्ही देह नसाल तर तुम्हाला स्मरण होईल की जीवनात कुठलीही विकृती निर्माण होण्याची शक्यता शून्य होऊन जाईल.

तेव्हा जर कोणी तुम्हाला तलवार भोसकली तर तुमच्या लक्षात येईल, त्यानं देहात तलवार भोसकली आणि आपल्याला काही झालंय याचा तुम्हाला जराही पत्ता लागणार नाही. तुम्ही अस्पर्शित राहाल. त्या वेळी तुम्ही कमलपत्राप्रमाणे पाण्यात राहाल. त्या वेळी जेव्हा देहशून्यतेचा बोध होईल, तेव्हा स्थितप्रज्ञाप्रमाणे आयुष्य जगाल. तेव्हा बाहेरची कुठली आवर्तं, कुठली वादळं तुम्हाला स्पर्श करणार नाहीत कारण ती केवळ देहाला स्पर्श करतील. त्यांचे आघात केवळ देहावर होतात. त्यांच्या जखमा केवळ देहावर होतात; परंतु चुकीनं आपण समजतो की ते आघात आपल्यावर झाले आहेत म्हणून आपण दु:खी, पीडित किंवा सुखी होतो.

हा आंतरिक साधनेचा, केंद्रीय साधनेचा पहिला टप्पा आहे. आपण देहशून्यता साधली पाहिजे. हे साधणं कठीण नाही. जे प्रयास करतात, ते निश्चित सफल होतात.

दुसरं तत्त्व आंतरिक साधनेचं, विचारशून्यता आहे. ज्याप्रमाणे मी म्हटलं की सम्यक निरीक्षणानं देहाची देहशून्यता घटित होते, त्याप्रमाणे विचाराच्या सम्यक निरीक्षणानं विचारशून्यता घडते. या आंतरिक साधनेचं मूलतत्त्व सम्यक निरीक्षण आहे, राइट ऑब्झर्व्हेशन आहे. या तिन्ही टप्प्यांवर-शरीरावर-विचारावर आणि भावावर, सम्यक स्मरण आणि सम्यक निरीक्षण, सांभाळायचं.

विचारांचे जे प्रवाह आमच्या चित्तावरून धावतात, कधीतरी त्यांचे फक्त निरीक्षक व्हा. जसं कोणीतरी नदीकिनारी बसलंय आणि नदीचा वाहता प्रवाह बघत बसलंय. फक्त नदीकिनारी बसलंय आणि बघतंय. किंवा कोणीतरी जंगलात

बसलंय, पक्ष्यांची उडणारी रांग बघतंय, फक्त बसलंय आणि बघतंय. किंवा कोणी पावसाळ्यातलं आकाश निरखावं आणि मेघांची धावणारी रांग बघावी. तसंच आपल्या मनाच्या आकाशात विचारांच्या धावत्या मेघांना, विचारांच्या उडत्या पक्ष्यांना, विचारांच्या वाहत्या नदीकडे काठावर स्तब्ध उभं राहून निरखायचंय. जणू आपण किनाऱ्यावर बसलो आहोत आणि विचार बघतोय. विचार मुक्त सोडा, विचार वाहू देत, धावू देत आणि तुम्ही स्तब्ध बसून बघा. तुम्ही काहीही करू नका. काहीही छेडछाड करू नका. कुठलाही अडथळा आणू नका. कुठलंही दमन करू नका. कुठलाही विचार येत असेल तर थांबवू नका; येत नसेल तर आणण्याचा प्रयत्न करू नका. तुम्ही केवळ निरीक्षक व्हा.

केवळ त्या निरीक्षणात दिसतं, अनुभवास येतं, विचार अलग होतात आणि 'मी' अलग होतो. कारण जाणवतं की जो विचारांना पाहतोय, तो विचारांपासून वेगळा होईल, अलग होईल, भिन्न होईल आणि जेव्हा हा बोध होतो, तेव्हा अद्‌भुत शांतता गाढ होऊ लागते. कारण तेव्हा कुठली चिंता तुम्हाला नाहीये. तुम्ही चिंतांमध्ये असू शकता, चिंता तुमची नाही. तुम्ही समस्यांमध्ये असू शकता, समस्या तुमची नाहीये. आपण विचारांनी घेरलेले असू शकता, विचार तुम्ही नाही आहात.

आणि जर असा विचार आला की, मी विचार नाही, तर विचारांचे प्राण गळून पडायला सुरुवात होते, विचार निर्जीव होऊ लागतात. विचारांची शक्ती यात आहे की आपण असं समजतो, ते आपले आहेत. जेव्हा तुम्ही कोणाशी वादविवाद करू लागता, तेव्हा तुम्ही म्हणता, 'माझा विचार.' कुठलाही विचार तुमचा नाही. सगळे विचार अन्य आहेत आणि भिन्न आहेत, तुमच्यापासून वेगळे आहेत. त्यांचं निरीक्षण.

एक गोष्ट सांगतो, लक्षात घ्या. बुद्धाच्या बाबतीत असं घडलं होतं. एका राजकुमारानं दीक्षा घेतली होती. पहिल्या दिवशीच तो भिक्षा मागायला गेला होता. ज्या दारात बुद्धानं पाठवलं होतं तिथं त्यानं भिक्षा मागितली. त्याला भिक्षा मिळाली. त्यानं भोजन केलं, तो भोजन करून परत आला; परंतु त्यानं बुद्धाला जाऊन सांगितलं, क्षमा करा, तिथं मी पुन्हा जाऊ शकणार नाही. बुद्धांनी विचारलं, 'काय झालं?'

तो म्हणाला, 'असं झालं की मी जेव्हा गेलो, दोन मैलांचं अंतर होतं. वाटेत मला आवडणारे पदार्थ मला आठवले आणि जेव्हा मी त्या दारात गेलो, तेव्हा त्या श्राविकेनं तेच पदार्थ केले होते. मी थक्क झालो. मला वाटलं, योगायोग आहे; परंतु पुन्हा असं झालं की मी जेव्हा जेवण करायला बसलो तेव्हा माझ्या मनात असा विचार आला की रोज आपल्या घरी होतो तेव्हा जेवणानंतर दोन

घटका विश्रांती घेत होतो. आज कोण विश्रांती घ्यायला सांगणार! आणि जेव्हा मी असा विचार करत होतो, तेव्हा त्या श्राविकेनं म्हटलं, जर जेवणानंतर दोन क्षण थांबलात आणि विश्रांती घेतलीत तर अनुग्रह होईल, कृपा होईल, माझं घर पवित्र होईल. तेव्हा मी चकित झालो होतो, तरीसुद्धा मी विचार केला की योगायोग असेल, माझ्या मनात विचार आला आणि तिनंही सांगितलं. पुन्हा मी पडलो आणि विश्रांती घेणारच होतो तेवढ्यात माझ्या मनात असा विचार आला की, आज आपली ना कुठली शय्या आहे ना कुठली सावली. आज दुसऱ्याच्या छपराखाली आणि दुसऱ्याच्या अंथरुणावर, दुसऱ्याच्या चटईवर पडलोय आणि त्याच वेळी श्राविकेनं मागून सांगितलं, भिक्षू, शय्या न तुमची आहे ना माझी आणि सावली ना तुमची आहे ना माझी आणि तेव्हा मी घाबरून गेलो. आता योगायोग पुन्हा घडणं अशक्य होतं. मी त्या श्राविकेला म्हटलं, माझे विचार तुमच्यापर्यंत पोचतात का? माझ्या आत वाहणाऱ्या विचारधारा तुम्हाला परिचित होतायत? ती श्राविका म्हणाली, सतत ध्यान करता-करता तुमचे विचार शून्य झाले आहेत आणि आता दुसऱ्यांचे विचारही दिसतायत. तेव्हा मी घाबरून गेलो आणि पळून आलोय. मी क्षमा मागतो, उद्या मी तिथं जाऊ शकणार नाही.'

बुद्धांनी विचारलं, 'का?' तो म्हणाला, 'अशासाठी की... कसं सांगू, क्षमा करा आणि तिथं जायला सांगू नका.' परंतु बुद्धानं आग्रह केला आणि त्या भिक्षूला सांगावं लागलं. तो भिक्षू म्हणाला, 'ती सुंदर युवती पाहून माझ्या मनात विकारही उमटले होते, तेही तिनं वाचले असतील. कुठल्या तोंडानं मी तिथं जाऊ? कसं मी त्या दारात उभं राहू? आता पुन्हा मी जाऊ शकत नाही.' बुद्ध म्हणाले, 'तिथंच जावं लागेल. हाच तुझा साधनेचा भाग आहे. अशा प्रकारे तुमच्या विचारांमध्ये जागृती निर्माण होईल आणि विचारांचे तुम्ही निरीक्षक होऊ शकाल.'

पर्यायच नव्हता, त्याला दुसऱ्या दिवशी पुन्हा जावं लागलं; परंतु दुसऱ्या दिवशी तोच माणूस जात नव्हता. पहिल्या दिवशी तो मार्गात झोपलेला होता. त्याला माहीतही नव्हतं की मनात कुठले विचार चालले होते. दुसऱ्या दिवशी तो सावधपणे गेला कारण आता भीती होती. तो सावधपणे गेला आणि जेव्हा तिच्या दारात गेला तेव्हा क्षणभर पायऱ्या चढण्याआधी थांबला. स्वत:ला त्यानं सचेत केलं. त्यानं आतून डोळे उघडले. बुद्ध म्हणाले होते, आत बघ, आणखी काही करू नकोस. एवढंच लक्षात राहू दे की न पाहिलेला कुठला विचार नसावा, न पाहिलेला कुठला विचार नसावा. न बघता कुठलाही विचार निघू नये, एवढंच स्मरण ठेव, बस्स!

आपल्या आत बघत तो पायऱ्या चढला. त्याला आपला श्वाससुद्धा दिसू

लागला. त्याला आपल्या हातापायाचं चलनवलनही दिसू लागलं. त्यानं जेवण केलं, एक घासही उचलला तरी तो त्याला दिसला. जसं दुसरं कोणी जेवण करत होता आणि तो पाहत होता.

त्या वेळी त्यानं जेवण केलं; परंतु जेवण आणखी कोणी करत होतं आणि बघत दुसरंच कोणी होतं आणि आमचा देश म्हणतो– आणि सगळ्या जगातल्या ज्या लोकांनी जाणलंय, ते म्हणतात– की जो बघतोय, ते तुम्ही आहात; आणि जो करतोय, ते तुम्ही आहात.

त्यानं पाहिलं तर तो थक्क झाला. तो नाचत परत आला आणि त्यानं बुद्धाला जाऊन सांगितलं, 'धन्य, मला काहीतरी मिळालं, दोन अनुभव आले आहेत; एक तर असा अनुभव आला की मी अगदी सावध व्हायचो तेव्हा विचार बंद व्हायचे.' तो म्हणाला, 'एक अनुभव तर असा आला की, जेव्हा मी आतून अगदी सावध व्हायचो तेव्हा विचार बंद व्हायचे. दुसरा अनुभव असा आला की जेव्हा विचार बंद व्हायचे तेव्हा मी पाहिलं, कर्ता अलग आहे आणि द्रष्टा अलग आहे.' बुद्धानं सांगितलं, 'एवढंच सूत्र आहे. जो हे साधतो, तो सगळं साधतो.'

विचारांचं द्रष्टा व्हायचंय, विचारक नाही. लक्षात ठेवा, विचारक नाही, विचारांचा द्रष्टा.

म्हणून आपण आपल्या ऋषींना द्रष्टा म्हणतो, विचारक नाही. महावीर विचारक नाहीयेत, बुद्ध विचारक नाहीयेत. हे द्रष्टे आहेत. विचारक तर आजारी माणूस आहे. जे जाणत नाहीत, ते विचार करतात. जे जाणतात, ते विचार करत नाहीत, ते बघतात. त्यांना दिसतं, त्यांना दर्शन होत नाही आणि दर्शनाची पद्धत म्हणजे आपल्या आत विचारांचं निरीक्षण आहे. उठता-बसता, झोपताना-उठताना आपल्या आत जो काही विचाराचा प्रवाह चालला असेल, तो पाहा आणि या विचाराबरोबर मी एकरूप झालो असं कुठल्याही विचाराबरोबर तादात्म्य होऊ नका. विचार वेगळे जाऊ देत, तुम्ही वेगळे चला. आपल्या आत दोन प्रवाह असायला हवेत.

सर्वसाधारण माणसाच्या आत एक प्रवाह असतो, केवळ विचाराचा. दर्शन सुप्त असतं. साधकाच्या अंतरंगात दोन समानांतर प्रवाह असतात, विचाराचा आणि दर्शनाचा. सिद्धाच्या आतही एकच धारा राहते– दर्शनाची; विचार मृत होतात.

तेव्हा आपल्या विचाराद्वारे दर्शनापर्यंत पोहोचायचं असेल तर आपल्याला विचार आणि दर्शनाची समानांतर साधना करावी लागेल. जर विचारातून दर्शनापर्यंत पोहोचायचं असेल तर आपल्याला विचाराची आणि दर्शनाची समानांतर साधना करावी लागेल. त्याला मी सम्यक निरीक्षण म्हणतोय, त्याला सम्यक स्मृती

म्हणतोय. त्याला महावीरानं विवेक म्हटलंय. विचार आणि विवेक. जो विचारालाही बघतो, तो विवेक आहे. विचारक सापडणं तर फार सोपं आहे. ज्यांचा विवेक जागृत आहे, असे लोक मिळणं फार अवघड असतं.

विवेक जागवा. कसा जागवायचा, ते मी सांगितलं, स्मरणपूर्वक विचार करून. शरीराच्या क्रिया पाहा. शरीर शून्य होईल आणि विचारांची धाव पाहू, विचारप्रक्रिया– थॉट प्रोसेस पाहिली तर विचार शून्य होईल आणि जर भावाचं अंतर्निरीक्षण कराल तर भाव शून्य होईल.

आता मी म्हटलं की घृणेच्या जागी प्रेम येऊ दे आणि द्वेषाच्या जागी भावशुद्धीत मैत्री येऊ दे. आता मी म्हणेन, हे सत्यही जाणून घ्या की जो प्रेम करतोय, जो घृणा करतोय त्याच्या मागं एक तत्त्व आहे, जो केवळ जाणतोय; जो ना घृणा करतो ना प्रेम करतो. तो केवळ साक्षी आहे. त्यानं पाहिलं होतं की कधीतरी घृणा केली गेली. आता तो बघतोय की प्रेम केलं जातंय; परंतु तो केवळ साक्षी आहे, तो केवळ बघतोय.

जेव्हा मी कोणाची घृणा करतो, तेव्हा मी घृणा करतोय असं माझ्या आत कुठल्या बिंदूला कळत नाही? आणि जेव्हा मी कोणावर प्रेम करतो तेव्हा माझ्या अंतरंगात कोणाला मी प्रेम करतोय हे कळत नाही? ज्याला कळतं, तो प्रेमापासून दूर आहे, घृणेपासून दूर आहे. तोच आमचा आत्मा आहे. शरीराच्या आणि विचाराच्या, भावाच्या, सगळ्याच्या मागं आहे.

म्हणून जुने ग्रंथ म्हणतात, नेति नेति. तो ना देह आहे, तो ना विचार आहे, तो ना भाव आहे. तो काहीही नाहीये. जिथं काहीही उरत नाही, तिथं केवळ तो दर्शक, तो द्रष्टा, तो साक्षी चैतन्य आमचा आत्मा आहे.

तेव्हा भावाच्या प्रवाहाबद्दलही द्रष्टा बोध घ्यायचाय. शेवटी जे केवळ दर्शन आहे, ते वाचवायचंय. जे केवळ शुद्ध दर्शन आहे, ते वाचवायचंय. तीच शुद्ध दर्शन प्रज्ञा आहे. त्याच शुद्ध दर्शनाला आपण ज्ञान म्हटलंय. त्याच शुद्ध दर्शनाला आपण आत्मा म्हणतो. योगाचं आणि धर्माचं परम लक्ष्य तेच आहे.

अंतरंग साधनेत मूलतत्त्व आहे, सम्यक निरीक्षण– देहाच्या क्रियांचं, विचाराच्या प्रक्रियांचं, भावाच्या अंतरंग प्रवाहांचं. हे तिन्ही टप्पे पार करून साक्षी जो ग्रहण करतो, त्याला किनारा मिळाला. त्याला किनाराच काय, त्याला लक्ष्य मिळालं आणि जो या तीनपैकी कशाशी बांधलेला राहतो, तो किनाऱ्याशी बांधलेला आहे. त्याला अजून लक्ष्य मिळालं नाही.

एक गोष्ट मी वाचली होती, ऐकली होती. एक रात्र, पौर्णिमेची रात्र होती- जशी आज आहे- आणि चंद्र पूर्ण होता आणि खूप सुंदर रात्र होती आणि काही मित्रांना वाटलं की चला नौकाविहाराला जाऊ या. ते आधी रात्री नौकाविहाराला

गेले आणि आनंद साजरा करायला गेले होते. तर त्यांनी नावेत प्रवेश करून आधी खूप दारू प्यायली. पुन्हा ते नावेत बसले. पुन्हा त्यांनी वल्ही घेतली आणि नौका चालवायला सुरुवात केली. पुन्हा त्यांनी खूप नाव चालवली.

पुन्हा सकाळची वेळ येऊ लागली, थंड वारं वाहू लागलं आणि त्यांचा मूड बदलला. त्यांना वाटलं, 'आपण किती दूर आलो असू! रात्रभर नाव चालवलीय!' आणि त्यांनी बारकाईनं पाहिलं, जिथं ते रात्री आले होते त्याच किनाऱ्यापाशी ते उभे होते आणि तेव्हा त्यांनी जाणलं की ते विसरले होते. त्यांनी वल्ही तर खूप चालवली होती; परंतु नाव नदीच्या किनाऱ्यापासून दूर न्यायला विसरले होते आणि ज्यानं आपली नाव नदीच्या किनाऱ्यापासून सोडली नाही, तो अनंत परमात्म्याच्या समुद्रात कितीही तडफडला, कितीही ओरडला, त्याची कुठली गती नसेल.

तुमच्या चेतनेची नाव कुठे बांधलेली आहे? देहाशी बांधलेली आहे, विचाराशी बांधलेली आहे, भावाशी बांधलेली आहे. तुमच्या चेतनेची नाव देहाशी बांधलेली आहे, विचाराशी बांधलेली आहे, भावाशी बांधलेली आहे, हा तुमचा किनारा आहे आणि नशेत तुम्ही कितीही वल्ही चालवा, एक जन्म, अनंत जन्म आणि अनंत जन्मांनंतर ही जेव्हा थंड हवा लागेल कुठल्या सत् विचाराची, कुठल्या सत् दर्शनाची, कुठल्या प्रकाशकिरणाचा जेव्हा धक्का लागेल आणि तुम्ही जागे होऊन जेव्हा पाहाल तेव्हा लक्षात येईल अनंत जन्मांचं वल्ही चालवणं वाया गेलं. आपण त्याच किनाऱ्यावर उभे आहोत, आपण तिथंच बांधलेले आहोत जिथं आपण सुरू केलं होतं आणि तेव्हा एक गोष्ट दिसू लागेल, नाव सोडणं विसरला होतात.

नाव सोडायला शिकणं आवश्यक आहे. वल्ही चालवणं फार सोपं, नाव सोडणं फार कठीण आहे. साधारणतः नाव सोडणं फार सोपं असतं आणि वल्ही चालवणं थोडं कठीण असतं. बाकी जीवनप्रवाहात नदीपासून नाव सोडणं फार कठीण असतं, वल्हं चालवणं फार सोपं आहे. किंबहुना आपण जर म्हटलं, रामकृष्णांनी एकदा सांगितलं होतं, 'तुम्ही तुमची नाव तर सोडा, आपलं पाल तर सोडा आणि परमात्म्याचे वारे तुम्हाला घेऊन जातील, तुम्हाला वल्हीसुद्धा चालवावी लागणार नाहीत.'

हे योग्यच सांगितलं होतं. जर आपण नाव सोडली तरच परमात्म्याचे वारे वाहतायत असं लक्षात येईल आणि ते आपल्याला घेऊन जातील, त्या दूर दिगंताच्या गंतव्यापर्यंत पोचवतील जिथं पोचल्याशिवाय कुठल्याही माणसाला आनंद मिळत नाही, परंतु नाव सोडा.

अंतरंग साधनेत आपण नाव सोडतो. त्या रात्री ते मित्र नाव का सोडू शकले

नाहीत? त्या रात्री ते नशेत होते, मूर्च्छेत होते. सकाळी जेव्हा थंड हवा लागली आणि मूर्च्छा गेली तेव्हा त्यांच्या लक्षात आलं की नाव बांधलेली आहे. मी म्हटलं, सम्यक निरीक्षण. सम्यक निरीक्षण मूर्च्छेचा विरोध आहे. आपण मूर्च्छेत आहोत म्हणून नाव शरीराशी, विचाराशी आणि भावाशी बांधलेली आहे. जर सम्यक निरीक्षणाची थंड हवा लागली आणि आपण जागे झालो तर नाव सोडणं अवघड नाही. मूर्च्छा नावेला बांधलेली आहे. अमूर्च्छा नाव सोडेल. अमूर्च्छेला उपाय आहे सगळ्या क्रियांचं सम्यक निरीक्षण– राइट अवेअरनेस.

अंतरंग साधनेचं एकच आहे, सम्यक स्मरण, सम्यक स्मृती, सम्यक विवेक, सम्यक शुद्धी, अमूर्च्छा. हे लक्षात ठेवा. हे सगळ्यात महत्त्वाचं आहे आणि याचा सतत प्रयोग करा आणि याचा सतत उपयोग करा.

तीन शुद्धी, तीन शून्यता जर घटित झाल्या.... तीन शुद्धी तीन शून्यता आणण्यात सहयोगी असतात. तीन शून्यता आल्या तर परिणामत: समाधी उत्पन्न होते. समाधी हे द्वार आहे सत्याचं, स्वत:चं, परमात्म्याचं. जो समाधीत जागतो, त्याच्या दृष्टीनं जग मावळेल.

मावळण्याचा अर्थ हा नाही की या भिंती कोसळतील आणि तुम्ही विलीन व्हाल. मावळण्याचा अर्थ हा की या भिंती भिंती राहणार नाहीत आणि तुम्ही तुम्ही राहणार नाही. मावळण्याचा अर्थ हा की जेव्हा पान हलेल तेव्हा पानच नाही, तर पान हलवणारा तो प्राणही दिसेल आणि जेव्हा वारे वाहतील तेव्हा वारेच नाही, वाऱ्यांना वाहतं करणाऱ्या सत्ताही दिसतील आणि तेव्हा मातीत, कणा-कणातही केवळ मातीच दिसणार नाही. चिन्मयाचंही दर्शन होईल. जग मावळेल, अशा अर्थानं की परमात्मा प्रकट होईल.

परमात्मा जग घडवणारा नाही. आज मला कोणीतरी विचारत होतं, कोणी घडवलं? आम्ही तिथं दरीत डोंगराजवळ होतो आणि कोणीतरी विचारत होतं, ही दरीखोरी आणि ही झाडं कोणी घडवली? जोपर्यंत आपण जाणत नाही तोपर्यंत कोणी घडवली असं आपण विचारू आणि जेव्हा आपण जाणू तेव्हा कोणी घडवली हे विचारणार नाही, आपल्याला कळेल. हा स्वत: तयार करणारा आहे. क्रिएटर कोणीही नाहीये, स्रष्टा कोणीही नाहीये. सृष्टीच स्रष्टा आहे. जेव्हा दर्शन होतं, जेव्हा दिसू लागतं तेव्हा क्रिएशनचं क्रिएटर होतं. हे जे चारही बाजूंना विराट जगत आहे, तेच परमात्मा होतं. जगाच्या विरोधात परमात्मा मिळत नाही, जगाची जाणीव विसर्जित होते आणि परमात्म्याची प्राप्ती होते.

त्या समाधीच्या अवस्थेत सत्याचा बोध होईल, सत्यावर आवरण आहे आणि कशामुळे झाकलंय? आणखी कशामुळे नाही, आमच्याच मूर्च्छेनं झाकलंय. सत्यावर पडदे नाहीत, आमच्या डोळ्यांवर पडदे आहेत. म्हणून जो आपल्या डोळ्यांवरचे

पडदे टाकून देईल, तो सत्य जाणून घेतो आणि डोळ्यांवरचे पडदे कसे टाकायचे, त्याची मी चर्चा केलीय. तीन शुद्धी आणि तीन शून्यता डोळ्यांवरचे पडदे टाकून देतील. जेव्हा डोळ्यांवरचे पडदे दूर होतील, त्याला आपण समाधी म्हणतो. पडदा नसलेली जी शुद्ध दृष्टी असते, त्याला आपण समाधी म्हणतो.

समाधी धर्मांचं अंतिम लक्ष्य आहे– सगळ्या धर्मांचं, सगळ्या योगांचं. आपण हा विचार केला. यावर चिंतन करू, यावर मनन करू, यावर निदिध्यासन करू. यावर विचार करू. हे प्राणांमध्ये उतरवू. जो माळ्याप्रमाणे बीज पेरेल, तो पुन्हा एक दिवस आनंदित होऊन बघेल की त्याची फुलं उमलली आहेत. जो श्रम करेल आणि पहाड फोडेल, त्याच्या एक दिवस लक्षात येईल, हिरे-जवाहीर मिळाले आहेत. जो पाण्यात बुडी घेईल आणि तळापर्यंत जाईल, एक दिवस त्याच्या लक्षात येईल की तो मोती घेऊन आलाय.

ज्यांची आकांक्षा असेल आणि काही आव्हान आहे असं ज्यांच्या पुरुषार्थाला वाटत असेल, त्यांचे प्राण कंपित होतील, आंदोलित होतील आणि ते अग्रेसर होतील आणि जे योग्य अर्थानं पुरुष आहेत, योग्य अर्थानं ज्यांच्या आत कुठली शक्ती आणि ऊर्जा आहे, अशांचा स्वत:ला जाणल्याशिवाय संपणं म्हणजे अपमान आहे.

प्रत्येकाच्या आत असा संकल्प भरलेला हवा की मी सत्य जाणेनच, स्वत:ला ओळखल्याशिवाय राहणार नाही, समाधी जाणून घेईन. हा संकल्प साधून आणि या भूमिकांचा प्रयोग करून तुम्हीही यशस्वी होऊ शकता, कोणीही यशस्वी होऊ शकतं. या गोष्टीवर तुम्ही विचार करा.

आपण आपल्या रात्रीच्या ध्यानासाठी बसू. रात्रीच्या ध्यानाच्या संबंधात पुन्हा थोडंसं तुम्हाला सांगेन. काल मी तुम्हाला सांगितलं, शरीरातल्या पाच चक्रांचा मुद्दा सांगितला. अवयव त्या पाच चक्रांशी बांधलेले आहेत. ती चक्रं जर आपण सैल केली आणि सैल होण्याचा भाव केला, तर ते ते अवयव त्याबरोबर सैल होत जातात.

पहिलं चक्र आहे मूलाधार. जननेंद्रियाच्या जवळ मूलाधारेची धारणा करू की मूलाधार चक्र आहे आणि त्या चक्राला आपण शिथिल व्हायचा आदेश देऊ की, मूलाधार, सैल हो. अगदी मनापासून आणि पूर्ण आज्ञा दिली पाहिजे की, मूलाधार, शिथिल हो.

तुम्हाला वाटेल, आपल्या म्हणण्यानं काय होईल? तुम्ही विचार करत असाल आपण म्हटलं, पाया, सैल हो, पाय सैल कसे होतील? आपण म्हटलं की, शरीरा, जड हो, शरीर जड कसं होईल?

आपण थोडा विचार केलात तर एवढं आपल्या मनात येणार नाही. तुम्ही

जेव्हा म्हणता, हात, रुमाल उचल, तर हात रुमाल कसा उचलेल? आणि जेव्हा तुम्ही म्हणता, पाया, चल, तर पाय कसे चालतात? आणि जेव्हा तुम्ही म्हणता की, पाया, चालू नकोस, तर पाय कसे थांबतील? या शरीराचा अणू-अणू तुमची आज्ञा मानतो. जरी ही आज्ञा मानली नाही तर शरीर चालूच शकत नाही. तुम्ही डोळ्यांना म्हणता, बंद व्हा, तर डोळे बंद होतील. आत विचार येतो की डोळे बंद व्हावेत आणि डोळे बंद व्हावेत का? विचारात आणि डोळ्यांत कुठला संबंध असणार नाही? नाहीतर तुम्ही आत बसून विचार करताय की डोळ्या, बंद हो आणि डोळा बंद होत नाहीये आणि तुम्ही विचार करताय की, पाया, चल आणि पाय बसलेले आहेत.

मन जे म्हणतं, ते तत्क्षणी शरीरापर्यंत पोचतं. जर आपल्याला थोडी समज असेल तर आपण शरीराकडून काहीही करवून घेऊ शकतो. हे जे आपण करवून घेतोय, ते केवळ प्राकृतिक आहे; परंतु हेसुद्धा अगदी प्राकृतिक आहे, यातही सूचना काम करतेय, हे तुम्हाला माहीत आहे? तुम्हाला हे माहीत आहे का जर एखाद्या माणसाचं मूल जनावरांमध्ये पाळलं तर ते सरळ उभं राहील? तशा घटना घडल्या आहेत.

मागं तिकडे लखनौच्या जवळ जंगलामध्ये एक घटना घडली. लांडग्यांनी पाळलेला एक मुलगा सापडला. त्यांचा तो छंद असतो की मुलांना गावातून उचलून न्यायचं आणि कधी कधी त्याला लांडगे पाळतात. अशा कितीतरी घटना घडल्या आहेत. लहान मुलाला गावातून उचलून घेऊन गेले, त्यांनी त्याला दूध पाजलं आणि पाळलं.

तो चौदा वर्षांचा मुलगा अगदी लांडगा होता. तो हाता-पायांवर चालायचा, ताठ उभा राहत नसे आणि तो लांडग्यांप्रमाणे आवाज काढायचा, जंगली आणि भयंकर होता आणि माणूस मिळाला असता, तर कच्चा खाऊ शकला असता; परंतु तो कुठलीही भाषा बोलत नव्हता.

जेव्हा तुमच्या घरात एक छोटा मुलगा जन्माला येतो, तुम्हाला सगळ्यांना चालताना बघून त्याला सूचना मिळते की, चालता येतं. त्याला अशी सूचना मिळते की, दोन पायांवर सरळ उभं राहता येतं. हा विचार तुमच्या मनात येतो, त्याच्या अंतस चेतनेत प्रविष्ट होतो आणि तेव्हा चालायची हिंमत करतो आणि प्रयत्न करतो आणि सगळीकडे लोकांना चालताना पाहतो तेव्हा त्याची हिंमत वाढते आणि तो हळूहळू चालायला सुरुवात करतो. दुसऱ्यांना बोलताना पाहतो तेव्हा त्याला वाटतं बोलता येतं आणि पुन्हा तो प्रयत्न करतो आणि त्याच्या बोलू शकणाऱ्या ग्रंथी सक्रिय होतात.

आमच्या आत खूप ग्रंथी आहेत, ज्या बोलू शकतात, सक्रिय होतात. अजून

माणसाचा पूर्ण विकास झालेला नाही, लक्षात ठेवा. जे शरीराचं विज्ञान जाणतात, ते असं म्हणतात की माणसाच्या मेंदूतील फार छोटासा हिस्सा सक्रिय आहे. बाकी भाग एकदम इनॲक्टिव्ह राहिलेला असतो. त्याची कुठली क्रिया नाहीये आणि तो भाग कशासाठी आहे हे जाणायला वैज्ञानिक असमर्थ आहेत. त्याचं आता काही कामच नाही. तुमच्या खोपडीचा मोठा भाग अगदी बंद पडलेला आहे. योगाचं सांगणं असं आहे की सगळा भाग सक्रिय होऊ शकतो.

आणि माणसाच्या पलीकडे खाली उतरलात तर प्राण्याचा आणखीही थोडा भाग सक्रिय आहे, त्याचा आणखी जास्त भाग निष्क्रिय आहे. आणखी खाली उतरलात तर जेवढे खाली उतराल तेवढे प्राणी जे खालच्या स्तरात आहेत, त्यांच्या मेंदूचा तेवढाच भाग निष्क्रिय राहिलेला आहे.

आपण जर महावीर आणि बुद्धाचा मेंदू उघडू शकलो असतो तर आपल्या लक्षात आलं असतं की त्यांचा सगळा भाग सक्रिय आहे, त्यात निष्क्रिय काहीही नाही. त्यांचा पूर्ण मेंदू काम करतोय, पूर्ण आणि आमचा छोटा-छोटा भाग काम करतोय.

आता जो बाकी भाग काम करत नाहीये, त्याच्यासाठी त्याला सतर्क करावं लागेल. सूचना द्याव्या लागतील, प्रयत्न करावे लागतील. योगानं चक्रांच्या माध्यमातून मेंदूच्या त्या भागाला सक्रिय करण्याचे उपाय केले आहेत. योग विज्ञान आहे आणि एक वेळ येईल की जगाचं सगळ्यात मोठं विज्ञान योगच असेल.

ही जी पाच चक्रांची मी गोष्ट सांगितली, त्या पाच चक्रांवर ध्यान केंद्रित करून सूचना दिल्यामुळे ते-ते अवयव तत्क्षणी शिथिल होतील. मूलाधाराला आपण सूचना देऊ आणि बरोबर भाव करू की पाय सैल होतायत. पाय सैल होतील. पुन्हा वर जातील. बेंबीजवळ स्वाधिष्ठान चक्राला सूचना देऊ आणि बेंबीच्या जवळपासचे सारं यंत्रजाल सैल होईल. पुन्हा आणखी वर सरकू आणि हृदयापाशी अनाहताला, अनाहत चक्राला सूचना देऊ, हृदयाची सारी यंत्रणा सैल होईल. आणखी वर सरकू आणि टाळूच्या जवळ सहस्त्रार चक्राला सूचना देऊ म्हणजे मेंदूच्या साऱ्या अंतसाची. अंतर्भागाची सारी यंत्रणा शिथिल होऊन सैल होईल.

याचा जेवढ्या परिपूर्णतेनं भाव करू, विचार करू तेवढ्या परिपूर्णतेनं ही गोष्ट घडेल आणि काही दिवस सततच्या सरावानं परिणाम दिसायला सुरुवात होईल.

जर लवकर परिणाम दिसले नाहीत तर घाबरायचं नाही. जर खूप लवकर काही घटित झालं नाही तर बेचैन व्हायचं कारण नाही. साधारणशा गोष्टी आपण

शिकतो, वर्ष लागतात; जो आत्मा शिकायला उत्सुक असेल, त्याला जन्म जरी लागले तरी तो थोडा वेळ असतो. तेव्हा खूप संकल्पानं, खूप वाट पाहून आणि खूप शांतपणे प्रयोग करण्यानं परिणाम अवश्य मिळतील.

या पाच चक्रांची सूचना देऊन शरीर शिथिल करू. पुन्हा श्वास शिथिल करायला मी सांगेन तेव्हा तो सैल सोडायचा आणि मी म्हणेन, श्वास शांत होत आहेत तर भाव करू या. पुन्हा शेवटी मी सांगेन, विचार शून्य होत आहेत, मन शून्य होत आहे.

हा तर ध्यानाचा प्रयोग होईल. या ध्यानाच्या आधी दोन मिनिटं भाव करू आणि दोन मिनिटं भाव करण्याआधी पाच वेळा संकल्प करू.

आता आपण रात्रीच्या ध्यानासाठी बसू. या ध्यानात सगळ्यांना झोपायचंय, पडायचंय, पडूनच ते करायचंय. म्हणून आपलं स्थान तयार करा. बसून संकल्प करू. भाव करू आणि पुन्हा पडू.

■

प्रवचन आठवे

समाधी हेच दार

माझे प्रिय आत्मन्,

सत्य काय आहे? त्याची प्राप्ती अंशत: शक्य आहे का? आणि जर नाही, तर माणूस त्याच्या प्राप्तीसाठी काय करू शकतो? कारण प्रत्येक माणूस संत होणं शक्य नाहीये. हे विचारलंय.

पहिली गोष्ट अशी की संत होणं प्रत्येक माणसाला शक्य असतं. शक्यतेला कुठल्या वास्तविकतेत परिणत न करणं ही दुसरी गोष्ट आहे. कुठल्या बीचं झाड झालं नाही, तर दुसरी गोष्ट, परंतु प्रत्येक बीचं झाड होणं आपल्या अंतरंगावर अवलंबून आहे. म्हणजे प्रत्येक बीजामध्ये ही शक्यता आहे, त्याचं झाड बनू शकतं ही पोटॅन्शियॅलिटी आहे. नाही झालं तर दुसरी गोष्ट. खाद्य मिळालं नाही, जमीन मिळाली नाही, पाणी मिळालं नाही आणि उजेड मिळाला नाही तर बीज मरण्याची शक्यता आहे, परंतु बीजाचं झाड होण्याची शक्यता नक्कीच असते.

संत होण्याची शक्यता प्रत्येक माणसामध्ये असते. म्हणून आधी

आपल्या मनातून हा विचार काढून टाका की काही लोकांनाच विशेष अधिकार आहे. संतत्व काही विशिष्ट लोकांचाच अधिकार नाहीये आणि ज्या लोकांनी ही धारणा प्रचलित केलीय ती केवळ आपल्या अहंकाराच्या परिपोषणासाठी आहे. कारण मी जर म्हटलं की संत होणं फार अवघड आहे आणि फार थोड्या लोकांना शक्य आहे, तर या गोष्टीनं अहंकाराला पुष्टी मिळते आणि पुन्हा मी जर म्हटलं की फार थोडे लोकच संत होऊ शकतात तर नक्कीच. हा काही लोकांच्या अहंतेच्या तृप्तीचाच केवळ मार्ग असतो. अन्यथा संत होणं सगळ्यांना शक्य आहे. कारण सत्य उपलब्ध करण्यासाठी सगळ्यांसाठी सोय आणि शक्यता आहे.

मी म्हटलं की तुम्हाला प्राप्ती झाली नाही, तर दुसरी गोष्ट. त्याच्यासाठी फक्त तुम्हीच जबाबदार असाल, तुमची शक्यता जबाबदार नाही. आपण सगळे लोक इथं बसले आहोत. उठून चालण्याची आपल्या सगळ्यांमध्ये शक्ती आहे, परंतु आपण चालायचंही नाही आणि बसायचंही नाही. शक्ती तर त्यांना सक्रिय करण्यामुळे ज्ञात होतात, जोपर्यंत सक्रिय करत नाहीत तोपर्यंत ज्ञात होत नाहीत.

आता आपण इथं बसलो आहोत, आपण चालू शकतो हे आपल्याला कळणार नाही आणि तुम्हीही जर तुमच्या आत शोधलंत तर चालण्याची शक्ती तुम्हाला मिळेल कुठून! एखाद्या बसलेल्या माणसानं आपल्या आत शोधावं की आपल्या आत चालण्याची शक्ती कुठे आहे? तेव्हा त्याला कसं कळेल! त्याला कळणारही नाही, त्याला वाटेल की चालण्याची शक्ती कुठे आहे! बसलेल्या माणसानं चालून पाहिलं नाही, तर कितीही स्वत:च्या अंतरंगाचा शोध घेतला, तर त्याला कुठलंही स्थान मिळणार नाही, ही माझी चालण्याची शक्ती आहे असं सांगण्यासारखं. चालून पाहिल्यानं चालण्याची शक्ती आहे का नाही हे कळेल आणि संत होण्याच्या प्रक्रियेतून गेल्यावर कळेल की ती आपली शक्यता आहे का नाही. जे त्याचा प्रयोगही करणार नाही, त्यांना नक्कीच ही शक्यता काही लोकांची आहे असं वाटेल.

हे चूक आहे. तेव्हा पहिली गोष्ट ही लक्षात घ्या की, सत्य मिळवण्याचा सगळ्यांना अधिकार आहे; तो सगळ्यांचा जन्मसिद्ध अधिकार आहे. त्यात कोणासाठी कुठला विशेष अधिकार नसतो.

दुसरी गोष्ट, विचारलंय की सत्य काय आहे? आणि ते अंशत: मिळवता येतं का?

सत्य अंशत: मिळवता येत नाही. कारण सत्य अखंड आहे आणि त्याचे तुकडे होऊ शकत नाहीत. म्हणजे असं होऊ शकत नाही की एखाद्या माणसाला थोडंसं सत्य सापडलंय, पुन्हा थोडं मिळेल, पुन्हा थोडं मिळेल. असं होत नाही. सत्य तर एकत्रच मिळतं. म्हणजे त्या क्रमानं, ग्रॅज्युअली मिळत नाही. ते तर

पूर्णपणे मिळतं, विस्फोटानं ते मिळतं; परंतु मी जर असं सांगितलं की ते एकत्रच मिळतं, तर फार घबराट जाणवेल. कारण आपण एवढे कमजोर लोक, आपण ते एकत्र कसं मिळवू शकू.

एक माणूस छतावर चढायला जातो. जेव्हा तो छतावर पोचतो तेव्हा छत तर एकत्रच मिळतं, परंतु पायऱ्या त्या क्रमानं चढतो; परंतु कुठल्याही शिडीवर तो छतावर नसतो. पहिल्या शिडीवर जेव्हा असतो तेव्हाही छतावर नाही आणि अंतिम पायरीवर जेव्हा असतो तेव्हाही छतावर नसतो. छताजवळ तर येऊ लागतो; परंतु छतावर नसतो.

सत्याच्या जवळ टप्प्याटप्प्यानं जाता येतं; परंतु सत्य जेव्हा लाभतं तेव्हा ते पूर्णपणे लाभतं. म्हणजे सत्याची निकटता टप्प्याटप्प्यानं लाभते, परंतु सत्याची उपलब्धी म्हणजे पूर्णता असते, ती कधी खंडात नसते, तुकड्यांमध्ये नसते. हे लक्षात ठेवा.

तेव्हा मी जी भूमिका सांगितलीय साधनेची, त्या पायऱ्या आहेत, त्यांच्यापासून सत्य मिळणार नाही, सत्याची निकटता मिळेल आणि अंतिम पायरीवर आल्यावर ज्याला मी भावाची शून्यता म्हटलंय जेव्हा भावाची शून्यता उसळी घेते, तेव्हा सत्य उपलब्ध होतं. तेव्हा सत्य पूर्णच मिळतं, इन टोटॅलिटी ते समग्रतेत उपलब्ध होतं.

परमात्म्याचे अनुभव खंडित नसतात, परमात्म्याचा अनुभव अखंड असतो; परंतु परमात्म्यापर्यंत पोचण्याचा जो मार्ग आहे, तो खूप खंडांमध्ये विभागलेला आहे. हे लक्षात ठेवा. सत्यापर्यंत पोचण्याचा मार्ग क्रमिक आहे आणि खंडांमध्ये विभागलेला आहे; परंतु सत्य विभागलेलं नाहीये. म्हणून असा विचार करू नका की आपण दुर्बळ लोक पूर्ण सत्य कसं मिळवणार! जर ते थोडं थोडं मिळालं असतं तर कदाचित ते आपण मिळवलंही असतं.

नाही, आपणही ते मिळवू शकू, कारण मार्गावरून टप्प्याटप्प्यानंच चालायचं असतं. कुठल्याही मार्गावरून एकदम जाता येत नाही; परंतु ध्येय नेहमी एकत्र मिळतं, ते थोडं थोडं मिळत नाही, हे लक्षात ठेवू या.

आणि पुन्हा विचारलंय की सत्य काय आहे?

ते शब्दांमध्ये सांगण्याचा कुठला मार्ग नाहीये. आजपर्यंत माणसाच्या वाणीद्वारे ते सांगणं शक्य झालेलं नाही आणि असं नाहीये की भविष्यात सांगता येईल. असं नाहीये की पूर्वी माणसाची भाषा समृद्ध नव्हती, तो ते सांगू शकत नव्हता आणि पुढे सांगू शकेल. कधीही सांगता येणार नाही.

त्याचं कारण आहे. माणसाची जी भाषा विकसित झालीय, ती त्याच्या लोकव्यवहारासाठी झालीय. भाषेचा जन्म लोकव्यवहारासाठी झालाय, भाषेचा जन्म सत्य प्रकट करण्यासाठी झालेला नाही आणि ज्या लोकांनी भाषा तयार

केलीय त्यांच्यापैकी क्वचित कोणाला सत्य कळलंय. म्हणून सत्यासाठी कुठला शब्दही नाहीये आणि ज्या लोकांना सत्य लाभलंय, त्यांनी भाषेद्वारे नाही, मौनाद्वारे ते पाळलंय. म्हणजे त्यांना जेव्हा सत्य उपलब्ध झालं तेव्हा ते परिपूर्ण मौनी होते आणि तिथं कुठला शब्द नव्हता. म्हणून मोठी अडचण आहे, ते जेव्हा परत येऊन सांगायला सुरुवात करतात तेव्हा एक स्थान रिक्त राहतं आणि ते सत्याचं असतं. त्यासाठी कुठला शब्द सांगणं शक्य नाही किंवा जेव्हा ते शब्द देतात, तेव्हा शब्द अपुरे पडतात-लहान पडतात.

आणि त्याच शब्दांवर भांडणं सुरू होतात. त्या शब्दांवर! कारण सगळे शब्द अपूर्ण राहतात, ते सत्य प्रकट करू शकत नाहीत. ते इशाऱ्यांसारखे असतात. जसं कोणी चंद्राला बोट दाखवावं आणि आपण त्याचं बोट चंद्र आहे म्हणून पकडावं तर अडचण येईल. बोट चंद्र नाहीये, बोट केवळ इशारा आहे आणि जो इशारा धरेल, तो अडचणीत येईल.

इशारे सोडून द्यावे लागतात. ज्याच्या दिशेनं इशारा आहे ते दिसावं म्हणून– शब्द सोडून द्यावे लागतात तेव्हा सत्याचा थोडासा अनुभव येतो. जो शब्द पकडतो, तो सत्याच्या अनुभवाला वंचित होतो.

म्हणून सत्य काय आहे हे मी तुम्हाला सांगावं असा कुठला मार्ग नाही आणि जर कोणी म्हणत असेल तर तो आत्मवंचनेत आहे. जर कोणी म्हणत असेल तर तो स्वत: भ्रमात आहे आणि दुसऱ्यांना भ्रमात टाकतोय. सत्य सांगण्याचा कुठलाही मार्ग नाहीये; परंतु हो, सत्य कसं मिळवायचं ते सांगायचा मार्ग आहे. सत्यप्राप्तीची मेथड सांगता येते. त्याची पद्धत सांगता येते; परंतु सत्य काय आहे, हे सांगता येत नाही.

सत्य जाणण्याच्या पद्धती आहेत, सत्याची कुठली परिभाषा नाही. या पद्धतीची आपण या तीन दिवसांमध्ये चर्चा केलीय. आपण सत्य अजिबात सोडतोय असं नक्कीच वाटेल. सत्याबद्दल बऱ्याचदा सांगितलं; परंतु सत्य काय आहे हे सांगितलं नाही.

ते सांगता येणार नाही, ते जाणता येतं. सत्य सांगता येणार नाही, ते जाणता येतं. ते आपण जाणून घ्या. पद्धती सांगता येतात. सत्याचा तुम्हाला अनुभव येईल. सत्याचा अनुभव नेहमी वैयक्तिक असतो. त्याचं कुठलं कम्युनिकेशन, एकमेकांशी कुठला संवाद शक्य नाहीये.

म्हणून सत्य काय आहे असं तर मी सांगणार नाही. मी ते थांबवू इच्छितो यासाठी नाही, तर अशासाठी की ते सांगणं शक्य नाही. फार पूर्वी भूतकाळात एकदा असं झालं. उपनिषदांच्या काळात एका ऋषीला कोणीतरी विचारलं,'सत्य काय आहे?' त्या ऋषीनं फार बारकाईनं त्या माणसाला पाहिलं. त्यानं पुन्हा

विचारलं की, सत्य काय आहे? त्यानं तिसऱ्यांदा विचारलं, 'सत्य काय आहे?' तो ऋषी म्हणाला, 'मी पुन्हा पुन्हा सांगतो; परंतु तुम्हाला समजत नाही?' तो माणूस म्हणाला, 'तुम्ही काय म्हणताय हे? मी तीन वेळा विचारलं, तुम्ही तिन्ही वेळा गप्प होतात आणि तुम्ही म्हणताय, मी पुन्हा-पुन्हा सांगतोय.' तो म्हणाला, 'तुम्ही जर माझं गप्प राहणं बघितलं असतं तर सत्य काय आहे हे तुम्हाला कळलं असतं. तू माझा सायलेन्स, माझं मौन बघू शकला असतास तर सत्य काय आहे, हे समजलं असतं.'

ते सांगण्याचा तोच मार्ग आहे. ज्यांनी हे जाणलंय, ते गप्प होतात आणि जेव्हा सत्याचा मुद्दा निघतो, तेव्हा ते गप्प होतात.

जर तुम्ही मौन पाळलंत तर ते जाणू शकता. जर तुम्ही मौन पाळलं नाहीत, तर ते जाणू शकणार नाही. सत्य तुम्ही जाणू शकता; परंतु जाणवू शकत नाही. म्हणून सत्य काय आहे ते मी सांगणार नाही. कारण ते सांगता येत नाही.

पुन्हा विचारलंय की जन्म-जन्मांतराच्या कर्मांच्या फलस्वरूपाशी माणसाचं कर्मजीवन बांधलेलं आहे. तेव्हा पुन्हा या जन्मात माणसाच्या अधिकारात काय आहे? विचारलंय की पूर्वजन्म आणि पूर्वकर्म, भूतकाळात केलेले जीवनातले जे काही संस्कार आहेत, त्यांच्यामुळेच जर आपल्याला चालना मिळते तर आता आपण काय करू शकतो?

हे अगदी योग्य आहे. जर माणूस पूर्वीच्या कर्मांशी अगदी बांधलेला आहे हे खरं असेल तर त्याच्या हातात वर्तमानात करायला काय राहील? आणि जर हे खरं असेल की माणूस पूर्वीच्या कर्मांशी अजिबात बांधलेला नाही, तर करण्याचा फायदा तो काय? कारण जर पूर्वीच्या कर्मांशी बांधलेला नाही तर आता जे करेल, त्याच्याशी उद्या बांधलेला राहणार नाही. तेव्हा आज जर शुभ केलं तर उद्या त्याला शुभ मिळण्याची शक्यता असते. जर पूर्वीच्या कर्मांशी पूर्णपणे बांधलेला असेल तर कर्म करण्यात काही अर्थ नाही, कारण काहीच करू शकत नाही, पूर्णपणे बांधलेला आहे आणि जर पूर्णपणे स्वतंत्र असेल तर करण्यात काही अर्थ नाही. कारण तो करेल आणि उद्या त्यातून मुक्त होईल, त्याच्याबरोबर त्याचं कर्म नाहीये. म्हणून माणूस ना पूर्णपणे बांधलेला आहे ना पूर्णपणे मुक्त. त्याचा एक पाय बांधलेला आहे आणि एक मोकळा.

एकदा हजरत अलीनं कोणाला तरी विचारलं, अगदी हाच मुद्दा विचारला. हजरत अलीला कोणीतरी विचारलंय, 'माणूस आपल्या कर्मांमध्ये स्वतंत्र आहे का परतंत्र?' अली म्हणाला, 'तुमचा एक पाय उचला.' तो माणूस स्वतंत्र होता, उजवा उचलावा का डावा उचलावा. त्यानं आपला पाय वर उचलला. अली म्हणाला, 'आता दुसराही उचला.' तो म्हणाला, 'तुम्ही वेडे आहात. दुसरा आता

उचलू शकत नाही.' अलीनं विचारलं, 'का?' तो म्हणाला, 'एक उचलायला स्वतंत्र होता.' अली म्हणाला, 'असंच माणसाचं आयुष्य आहे. त्याचे नेहमी दोन पाय असतात तुमच्यापाशी आणि एक उचलायला तुम्ही नेहमी स्वतंत्र आहात, एक नेहमी बांधलेला आहे.'

म्हणून शक्यता आहे की जो बांधलेला आहे, तो आता उचलायला स्वतंत्र आहे अशा पायाद्वारे मुक्त करता येईल.

पूर्वजन्मात तुम्ही जे केलंय, ते तुम्ही केलंय. तुम्ही करायला स्वतंत्र होतात, तुम्ही केलंय. तुमचा एक भाग जड झालाय आणि परतंत्र झालाय; परंतु तुमचा एक भाग आजही स्वतंत्र आहे, त्यापेक्षा वेगळं करायला तुम्ही मुक्त आहात. त्याच्यापेक्षा वेगळं करून तुम्ही त्याला खंडित करू शकता. त्यापेक्षा वेगळं करून तुम्ही त्याला विनष्ट करू शकता. त्यापेक्षा श्रेष्ठ काहीतरी करून तुम्ही त्याला विसर्जित करू शकता. ते अतीत-संस्कारही धुऊन टाकणं माणसाच्या हातात आहे.

तुम्ही कालपर्यंत क्रोध केला होता, तेव्हा क्रोध करायला तुम्ही स्वतंत्र होतात. जो माणूस वीस वर्षांपासून रोज क्रोध करतोय, तो क्रोधाशी बांधला जाईल. बांधलं जाण्याचा अर्थ हा की ज्यानं सतत वीस वर्षांपासून क्रोध केलाय तो एक दिवस सकाळी झोपेतून उठतो आणि त्याला अंथरुणापाशी आपल्या चपला मिळत नाहीत, असा एक माणूस आहे आणि असा एक माणूस आहे ज्यानं वीस वर्षांपासून क्रोध केलेला नाही, तोही सकाळी उठतो आणि अंथरुणाच्या जवळ त्याला चपला मिळत नाहीत; कशात या गोष्टीनं क्रोध निर्माण होण्याची शक्यता जास्त आहे?

ज्यानं वीस वर्षांपासून क्रोध केला, त्या माणसात क्रोध निर्माण होईल, अशा अर्थांनी तो बांधलेला आहे, कारण जे इच्छित होतं, ते झालं नाही. म्हणून वीस वर्षांची सवय तत्क्षणी त्याच्यात क्रोध निर्माण करेल. अशा अर्थांनी ते बांधलेलं आहे की जे तुम्ही सतत केलंय तसं वीस वर्षांचे संस्कार आजही त्याला तसंच काम करायला प्रेरित करेल; परंतु क्रोधित होऊ नये. एवढा तो बांधलेला आहे, ही त्याची संभावना नाहीये?

एवढं कोणी कधी बांधलेलं नाहीये. जर तो याच वेळी जागरूक झाला तर थांबू शकतो आणि क्रोध येऊ न देणं ही त्याची शक्यता आहे. आलेल्या क्रोधाला परिणत करेल, अशीही त्याच्या बाबतीत शक्यता आहे आणि जर तो हे करतोय तर वीस वर्षांची सवय थोड्या अडचणी आणेल, पण पूर्णपणे थांबवू शकणार नाही. कारण ज्यानं सवय लावली होती तो जर विरुद्ध गेला तर तो तोडायला स्वतंत्र आहे. दहा-पाच वेळा प्रयोग केल्यावर तो त्याच्यातून मुक्त होऊ शकतो.

कर्म बांधतात, परंतु केवळ बांधतच नाहीत. कर्म जखडतात, परंतु केवळ

जखडतच नाहीत. त्यांच्या साखळ्या आहेत; परंतु सगळ्या साखळ्या तुटतात. तुटणार नाही अशी कुठली साखळी नाही आणि जी तुटणार नाही, त्याला साखळीसुद्धा म्हणू शकणार नाही. साखळी बांधते; परंतु सगळ्या साखळ्यांमध्ये मोकळं होण्याची क्षमता आहे; परंतु जी पुन्हा सुटणार नाही अशी कुठली साखळी असेल तर त्याला साखळीच म्हणता येणार नाही. साखळी तीच आहे जी बांधूही शकते आणि उघडूही शकते. कर्म अशा अर्थांनी बंधन आहे की निर्बंधनही होऊ शकतं आणि आपली चेतना नेहमी स्वतंत्र आहे. आपण जी पावलं उचलली आहेत, आपण ज्या मार्गावरून चालत आलोय, त्यावर परतायला आपण नेहमी स्वतंत्र आहोत.

तेव्हा भूतकाळाला तुम्ही बांधलेले आहात; परंतु तुमचं भविष्य मुक्त आहे. एक पाय बांधलेला आहे आणि एक पाय मोकळा झालाय. तुम्हाला वाटलं तर या भविष्याचे पायही त्याच दिशेनं उचलू शकता. ज्यात तुम्ही भूतकाळाच्या पायाला बांधलेले आहात. तुम्ही बांधले जाऊ लागाल. तुम्हाला वाटलं तर या भविष्याच्या पायांना 'अतीत'च्या दिशेपेक्षा वेगळीकडेही उचलू शकता. तुम्ही मोकळे होत जाल. ते तुमच्या हातात आहे. जिथं दोन्ही पाय मोकळे होतील, त्या स्थितीला आपण मोक्ष म्हणतो. ते तुमच्या हातात आहे. जिथं दोन्ही पाय मोकळे होतील.

या कारणासाठी भूतकाळाला घाबरण्याची आवश्यकता नाही, ना गेल्या जन्मांना घाबरण्याची आवश्यकता आहे.

आणि विचारलंय, साक्षी होऊन कोण विचार करतं?

जेव्हा तुम्ही साक्षी असता, तेव्हा विचार नसतो. आपण साक्षी राहणार नाही, असा विचार तुम्ही केला. मी एका बागेत उभा आहे आणि एका फुलाचा साक्षी झालो तर मी फूल पाहीन. फक्त पाहिलं तर साक्षी आहे आणि जर मी विचार करणं सुरू केलं तर पुन्हा मी साक्षी नाहीये. ज्या क्षणी मी विचार करेन, त्या क्षणी फूल माझ्या डोळ्यांसमोरून दूर होईल, विचाराचा पडदा मध्ये येईल. जेव्हा एक फूल पाहून मी म्हणेन, फूल सुंदर आहे, तर ज्या क्षणी फूल सुंदर आहे असं माझं मन म्हणतंय, त्या वेळी मी फूल पाहत नाहीये. कारण मन दोन कामं एकाच वेळी करत नाही. एक झिरझिरीत पडदा मध्ये येईल आणि जर मी विचार करू लागलो, 'हे फूल मी आधीही पाहिलंय आणि हे फूल परिचित आहे तर फूल माझ्या डोळ्यांसमोरून दूर झालंय. आता मी बघतोय या भ्रमात आहे.'

आपल्या एका लांबून आलेल्या मित्राला मी एकदा नदीवर नौकाविहारासाठी घेऊन गेलो होतो. ते खूप दूरदेशाहून परतले होते. त्यांनी खूप नद्या आणि खूप सरोवरं पाहिली होती. ते सगळे त्यांच्या विचारांनी भरलेले होते. जेव्हा मी पौर्णिमेच्या रात्री त्यांच्या नौकेवर घेऊन गेलो तेव्हा ते स्वित्झर्लंडच्या सरोवरांच्या

गोष्टी करायचे आणि काश्मीरच्या सरोवरांच्या गोष्टी करायचे. जेव्हा आम्ही तासाभरानंतर परतलो तेव्हा त्यांनी वाटेत मला सांगितलं, 'तुम्ही जिथं गेला होतात ती जागा फार रम्य होती.'

मी म्हटलं, 'तुम्ही एकदम खोटं बोलताय. त्याला तुम्ही बघितलंही नाही. कारण मी पूर्ण वेळ अनुभवलं की तुम्ही स्वित्झर्लंडमध्ये जाऊ शकता, काश्मीरमध्ये जाऊ शकता, ज्या नावेत आपण बसलो होतो, तिथं तुम्ही नव्हतात.'

'आणि तेव्हा मी तुम्हाला आता असं सांगू इच्छितो,' मी त्यांना सांगितलं, 'जेव्हा तुम्ही स्वित्झर्लंडमध्ये राहिला असाल, तेव्हा तुम्ही आणखी कुठं राहिला असाल. मी तुम्हाला असं सांगतो, तुम्ही कुठलं सरोवर पाहिलेलं नाही.'

तुमच्या विचाराचे पडदे तुम्हाला साक्षी होऊ देत नाहीत. तुमचा विचार तुम्हाला द्रष्टा होऊ देत नाही. जेव्हा आपण विचार सोडतो– जेव्हा विचार आपण अलग करतो तेव्हा आपण साक्षी होतो.

नाही, कोणी विचार करत नाहीये, फक्त साक्षी राहिलाय; आणि जो केवळ आपला साक्षी राहिलाय, तोच आपला अंतरात्मा आहे. जर तुम्ही परिपूर्ण साक्षीच्या स्थितीत राहिलात की कुठला विचाराचा तरंग उठत नाही, कुठली विचाराची लहर उठत नाही, तर तुम्ही तुमच्या अंतरंगात प्रवेश कराल. जसं कुठल्या सागरावर एखादा लाटही उठत नसावी, एखादी लहर उठत नसेल, कुठलं कंपन येत नसेल तर त्याचं चित्त शांत व्हावं आणि आपण त्याचं चित्त झाकायला समर्थ व्हावं तसं.

विचार तरंग आहे आणि विचार आजार आहे आणि विचार एक उत्तेजना आहे. विचाराची उत्तेजना गमावून आपण साक्षीभाव उपलब्ध करतो. जेव्हा आपण साक्षी होतो तेव्हा कोणीही विचार करत नाही. आपण विचार करतो तेव्हा आपण साक्षी राहत नाही. विचार आणि साक्षीत विरोध आहे.

म्हणून ही ध्यान पद्धती समजून घ्यायचा आपण पूर्ण प्रयास केला, आपण खरंच विचार सोडायचा प्रयोग केलाय आणि आपण जो प्रयोग करतोय, त्यात आपण विचार क्षीण करून सोडतोय. म्हणजे जिथं विचार नाहीये आणि विचारकही नाहीये अशी स्थिती राहावी. म्हणजे विचारकाचा माझ्या दृष्टीनं अर्थ जो विचार करत होता, तो तर आहेच, परंतु विचार करत नाहीये. जेव्हा तो विचार करणार नाही, तेव्हा त्यात दर्शन होईल. हे समजून घ्या.

विचार आणि दर्शन वेगवेगळ्या गोष्टी आहेत. म्हणून मी मागं सांगितलं की केवळ अंध लोक विचार करतात, ज्यांचे डोळे आहेत, ते विचार करत नाहीत. समजा, जर माझ्यापाशी डोळे नाहीयेत आणि मला या घरातून बाहेर निघायचंय,

तर मी विचार करेन की दरवाजा कुठंय? म्हणजे प्रश्न असा आहे की जर माझ्यापाशी डोळे आहेत तर मी बघेन आणि निघून जाईन. मी विचार का करू?

ज्यांच्यापाशी डोळे जेवढे कमी आहेत तेवढा ते जास्त विचार करतात. जग त्यांना विचारक म्हणतात आणि आपण त्यांना अंध म्हणू आणि ज्यांच्यापाशी जेवढे जास्त डोळे आहेत, तेवढा ते कमी विचार करतात.

महावीर आणि बुद्ध विचारक नव्हते. मी ऐकतोय, मोठे-मोठे समजदार लोकही त्यांना म्हणतात की ते विचारक होते. ही अगदी खोटी गोष्ट आहे. ते अजिबात विचारवंत नव्हते कारण ते अंध नव्हते. आपण त्यांना आपल्या देशात द्रष्टा म्हणतो.

म्हणून आपण आपल्या देशात या पद्धतीचं जे शास्त्र आहे, त्याला दर्शन म्हणतात. दर्शनाचा अर्थ, पाहणं. आपण त्याला 'फिलॉसॉफी' म्हणत नाही. फिलॉसॉफी आणि दर्शन पर्यायवाची शब्द नाहीयेत. सामान्यत: फिलॉसॉफीचा आपण दर्शन असा अर्थ घेतो, ते चूक आहे. भारताच्या तत्त्वज्ञानाला 'इंडियन फिलॉसॉफी' म्हणणं अगदी चुकीचं आहे. ती फिलॉसॉफीच नाही. फिलॉसॉफीचा अर्थ चिंतन, मनन, विचार आणि तत्त्वज्ञानाचा अर्थ चिंतन, मनन, विचार सगळं सोडून द्यायचं.

पश्चिमेत विचारक झाले आहेत, पश्चिमेची फिलॉसॉफी आहे. त्यांनी विचार केलाय की सत्य काय आहे? ते त्याचा विचार करतात. आमच्या देशात आपण सत्य काय आहे, त्याचा विचार करत नाही. आपण याचा विचार करतो की सत्याचं दर्शन कसं होऊ शकतं? म्हणजे आपण या गोष्टीचा विचार करतो की डोळे कसे उघडतील? म्हणून आपली पूर्ण प्रक्रिया डोळे उघडण्याची आहे. आपली पूर्ण प्रक्रिया डोळे उघडण्याची आहे.

जिथं विचार असतो, तिथं तर्क विकसित होतो आणि जिथं तत्त्वज्ञान असतं, तिथं योग विकसित होतो. विचाराचा अनुबंध, संबंध तर्काशी आहे आणि दर्शनाचा अनुबंध आणि संबंध योगाशी आहे.

पूर्वेत कुठलं तर्कशास्त्र विकसित झालं नाही. लॉजिकवर आपण काही प्रेम केलं नाही. आपण तो खेळ समजतो, मुलांचा खेळ समजतो. आपण आणखी काही गोष्टी शोधल्या, आपण दर्शन शोधलं आणि दर्शनासाठी योगाला. योग एक पद्धती आहे, त्यामुळे तुमचे डोळे उघडतील आणि तुम्ही बघू लागाल. ते बघण्यासाठी साक्षीचा प्रयोग आहे. जसजसे तुम्ही साक्षीदार व्हाल, तसतसे विचार क्षीण होतील आणि एक निर्विचाराचा क्षण येईल- विचारहीनतेचा म्हणत नाही, निर्विचाराचा.

विचारहीन आणि निर्विचारात खूप फरक आहे. विचारहीन विचारकापेक्षा

खालचा आहे आणि निर्विचार विचारकापेक्षा खूप वरचा आहे. निर्विचाराचा अर्थ त्याच्या चित्तात तरंग नाहीयेत आणि चित्त शांत आहे आणि पाहण्याची क्षमता त्याच्या शांतीत निर्माण होते आणि विचारहीनचा अर्थ, काय करायचं ते त्याला सुचत नाही.

तेव्हा मी विचारहीन व्हायला नाही, निर्विचार व्हायला सांगतोय. ज्याला सुचत नाही, तो विचारहीन आहे. ज्याचा फक्त सुचण्यावर भर आहे, ज्याला दिसतं तो निर्विचार आहे. तेव्हा साक्षी तुम्हाला ज्ञानाकडे घेऊन जाईल, स्वयंच्या आत्म्याच्या दिशेनं घेऊन जाईल.

आपण जे हे श्वासाचे किंवा ध्यानाचे प्रयोग साक्षीभावाला जाग आणण्यासाठी केले आहेत, ते केवळ अशासाठी की कुठल्या प्रकारे आपण त्या त्या क्षणाचा अनुभव घेऊ शकू ते बघावं, जेव्हा आपण तर असतो आणि विचार नसतो. जर एखाद्या क्षणीसुद्धा तो निर्मळ क्षण लाभला, तेव्हा आपण तर आहोत आणि विचार नाहीयेत, तर तुम्हाला आयुष्यात कुठल्याशा मोठ्या अद्‌भुत संपत्तीचा लाभ होईल.

त्या दिशेनं चला आणि त्याच्यासाठी प्रयत्न करा, आपली सगळी शक्ती एकवटून त्या क्षणाची आकांक्षा करा, जेव्हा चेतना तर असेल परंतु विचार नसेल.

जेव्हा चेतना विचारशून्य असते, तेव्हा सत्याचं दर्शन होतं आणि जेव्हा चेतना विचारानं भरलेली असते, दबलेली असते तेव्हा सत्याचं दर्शन होत नाही. जसं आकाश मेघाच्छादित असेल तर सूर्य लपतो तसं जेव्हा चित्त विचारांनी आच्छादित होतं तेव्हा 'स्वयं'ची सत्ताही झाकली जाते आणि सूर्य बघायचा असेल तर ढग वितरित आणि विसर्जित करावे लागतील, सूर्य झाकता येईल म्हणून ते दूर करावे लागतील; तसंच स्वयंच्या सत्तेची प्रतीती आणि अनुभव घेण्यासाठी विचार दूर करावे लागतील.

सकाळी जेव्हा मी घरातून निघत होतो तेव्हा कोणीतरी मला विचारलं, 'या वेळी केवल-ज्ञान शक्य आहे का?' मी त्याला म्हटलं, 'शक्य आहे.' त्यांनी प्रश्न विचारलेत की, 'जर केवल-ज्ञान या वेळी शक्य आहे तर ते कुठला प्रश्न मला विचारू इच्छितात हे मी सांगू शकतो का?'

जर ते केवल-ज्ञानाचा अर्थ असा समजत असतील की दुसरा प्रश्न कुठला विचारू इच्छितोय, तर हे सांगितलं पाहिजे की ते मोठ्या भ्रमात आहेत, ते एखाद्या मदाऱ्याकडूनही धोका खातील, ते रस्त्यावर कुठल्याही दोन पैशांत खेळ दाखवणाऱ्याकडूनही धोका खातील. तुमच्या मनात काय आहे, हे जर दोन पैशांचा खेळ दाखविणाराही सांगू शकेल आणि जर कधी कोणी केवल-ज्ञानीसुद्धा यासाठी तयार झाला तर तो केवल-ज्ञानी होईल.

केवल-ज्ञानाचा हा अर्थ नाही की तुमच्या मनात काय चाललंय, ते सांगितलं पाहिजे. तुम्ही केवल-ज्ञानाचा अर्थच समजला नाहीत. केवल-ज्ञानाचा अर्थ आहे

चेतनेची ती स्थिती जिथं काही ज्ञेय राहत नाही, जिथं कोणी ज्ञात रहात नाही मात्र ज्ञानाची शक्ती भरलेली राहते. केवल-ज्ञान शब्दानंच ते स्पष्ट आहे जिथं केवळ फक्त ज्ञान रहातं.

आता जेव्हा कधी आपण काही जाणतो, तेव्हा जाणण्याच्या तीन गोष्टी आहेत- जाणणारा असतो तो ज्ञाता असतो; जे जाणायचं असतं, ते ज्ञेय असतं आणि या दोन्हींमध्ये जो संबंध असतो, ते ज्ञान असतं. तेव्हा जे ज्ञान आहे, ते ज्ञाता आणि ज्ञेय यापासून दबलेलं राहतं, त्याच्याशी बांधलेलं राहतं. केवल-ज्ञानाचा अर्थ हा की ज्ञेय विलीन व्हावं, ऑब्जेक्ट विलीन व्हावं आणि जर ज्ञेय विलीन झालं तर मग ज्ञाता कुठं राहील! तो तर ज्ञेयाशी बांधलेला होता. ज्ञेय जेव्हा विलीन होईल तेव्हा ज्ञाता विलीन होईल. तेव्हा बाकी काय राहील? तेव्हा मात्र ज्ञान बाकी राहील. त्या ज्ञानाच्या क्षणी मुक्तीचा बोध होतो आणि स्वतंत्रतेचा बोध होतो.

तेव्हा केवल-ज्ञानाचा अर्थ, शुद्ध ज्ञानाचा अनुभव घेणं. ज्याला मी समाधी म्हटलं, तो शुद्ध ज्ञानाचा अनुभव आहे. या वेगवेगळ्या संप्रदायांची वेगवेगळी सत्यं आहेत. पतंजलीनं ज्याला समाधी म्हटलंय, त्याला जैनांनी केवल- ज्ञान म्हटलंय, त्याला बुद्धानं प्रज्ञा म्हटलंय.

केवल-ज्ञानाचा अर्थ असा नाही की, तुमच्या डोक्यात काय चाललंय, ते सांगायचं. ती तर फार सोपी अशी गोष्ट आहे. ती तर साधारण अशी टेलिपथी आहे, ते तर थॉट-रीडिंग आहे, त्याचा केवल-ज्ञानाशी काही संबंध नाही आणि आपल्या मेंदूत काय चाललंय ते जाणण्यासाठी तुम्ही उत्सुक असाल तर मी तुम्हाला मार्ग सांगू शकतो की, तुमच्या बाजूच्या माणसाच्या बुद्धीत काय चाललंय, ते तुम्ही जाणू शकता. तुमच्या बाजूच्या माणसाच्या मेंदूत काय चाललंय हे तर मी सांगणार नाही; परंतु मी तुम्हाला मार्ग सांगू शकतो की, दुसऱ्याच्या बुद्धीत काय चाललंय हे तुम्ही जाणू शकलात तर ते जास्त सोपं होईल.

मी तुम्हाला मागं संकल्पाचा प्रयोग सांगितला की सगळा श्वास बाहेर फेका आणि एक क्षण थांबा, श्वास घेऊ नका. तुम्ही घरी परतून दोन-चार दिवस एखाद्या छोट्या मुलावर प्रयोग केलात तर तुमच्या लक्षात येईल. तुमचे सगळे श्वास बाहेर फेका, त्या मुलाला समोर बसवा आणि जेव्हा श्वास आत राहणार नाही तेव्हा पूर्ण जोरानं संकल्प करा आणि हा डोळा बंद करून पाहण्याचा प्रयत्न करा की त्याच्या डोक्यात काय चाललंय आणि त्या मुलाला सांगा की, कुठल्या तरी छोट्या गोष्टीवर विचार कर, कुठल्या तरी फुलाच्या नावावर विचार कर. त्याला आज्ञा देऊ नका, त्याला सांगा, कुठल्या तरी फुलाच्या नावावर विचार कर आणि डोळे बंद करून आणि श्वास बाहेर फेकून तुम्ही असा गाढ संकल्प

करा की, याच्या बुद्धीत काय चाललंय.

तुम्ही दोन-तीन दिवसांत ओळखायला सुरुवात कराल आणि जर तुम्ही एक शब्द जरी जाणला तरी कुठलाही फरक पडणार नाही. मग वाक्यं जाणता येतील. ती एक प्रदीर्घ प्रक्रिया आहे; परंतु त्यामुळे असं समजू नका की, तुम्ही केवळ केवल-ज्ञानी झालात! त्यामुळे केवल-ज्ञानाला काही अर्थ नाही. हे मन-पर्याय-ज्ञान आहे, दुसऱ्याच्या मनात काय चाललंय, ते वाचून घ्या आणि त्यासाठी धार्मिक व्हायची कुठली आवश्यकता नाही आणि साधू होण्याचीही कुठली आवश्यकता नाही.

पश्चिमेत खूप जोरानं काम चाललंय. तिथं पुष्कळ साइकिक सोसायट्या तयार झाल्या आहेत, त्या टेलिपथीवर आणि थॉट-रीडिंगवर काम करतायत आणि वैज्ञानिक रूपानं सगळे नियम तयार केले आहेत. शंभर-पन्नास वर्षांमध्ये प्रत्येक डॉक्टर त्याचा प्रयोग करेल, प्रत्येक शिक्षक त्याचा प्रयोग करेल. प्रत्येक दुकानदार त्याचा प्रयोग करू शकेल. ग्राहक काय पसंत करेल, ते जाणू शकतील आणि त्या सगळ्याचा शोषणात उपयोग होईल आणि ते केवल-ज्ञान अजिबात नाहीये, ते केवळ एक टेक्निक आहे. ते टेक्निक आता जास्त लोकांना ज्ञात नाहीये म्हणून तुम्हाला असं वाटतं. थोडा प्रयोग केलात तर तुम्हाला आश्चर्य वाटेल, काही लक्षात येऊ शकतं; परंतु ते केवल-ज्ञान नाहीये. केवल-ज्ञान तर फारच दूरची गोष्ट आहे.

केवल-ज्ञानाचा अर्थ, शुद्ध ज्ञानाच्या चरम स्थितीचा अनुभव घेणं. ज्या अवस्थेत अमृताचा आणि ज्याला मी सच्चिदानंद म्हटलं, त्याचा बोध होतो.

आणि एका मित्रानं विचारलंय, समाधीशिवाय परमात्म्याचं मिलन शक्य आहे का?

शक्य नाही. समाधी तर केवळ द्वार आहे. जसं कोणी म्हटलं की द्वाराशिवाय या घरात येणं शक्य आहे का? तेव्हा आपण काय म्हणणार? आपण म्हणू, शक्य नाही आणि जर तो कुठून दार तोडून जरी आला तरी आपण म्हणू तो द्वार झालाय. ते द्वार काय आहे? आपण जर म्हटलं की या घरात द्वारातून येण्याशिवाय कुठला मार्ग नाही आणि तो कुठली भिंत तोडून आत आला तर आपण म्हणू तो मार्ग झाला, ते द्वार झालं; परंतु या घरात दाराशिवाय येणं शक्य नाही. कशाही प्रकारे या, द्वारातून या. समजदार असाल तर सरळ चालत याल. समजदार नसाल, तर कुठेतरी दार तोडाल.

समाधीशिवाय कुठला मार्ग नाही. समाधी तर परमात्म्याकडे जाणारं द्वार आहे, सत्याकडे जाणारं.

हे लक्षात ठेवा, समाधीशिवाय शक्य होणार नाही असा विचार करू नका. आपलं मन असं असतं की, आणखी कुठला स्वस्त मार्ग असावा असं वाटतं. म्हणजे अर्थ असा की, ज्यात चालावंच लागणार नाही असा मार्ग असावा.

परंतु सगळ्या मार्गांवरून चालणं होतं. चालण्याचा अर्थच आहे, तेव्हा ते मार्ग असतात; परंतु आपल्याला वाटतं, ज्यात प्रवेशच करावा लागणार नाही आणि पोचता येईल असं द्वार असावं. ज्यात प्रवेश न करता तुम्हाला पोचता येईल असं कुठलं द्वार नसतं.

परंतु आमच्या मनाच्या कमजोरी फार आहेत आणि आमच्या मनाची दुर्बळता अशी आहे की, आपण काहीही करू इच्छित नाही आणि काही मिळवू इच्छित नाही. विशेषत: परमात्म्याच्या संबंधात तर आमची धारणा अशी आहे की, जर तो काही न करता मिळाला तर विचारणीय आहे; परंतु असं शक्य आहे की जर कोणी तुम्हाला काही न करता द्यायला तयार झालं तरीसुद्धा तुम्ही विचार कराल की घ्यायचं का घ्यायचं नाही.

एकदा असं झालं, तिथं श्रीलंकेत एक साधू होता. तो रोज मोक्षाच्या आणि निर्वाणाच्या, समाधीच्या गोष्टी करायचा. काही लोक ते बरीच वर्षं ऐकत होते. एका माणसानं एक दिवस उभं राहून विचारलं, 'मी असं विचारू इच्छितो तुमचं इतके लोक एवढे दिवस ऐकतायत त्यापैकी कोणाचं निर्वाण झालं आणि कोणी समाधी घेतली?' तो साधू म्हणाला, 'तुमचा विचार असेल तर आजच समाधी होऊन जाईल. तयार आहात? जर तुम्ही तयार असाल तर आज मी खरंच सांगतो की तुम्हाला समाधी लावून देईन.' तो माणूस म्हणाला, 'आज!' तो म्हणाला, 'थोडा विचार करा, एखाद्या..... आजच?' तो म्हणाला, 'थोडा विचार करा. मी पुन्हा येऊन तुम्हाला सांगेन.'

आणि तुम्हालाही कोणी म्हटलं की मी आजच या वेळी तुमची परमात्म्याशी भेट घालून देईन, तर मला नाही वाटत की तुमचं मन एकदम म्हणेल, हो! तुमचं मन खूप विचार करू लागेल. खरोखरच मी तुम्हाला सांगतोय, तुमचं मन खूप विचार करू लागेल की भेटायचं का नाही भेटायचं. फुकटातही परमात्मा मिळाला तरीसुद्धा आपण विचार करू. तेव्हा किंमत देऊन तर घेण्याचा विचार करणं फार स्वाभाविक आहे. मन असं असतं की फुकटात मिळावं असं वाटतं.

आपल्या मनात ज्याचं कुठलं मूल्य नाही, ती गोष्ट आपण फुकटात मिळवू इच्छितो. म्हणजे आपण ते निर्मूल्य मिळवू इच्छितो. ज्याचं आपल्या मनात कुठलं मूल्य नाही. ज्याचं आपल्या मनात मूल्य आहे ते आपण मूल्य देऊन मिळवू पाहतो.

जर परमात्म्याबद्दल थोडा जरी विचार मनात आला तर तुमच्या लक्षात येईल की, तुम्ही आपलं सगळं द्यायला तयार आहात, आपलं सगळं द्यायला

राजी आहात आणि सगळं देऊनही जर त्याची चुणूक मिळत असेल तर घ्यायला तयार व्हाल.

हे जे विचारलंय की, 'समाधीशिवाय होऊ शकतं?' नाही होऊ शकत. श्रमाशिवाय होऊ शकत नाही. अध्यवसायाशिवाय होऊ शकत नाही. तुमचे पूर्ण संकल्प साधनेशिवाय पूर्ण होऊ शकत नाहीत.

परंतु या प्रकारचे जे कमजोर लोक आहेत, ते कमजोर लोक काही समजदार लोकांना शोषणाची संधी देतात. सगळ्या जगात एक प्रकारचं रिलीजस एक्स्प्लॉयटेशन चालतं, एक प्रकारचं धार्मिक शोषण चालतं. तुम्ही काही न करता मिळवू इच्छिता, त्यामुळे लोक उभे राहतात. ते म्हणतात– आमच्या कृपेनं मिळेल. आमची पूजा करा, आमच्या पाया पडा, आमच्या नामाचं स्मरण करा, आमच्यावर श्रद्धा ठेवा, आमच्या कृपेनं मिळेल आणि जे कमजोर लोक आहेत ते या कारणासाठी त्यांच्यावर श्रद्धा ठेवतात, पायाला स्पर्श करतात आणि आयुष्य गमावतात.

काहीही मिळणार नाही, हे फक्त एक शोषण आहे. कोणी गुरू परमात्मा देऊ शकत नाही. परमात्म्यापर्यंत जाण्याचा मार्ग देऊ शकतो, परंतु मार्गावरून स्वत:ला चालायचं असतं. कोणी गुरू तुमच्यासाठी चालू शकत नाही. या जगात कुठलाही माणूस दुसऱ्यासाठी चालू शकत नाही. आपले पायच चालवतात. आपल्या पायांवरच चालावं लागतं आणि जर कोणी म्हणत असेल आणि असे म्हणणारे अनेक आहेत, ते म्हणतात, 'आम्ही एकच गोष्ट तुमच्याकडे मागतो की, आमच्यावर श्रद्धा ठेवा आणि बाकी सगळं आपण करू.' ते तुमचं शोषण करतायत आणि तुम्ही कमजोर असल्यानं तुम्ही शोषणाची संधी देता.

जगात जेवढी धार्मिक ढोंगं चालतात त्याचं कारण ढोंगी कमी आहेत, तुमच्यात कमजोरी जास्त आहे. तुम्ही जर कमजोर नसाल तर जगात कुठलंही धार्मिक ढोंग उभं राहणार नाही. कारण जर कुठला माणूस थोडा जरी पुरुषार्थवान असेल, जर थोडा तरी त्याला आपल्या आयुष्याचा गौरव आणि गरिमा असेल आणि कोणी त्याला म्हटलं की मी माझ्या कृपेनं तुम्हाला परमात्मा मिळवून देईन. तो म्हणेल, क्षमा करा; यापेक्षा माझा मोठा आणखी कुठला अपमान होऊ शकतो! म्हणजे तो म्हणेल, क्षमा करा यापेक्षा माझा आणखी कुठला अपमान होऊ शकतो की परमात्मा मी तुमच्या कृपेनं मिळवावा.

आणि जे दुसऱ्याच्या कृपेनं मिळेल, ते काय दुसऱ्याच्या नाराजीनं हिरावून घेता येणार नाही? जे दुसऱ्याच्या कृपेनं मिळेल, ते दुसऱ्याच्या नाराजीनं हिरावून घेता येणार नाही? जे कृपेनं मिळतं, ते कृपा दूर करूनही हिरावता येतं. परमात्मा मिळाला, तो हिरावून घेतला आणि दुसरा कोणी देऊ शकला तर तो फक्त भ्रम होईल.

जगात कोणीही दुसऱ्याला सत्य आणि परमात्मा देऊ शकत नाही. आपल्याच श्रमानं आणि आपल्याच साधनेनं ते मिळवावं लागतं. म्हणून क्षणभरही, रतीभरही मनात कधी ही दुर्बलता घातक शाबित होऊ शकते असं मनात आणू नका आणि या दुर्बलतेच्या कारणामुळे तुम्ही तर कोसळताच पण तुम्ही ढोंग, धोका, खोट्या कल्पना पसरायला संधी देता. ते असत्य आहे, त्यांचं कुठलं मूल्य नाही आणि ते घातक आहेत आणि विषाक्त आहेत.

एक प्रश्न आहे की अहंकाराची शक्ती कशात परिणत करावी?

मी मागं तुम्हाला सांगितलं की जर क्रोधाची शक्ती निर्माण झाली तर ती आपण सृजनात्मक रूपात समपरिवर्तित करू शकतो. मी तुम्हाला असंही सांगितलं की, जर सेक्स शक्ती आहे तर तीसुद्धा समपरिवर्तित करता येते. ज्या अर्थानं क्रोध, सेक्स, लोभ इत्यादी शक्ती आहेत, त्या अर्थानं अहंकार शक्ती नाहीये.

क्रोध कधीतरी निर्माण होतो, सेक्सचा भावसुद्धा कधी प्रबळ होतो, लोभही कधी चेतनेला पकडतो. जोपर्यंत समाधी उत्पन्न होत नाही, अहंकार नेहमी तुमच्याबरोबर असतो. ती शक्ती नाहीये, ती तुमची स्थिती आहे. हा फरक समजावून घ्या.

अहंकार शक्ती नाही, ती तुमची स्थिती आहे. ती कधी निर्माण होत नाही, ती तुमच्याबरोबर आहे. ती तुमच्या सगळ्या कामांच्या मागं उभी आहे. ती तुमची स्थिती आहे. त्याचं कारण बऱ्याचशा गोष्टी निर्माण होतात, परंतु ती निर्माण होत नाही.

अहंकाराचं कारण क्रोध निर्माण होऊ शकतो. जर तुम्ही अहंकारी आहात, तर तुम्ही जास्त क्रोधी व्हाल. जर तुम्ही अहंकारी असलात तर जास्त महा-लोलुप व्हाल, लोभी व्हाल, पदलोलुप व्हाल. तुम्ही जर अहंकारी असाल तर या सगळ्या गोष्टी तुमच्यात निर्माण होतील. अहंकाराचं कारण या शक्ती तुमच्या आत निर्माण होतील, परंतु अहंकार तुमच्या चित्ताची एक स्थिती आहे आणि जोपर्यंत अज्ञान आहे, तोपर्यंत अहंकार असतो आणि जेव्हा ज्ञान लाभतं तेव्हा अहंकार विलीन होतो आणि त्याच्या जागी आत्म्याचं दर्शन होतं.

अहंकार आत्म्याला घेरलेला एक आच्छन्न पडदा आहे. आत्म्याला घेरलेला अहंकार एक पडदा आहे. ती शक्ती नाही, अज्ञान आहे. त्याच्याद्वारे बऱ्याचशा शक्ती निर्माण होतात– त्याच्या अज्ञानाद्वारा आणि जर आपण त्याचा विनाशात्मक उपयोग केला तर अहंकाराची स्थिती आणखी मजबूत होत जाते आणि जर त्या निर्माण झालेल्या शक्तींचा आपण सृजनात्मक आणि क्रिएटिव्ह उपयोग केला तर अहंकाराची शक्ती क्षीण होत जाते. अहंकाराची स्थिती क्षीण होत जाते जर सगळ्या निर्माण झालेल्या शक्तींचा सृजनात्मक उपयोग केला तर अहंकार एक

दिवस विलीन होतो आणि अहंकाराचं धुकं जेव्हा विलीन होतं तेव्हा खाली कळतं, आत्म्याची ज्योत आहे.

आत्म्याच्या ज्योतीला अहंकाराच्या धुक्यानं घेरलंय. चित्त जेव्हा निर्धूम होतं, अहंकाराचं सगळं धुकं दूर होतं, जेव्हा 'मी'पणाचे सगळे पडदे दूर होतात, जेव्हा 'मीसुद्धा आहे' हे लक्षात राहत नाही, तेव्हा प्रगाढता उपलब्ध होते.

रामकृष्ण म्हणायचे, एकदा असं झालं, एक मिठाचा पुतळा समुद्रकिनारी एका जत्रेत गेला आणि समुद्राच्या किनारी त्यानं पाहिलं, खूप अथांग सागर आहे. कोणीतरी वाटेत विचारू लागलं, 'किती खोल असेल?' त्या पुतळ्यानं म्हटलं, 'मी आता शोधून येतो.' आणि तो मिठाचा पुतळा पाण्यात पडला आणि खूप दिवस गेले, खूप वर्षं गेली, तो पुतळा आतापर्यंत परतलेला नाही. तो म्हणाला होता, मी शोधून येतो, परंतु तो मिठाचा पुतळा होता आणि समुद्रात उडी टाकताच मीठ विरघळलं, विलीन झाला आणि तो समुद्राच्या तळापर्यंत जाऊ शकला नाही.

तो जो 'मी' शोधायला निघाला होता परमात्म्याला किंवा सागराच्या खोलीला, तो शोधण्यातच विलीन होतं. तो केवळ मिठाचा पुतळा आहे, त्यात कुठली शक्ती नाही.

तेव्हा जर तुम्ही परमात्म्याला शोधायला निघाला आहात, तुम्ही जेव्हा शोधायला निघता तेव्हा हाच विचार असतो की, मी परमात्म्याला शोधायला निघालोय; परंतु तुम्ही जसजसं प्रवेश करता, मिळवता, परमात्मा तर मिळत नाहीये, 'मी' विलीन होत चाललाय. एक क्षण येतो, जेव्हा 'मी' एकदम शून्य होतो, तेव्हा तुमच्या लक्षात येतं की परमात्मा मिळालाय.

त्याचा अर्थ असा की 'मी'चं कधी परमात्म्याशी मीलन होणार नाही. जेव्हा 'मी' नसेन तेव्हा परमात्मा मिळेल आणि जोपर्यंत 'मी' असेन तोपर्यंत परमात्मा मिळणार नाही.

म्हणून कबीरानं म्हटलंय, 'प्रेम गली अति सांकटी, तामें दोन समाय।' प्रेमाची गल्ली फार मोठी आहे, त्यात दोन राहू शकत नाही. एकतर तुम्ही तयार होऊ शकता किंवा परमात्मा होऊ शकता आणि जिथं तुम्ही विलीन झालात तिथं परमात्मा आहे.

हा जो आमचा अहंकार आहे, ते केवळ आमचं अज्ञान आहे. याचं कारण आपल्या जीवनात बऱ्याचशा शक्तींचा दुरुपयोग होतो. जर आपण त्यांचा सदुपयोग केलात तर अहंकाराचं पोषण होणार नाही आणि अहंकार हळूहळू क्षीण होत जाईल.

तेव्हा जीवनशुद्धीसाठी मी जे तीन प्रयोग सांगितले आहेत, ते जर तीन

प्रयोग केले– शरीरशुद्धीचा, विचारशुद्धीचा आणि भावशुद्धीचा- तेव्हा ते तीन प्रयोग करता-करता कळेल, अहंकार विलीन झाला. या अर्थानं क्रोध विलीन होणार नाही, अहंकार विलीन होऊन जाईल. क्रोधाची शक्ती नव्या रूपांमध्ये दिसून येईल. अहंकाराची कुठली शक्ती अस्तित्वात राहणार नाही. अहंकार जेव्हा विलीन होईल तेव्हा त्यामागं काही, ज्याला रेसिड्यू म्हणता येईल, पाठीमागं काहीही राहणार नाही. या अर्थानं क्रोध किंवा सेक्स विलीन होत नाहीत, ट्रान्सफॉर्म होतात. दुसऱ्या रूपानं ती दिसून येतात. क्रोधाची शक्ती कायम राहील. दुसरा प्रयोग करत राहील. शक्य आहे, करुणा होईल, परंतु शक्ती तीच राहील.

आणि या जगात जे फार क्रोधी आहेत, त्यांची शक्ती जर परिवर्तित झाली तर करुणेनं भरून येऊ शकते, कारण शक्ती नवं रूप घेईल. शक्ती नष्ट होत नाही, नवं रूप घेते. मी जसं म्हटलं की जे खूप कामुक आहेत फार सेक्शुअल आहेत, त्याच लोकांना ब्रह्मचर्य उपलब्ध होतं. कारण सेक्सची त्यांची जी शक्ती आहे, ती समपरिवर्तित होऊन त्यांच्यासाठी ब्रह्मचर्य होते.

परंतु अहंकार जेव्हा विलीन होतो तो कशात परिणत होणार नाही. कारण ते केवळ अज्ञान होतं. त्याच्या परिणतीचा कुठला प्रश्न नाही, तो केवळ भ्रम होता. जणू अंधारात कोणी तरी दोरीला साप समजल्यासारखं आणि जवळ जाऊन बघावं की दोरी आहे, साप नाहीये आणि आपण विचारावं की सापाचं काय झालं? तेव्हा आपण म्हणू, सापाचं काहीही झालं नाही कारण साप नव्हताच. त्याच्या परिवर्तनाचा कुठला प्रश्न नाहीये; तसंच अहंकार आत्म्याला भ्रांत रूपानं समजण्याचा परिणाम आहे. तो आत्म्याचा भ्रम आहे, आत्म्याचं इलूजरी, भ्रामक दर्शन आहे. जसं दोरीला साप दिसावा तसं आत्म्यात अहंकार दिसतोय. जेव्हा आपण आत्म्याच्या जवळ पोचू तेव्हा तुमच्या लक्षात येईल, अहंकार तर नाहीये. तो कुठल्या गोष्टीत परिणत होणार नाही. परिणतीचा कुठला प्रश्नच नव्हता, तो नव्हताच. तो केवळ भ्रम होता आणि दिसत होता.

अहंकार अज्ञान आहे, शक्ती नाहीये; परंतु अज्ञान जर असेल तर शक्तीचा दुरुपयोग करवून घेते. कारण अज्ञानात काय होणार? अज्ञान शक्तींचा दुरुपयोग करून घेऊ शकतं.

तेव्हा हे लक्षात ठेवा, अहंकाराचं कुठलं परिवर्तन होणार नाही ना कुठली परिणती. अहंकार फक्त विलीन होईल. ती त्या अर्थानं शक्ती नाही.

अंतिम स्वरूपाचा एक प्रश्न. आत्म्याला परमात्म्यात विलीन होण्याची काय आवश्यकता आहे?

आत्म्याला आनंदात विलीन होण्याची काय आवश्यकता आहे असं विचारलं असतं तर चांगलं झालं असतं. आत्मा स्वस्थ होण्याची काय आवश्यकता आहे असं विचारलं असतं तर चांगलं झालं असतं. आत्म्याला अंधाराच्या बाहेर प्रकाशात जाण्याची काय आवश्यकता आहे असं विचारलं असतं तर चांगलं झालं असतं.

आत्मा परमात्म्यात विलीन होण्याची एवढी आवश्यकता आहे की जीवन दुःख आणि वेदनेनं तृप्त होत नाही. म्हणजे कुठल्याही स्थितीत जीवन दुःखाचा स्वीकार करू शकत नाही आणि आनंदाचं आकांक्षी होतं. परमात्म्यापासून अलग झालं तर जीवन म्हणजे दुःख आहे. परमात्म्यात विलीन झाल्यावर तो आनंद होतो. प्रश्न परमात्म्याचा नाही, प्रश्न तुमच्या आत दुःखापासून आनंदात उठण्याचा आहे. आपल्या आत, अंधःकारापासून प्रकाशात उठण्याचा आहे आणि जर तुम्हाला कुठली आवश्यकता प्रतीत होत नसेल तर दुःखात अगदी निश्चिंत राहू शकता.

परंतु कोणी दुःखात निश्चिंत राहू शकत नाही. दुःख स्वरूपतः स्वतःपासून दूर हटतं आणि आनंद स्वरूपतः आपल्याकडे ओढून घेतं. दुःख दूर करतं, आनंद ओढून घेतं. संसार दुःख आहे, परमात्मा आनंद आहे. परमात्म्याबरोबरच्या मीलनाची कुठली धार्मिक आवश्यकता नाहीये. परमात्म्याबरोबरची मीलनाची आवश्यकता स्वरूपगत आवश्यकता आहे.

म्हणून जगात कोणी परमात्म्याला नकार देणं शक्य आहे, परंतु आनंदाला कोणी नकार देणार नाही. म्हणून मी असं सांगायला सुरुवात केलीय की, जगात कोणीही नास्तिक नाहीये. जो आनंदाचा अस्वीकार करत असेल केवळ तोच नास्तिक होऊ शकतो. जगात प्रत्येक व्यक्ती आस्तिक असते. अशा अर्थानं आस्तिक आहे की प्रत्येक जण आनंदासाठी तहानलेला आहे.

दोन प्रकारचे आस्तिक आहेत, एक सांसारिक आस्तिक. एक आध्यात्मिक आस्तिक. एक ज्यांची संसारात आस्था आहे की या द्वारे आनंद मिळेल. एक ज्यांची आस्था या गोष्टीत आहे की आध्यात्मिक जीवनाच्या विकासानं आनंद मिळेल. ज्यांना तुम्ही नास्तिक म्हणता, ते संसाराबद्दल आस्तिक आहेत; परंतु त्यांनाही आनंदाचा शोध घ्यायचा आहे. तेही आनंदाचा शोध घेतायत आणि आज नाहीतर उद्या, त्यांना जेव्हा संसारात कुठला आनंद नाही असं दिसून येईल तेव्हा परमात्म्यासाठी उत्सुक होण्याशिवाय दुसरा मार्ग राहणार नाही.

तुम्हाला आनंदाचा शोध घ्यायचाय. परमात्म्याचा शोध कोणालाच नाहीये. तुम्हाला आनंदाचा शोध घ्यायचाय. आनंदालाच आपण परमात्मा म्हणतो. पूर्ण आनंदाच्या स्थितीला आपण परमात्मा म्हणतो. तुम्ही ज्या क्षणाला पूर्ण आनंदाच्या स्थितीत असाल, तो क्षण परमात्म्याचा आहे. म्हणजे अर्थ असा की, ज्या क्षणी तुमची कुठली आवश्यकता उरणार नाही, त्या क्षणी तुम्ही परमात्मा आहात. पूर्ण

आनंदाचा अर्थ असा की, जेव्हा कुठली आवश्यकता राहिलेली नाही. बाकी काही राहिलंच तर ते दु:ख राहील. जेव्हा तुमची कुठली आवश्यकता राहिलेली नाही, तेव्हा तुम्ही पूर्ण आनंदात आणि तेव्हाच तुम्ही परमात्मा आहात.

विचारलंय की परमात्म्यात विलीन होण्याची आवश्यकता काय आहे?

या बाबतीत मी असं म्हणेन, आवश्यकता आहे, म्हणून परमात्म्यात राहण्याची आवश्यकता आहे. ज्या दिवशी कुठली आवश्यकता राहणार नाही, त्या दिवशी परमात्म्यात असण्याची कुठली आवश्यकता राहणार नाही, तुम्ही परमात्मा राहणार नाही. प्रत्येक माणूस गरजांपासून मुक्त होऊ इच्छितो. तेव्हा जर असा स्वतंत्रतेचा क्षण हवा असेल जिथं कुठल्या आवश्यकतेचं बंधन नसेल, जिथं ते असेल, अखंड असेल आणि पूर्ण असेल आणि त्यापलीकडे मिळवण्यासारखं काही बाकी राहू नये, काही दूर करायला, सोडायला बाकी राहू नये, तशी अखंड आणि पूर्ण स्थिती म्हणजे परमात्मा आहे.

परमात्म्याचा अर्थ असा नाही की, कुठे कोणी सद्गृहस्थ वर बसले आहेत आणि त्यांचं तुम्हाला दर्शन होईल आणि ते तुमच्यावर कृपा करतील आणि तुम्ही त्यांच्या पायाशी बसाल आणि जाऊन तिथं स्वर्गात आनंद घ्याल. असा कुठला परमात्मा कुठे नाहीये. आजपर्यंत कोणाला मिळालेला नाही.

परमात्मा चित्ताच्या अंतिम आनंदाची अवस्था आहे. परमात्मा कुठली व्यक्ती नाहीये, अनुभूती आहे. म्हणजे परमात्म्याचा साक्षात्कार होत नाही. साक्षात्कार अशा अर्थांनी होत नाही की एन्काऊंटर व्हावं की तुम्ही गेलात आणि त्यांच्याशी संघर्ष झाला. ते तुमच्या समोर उभे आहेत आणि तुम्ही त्यांना बघताय, निरखताय.

या सगळ्या कल्पना आहेत. जेव्हा चित्त सगळ्या कल्पना सोडून देतं आणि सगळे विचार सोडून देतं तेव्हा अचानक त्याला कळतं की, हे सगळं विश्व अखंडाचा, या पूर्ण जगाचा, ब्रह्मांडाचा एक केवळ जीवित भाग आहे. त्याचं स्पंदन या साऱ्या जगाच्या स्पंदनाशी एक होतं. त्याचे श्वास या साऱ्या जगात एक होऊन जातात. त्याचे प्राण या साऱ्या जगाबरोबर आंदोलित होऊ लागतात. त्यांच्यात कुठला भेद, कुठली सीमा राहत नाही.

त्या क्षणी तो जाणतो, 'अहं ब्रह्मास्मि'. त्या क्षणी मी जाणतो की ज्याला मी 'मी' म्हणून जाणलं होतं, तो सगळ्या ब्रह्मांडाचा अनिवार्य हिस्सा आहे. 'मी ब्रह्मांड आहे,' या अनुभूतीला आपण परमात्मा म्हणतो.

तुमचे हे प्रश्न पूर्ण झाले त्यानंतर थोड्या वेळासाठी दोन-चार मिनिटांसाठी जे लोक एकांतात भेटायला उत्सुक आहेत, त्यांनी एकांतात भेटावं. त्यांना जे काही एकांतात विचारायचं असेल ते एकांतात विचारावं.

■

प्रवचन नववे

आमंत्रण– एक पाऊल चालण्याचं

माझे प्रिय आत्मन्,

या तीन दिवसांमध्ये खूप प्रेमाचा आणि खूप शांतीचा, आनंदाचा वर्षाव आमच्या हृदयांमध्ये होत राहिला आणि मी तर ज्यांचं कुठलं हृदय नसतं अशा पक्ष्यांपैकी एक आहे आणि मला तुम्ही तुमच्या हृदयात स्थान दिलं, माझे विचार आणि माझ्या हृदयातून निघालेल्या उद्गारांचं स्वागत केलं, ते शांतपणे ऐकले, ते समजून घेण्याचा प्रयत्न केला आणि त्यांच्याबद्दल खूप प्रेम प्रकट केलं, या सगळ्यासाठी मी आभारी आहे. तुमच्या डोळ्यांमध्ये, तुमच्या आनंदात आणि तुमचे जे आनंदाश्रू दिसले, त्याबद्दल मी आभारी आहे.

मी फार आनंदी झालो. या गोष्टीनं आनंदित झालो की तुमच्या अंतरंगात आनंदासाठी एक तहान जागवण्यात मी सफल होऊ शकेन. यामुळे आनंदित झालो की तुम्हाला असंतुष्ट करण्यात सफल व्हावं. जीवनात असं दिसतं की हेच काम होईल, जे गप्प आहेत आणि संतुष्ट आहेत त्यांना मी असंतुष्ट

करेन आणि जे गप्प चालले आहेत, त्यांना सांगेन की जे जीवन आहे, ते जीवन नाहीये आणि ज्याला ते जीवन समजतायत, तो भ्रम आहे आणि मृत्यू आहे. ज्या जीवनाची इतिश्री मृत्यूत होईल, ते जीवन मानायचं नाही. जे जीवनात आणि विराट जीवनात घेऊन जाईल तेच खरं असतं.

तेव्हा या तीन दिवसांमध्ये आपण खरं जीवन जगण्याची, त्या दिशेनं डोळे उघडण्याचा प्रयत्न केलाय. जर आपला संकल्प प्रगाढ असेल आणि आपली आकांक्षा गाढ असेल तर ज्या तहानेनं आपण तृप्त झालोय, त्या तृप्तीपर्यंत आपण पोचणार नाही, हे अशक्य नाही.

आज या अखेरच्या रात्री, निरोपाच्या रात्री काही आणखी थोड्याशा गोष्टी मी तुम्हाला सांगेन. पहिली गोष्ट तर ही की, जर परमात्मा मिळवण्याचा विचार तुमच्या आत खोलवर दडलेला असेल तर तो विचार लवकर कार्यात उतरवा. जो शुभ करण्यात उशीर लावतो, तो चुकतो आणि जो अशुभ करण्यात घाई करतो, तोही चुकतो.

जीवनाचं सूत्र हेच आहे की अशुभ करतेवेळी थांबा आणि उशीर करा आणि शुभ करतेवेळी उशीर करू नका आणि थांबू नका.

जर कुठला शुभ विचार मनात आला, तर तो ताबडतोब सुरू करणं उपयुक्त ठरतं. कारण उद्याचा कुठला भरवसा नसतो. येत्या क्षणाचा कुठला भरवसा नाही. आपण असू किंवा नसू, सांगता येत नाही. मृत्यूनं आपल्याला गाठण्याआधी आपल्याला निर्णायक रूपानं हे सिद्ध करायचंय की मृत्यूच आपलं भाग्य असावं अशी आपली लायकी नव्हती. मृत्यूपेक्षाही वरचं काही मिळवण्याची क्षमता आपण विकसित केली होती, हे मृत्यूच्या क्षणापर्यंत आपल्याला ठरवायचंय आणि तो मृत्यू कधीही येऊ शकतो, तो कुठल्याही क्षणी येऊ शकतो. आता बोलतोय आणि या क्षणीही येऊ शकतो. तेव्हा मला नेहमी सज्ज राहण्याची आवश्यकता आहे. प्रत्येक क्षणी मला तयार असण्याची आवश्यकता आहे.

तेव्हा उद्यावर टाकू नका. जर कुठली गोष्ट योग्य वाटली तर ती आजच सुरू करण्याची आवश्यकता आहे. काल रात्री मी तिथं सांगत होतो, सरोवराकाठी आम्ही बसलो होतो आणि काल रात्री मी तिथं म्हटलं की, तिबेटमध्ये एक साधू होऊन गेला. तिथं कोणी माणूस भेटायला गेला होता आणि सत्याच्या संबंधात विचारायला गेला होता. तिथं तिबेटमध्ये रिवाज होता की, साधूला तीन प्रदक्षिणा घालायच्या, त्याच्या चरणांना स्पर्श करायचा आणि मग विचारायचं. तो युवक गेला, त्यानं ना परिक्रमा केली ना त्यानं पायांना स्पर्श केला. त्यानं गेल्या गेल्या विचारलं, 'मला काही विचारायचंय, उत्तर द्यावं.' साधूनं त्याला म्हटलं, 'पहिला जो औपचारिक नियम आहे, तो तर पूर्ण कर.' तो युवक म्हणाला, 'तीन काय,

मी तीन हजार प्रदक्षिणासुद्धा घालेन; परंतु या तीनच प्रदक्षिणांमध्ये माझे प्राण मावळले आणि मी सत्य जाणू शकलो नाही तर ही जबाबदारी कोणाची? माझी का तुमची? म्हणून आधी माझी जिज्ञासा पूर्ण करा, मग मी प्रदक्षिणा घालेन.' तो म्हणाला, 'कोणास ठाऊक मी तीन प्रदक्षिणा घातल्या तर तेवढ्यात समाप्त होईन.'

तेव्हा सगळ्यात मोठा महत्त्वपूर्ण बोध साधकाला मृत्यूचा असतो. त्याला कुठल्याही क्षणी मृत्यू येऊ शकतो, हे प्रत्येक क्षणी माहिती असायला हवं. आज संध्याकाळी मी झोपेन, शक्य आहे, ही शेवटची संध्याकाळ असेल आणि सकाळी आपण उठणार नाही. तेव्हा मला आज रात्री झोपताना अशा प्रकारे झोपायला पाहिजे की, मी आपल्या आयुष्याचा सगळा हिशेब मिटवलाय आणि आता मी निश्चिंतपणे झोपतोय. जर मृत्यू आला तर तिचं स्वागत आहे.

तेव्हा कुठलीही श्रेष्ठ गोष्ट उद्यावर टाकू नका आणि हलकी गोष्ट जेवढी शक्य आहे, तेवढी उद्यावर टाका. शक्य आहे, मध्येच मृत्यू येईल आणि ती हलकी गोष्ट करण्यापासून आपण मुक्त होऊ. जर कुठली वाईट गोष्ट करावीशी वाटली तर ती शक्य तितकी टाळा. मृत्यूपासून फार अंतर नाही. जर कुठला माणूस काही वाईट गोष्टी टाळण्यात यशस्वी झाला तर जीवन परमात्मा होऊ शकतं. मृत्यूपासून फार अंतर नाहीये. थोडीशी वर्षं जरी वाईट गोष्टी टाळण्यात कोणी यशस्वी झालं तर जीवन शुद्ध होऊ शकतं आणि मृत्यूपासून काही अंतर नाहीये, जो शुभ गोष्टी उशिरापर्यंत थांबवून टाकेल त्याला आयुष्यात काही मिळणार नाही.

म्हणून शुभ करण्यात जेवढी घाई होईल, त्याचं मी स्मरण देऊ इच्छितो आणि जर कुठली गोष्ट शुभ वाटली तर ती सुरू करायची. जो माणूस विचार करतो, उद्या करू, तो करू इच्छित नाही. 'उद्या करू' टाळण्याचा एक उपाय आहे. जर करायचं नसेल तर मला करायचं नाही याचा स्पष्ट बोध व्हायला हवा. जो उद्यावर टाकतो, तो नेहमी कायमसाठी टाळतो.

जर कुठली गोष्ट आयुष्यात योग्य वाटत असेल तर ज्या क्षणी ती योग्य वाटेल, त्या क्षणीच ती करण्याचाही क्षण आहे. ती त्या क्षणी सुरू करायची आहे.

तेव्हा ही गोष्ट लक्षात ठेवा की शुभ करण्यात शीघ्रता आणि अशुभ करण्याआधी थांबायचं आणि हेही लक्षात ठेवू की शुभ साधण्यात, सत्य साधण्यात जी सूत्रं मी सांगितली आहेत, ती सूत्रं कुठल्या बौद्धिक सिद्धांताच्या गोष्टी नाहीयेत. कुठला ॲकॅडेमिक रस माझ्या मनात नाहीये. त्या मी अशासाठी सांगितल्या आहेत की जर तुम्ही ती करायला तयार झालात, जर तुम्ही ती सूत्रं

करायला तयार झालात तर ती सूत्रं तुमच्यासाठी काहीही करतील.

जर तुम्ही त्या करायला तयार झालात तर ती सूत्रं तुमच्यासाठी काही करतील आणि जर तुम्ही त्यांचा उपयोग केलात तर ती सूत्रं तुम्हाला परिवर्तित करतील. ती सूत्रं खूप जीवित आहेत. ते जीवित अग्नीप्रमाणे जर थोडं जरी त्याला जागवलं, तरी तुम्ही नव्या व्यक्तीप्रमाणे आपल्या अंतरंगात जन्म अनुभवू शकता.

एक जन्म आपल्याला आई-वडिलांकडून मिळतो. तो काही जन्म नाही, ते आणखी एका नव्या मृत्यूचं आगमन आहे. ते आणखी एक चक्र आहे ज्यात शेवटी मृत्यू येईल. तो काही जन्म नाही. ते केवळ आणखी एक नवं शरीर धारण करणं आहे. आणखीही एक जन्म आहे, तो आई-वडिलांकडून मिळत नाही, जो साधनेतून मिळतो, तोच खरा जन्म आहे. तोच मिळवून व्यक्ती द्विज होते, पुन्हा जन्म मिळतो. तो जन्म प्रत्येकाला स्वत:ला द्यावा लागतो, स्वत:ला द्यावा लागतो.

जोपर्यंत तुम्ही स्वत:च्या अंतरंगात दुसरा जन्म प्राप्त करून घेत नाही, तोपर्यंत शांती आणि स्वास्थ्याचा अनुभव येणार नाही, तोपर्यंत तुमच्या अंतरंगात कुठलीही शक्ती व्यर्थ पडू नये. सगळ्या शक्ती एकत्र करा आणि संलग्न व्हा.

तेव्हा जी थोडीशी सूत्रं मी सांगितली आहेत, त्यावर जर श्रमपूर्वक आणि संकल्पपूर्वक काम केलं तर लवकरच तुमच्या लक्षात येईल की, तुमच्या आत एका नव्या व्यक्तीचा जन्म होत आहे, एका अगदी अभिनव व्यक्तीचा जन्म आणि ज्या प्रमाणात तुमच्या आत नव्या व्यक्तीचा जन्म होईल, त्या प्रमाणात हे जग नवं होत जातं, दुसरं होत जातं.

या जगात खूप आनंद आहे आणि खूप प्रकाश आहे, खूप सौंदर्य आहे. फक्त आपल्याकडे पाहायला डोळे आणि ग्रहण करणारं हृदय हवं. तेव्हा ते ग्रहण करणारं हृदय आणि बघणारे डोळे निर्माण होऊ शकतात. त्यासाठीच तीन दिवस बऱ्याचशा गोष्टी तुम्हाला सांगितल्या आहेत.

एका अर्थानं त्या गोष्टी, बऱ्याचशा नाहीयेत, थोड्याच आहेत. दोनच गोष्टी सांगितल्या आहेत, जीवन शुद्ध असावं आणि चित्त शून्य असावं. एकच गोष्ट सांगितलीय तसं तर, चित्त शून्य व्हावं. जीवनाची शुद्धी त्याची केवळ भूमिका आहे.

चित्त शून्य झालं तर त्या शून्यानं या जगात दडलेली रहस्यं उघडणारा तो डोळा मिळतो आणि तेव्हा पानांमध्ये पान दिसत नाही; परंतु पानांमध्ये जो प्राण आहे, त्याचं दर्शन होऊ लागतं आणि सागरांच्या लाटांमध्ये लाटा दिसत नाहीत; परंतु लाटांना जो कंप देतो, त्याचं दर्शन होऊ लागतं आणि माणसांमध्ये तेव्हा

शरीरं दिसत नाहीत, तर देहांमध्ये जे प्राण स्पंदित होतात, त्याचा अनुभव येऊ लागतो आणि तेव्हा आश्चर्याचा आणि चमत्काराचा कसा अनुभव येतो, ते सांगण्याचा कुठला उपाय नाहीये.

त्या रहस्यासाठी आमंत्रित केलंय आणि आवाहन केलंय आणि त्या रहस्यापर्यंत पोचणारी छोटीशी सूत्रं तुम्हाला सांगितली आहेत. ती सूत्रं सनातन आहेत. ती सूत्रं माझी किंवा आणखी कोणाची नाहीत. ती सूत्रं सनातन आहेत आणि जेव्हापासून माणूस आहे आणि जेव्हापासून माणसात दिव्याची जिज्ञासा आहे, तेव्हापासून सक्रिय आहेत. त्या सूत्रांचा कुठल्या धर्माशी कुठला संबंध नाहीये, कुठल्या ग्रंथाशी कुठला संबंध नाहीये. ती शाश्वत आहेत आणि जेव्हा कुठले ग्रंथ नव्हते आणि कुठले धर्म नव्हते, तेव्हाही ते होते आणि जर उद्या सगळे धर्मग्रंथ नष्ट झाले आणि सगळी मंदिरं-मशिदी कोसळल्या, तरीसुद्धा ती असतील.

धर्म शाश्वत आहे, संप्रदाय तयार होतात आणि नष्ट होतात. धर्म शाश्वत आहे; शास्त्रं तयार होतात आणि नष्ट होतात. धर्म शाश्वत आहे; तीर्थंकर आणि पैगंबर निर्माण होतात आणि विलीन होतात.

हे शक्य आहे, एक वेळ येईल की आपण विसरून जाऊ की कधी कृष्ण होऊन गेले, महावीर होऊन गेले, ख्रिस्त होऊन गेले, बुद्ध होऊन गेले; परंतु धर्म नष्ट होणार नाही. जोपर्यंत माणसाच्या आत आनंदाची तहान आणि जिज्ञासा आहे, जोपर्यंत माणूस दुःखापासून वर उठू पाहतो तोपर्यंत धर्म नष्ट होणार नाही.

जर तुम्ही दुःखी आहात, जर दुःख असल्याची तुम्हाला जाणीव असेल तर ते दुःख झेलत जाऊ नका, ते दुःख सहन करत जाऊ नका. त्या दुःखाच्या विरोधात उभं राहा आणि ते दुख विसर्जित करण्याचा उपाय करा.

साधारण माणूस दुःख वाट्याला आल्यानं जे काम करतो आणि साधक जे काम करतो, त्या दोन्हींमध्ये थोडासा फरक आहे. जेव्हा साधारण माणसाच्या समोर दुःख उभं राहतं, तेव्हा तो दुःख विसरण्याचा उपाय करतो आणि जेव्हा साधकाच्या समोर दुःख उभं राहतं, तेव्हा तो ते दुःख दूर करण्याचा उपाय करतो.

जगात दोनच प्रकारचे लोक आहेत. एक ते लोक जे दुःख विसरण्याचा उपाय करतायत आणि एक ते लोक जे दुःख मिटवण्याचा उपाय करतायत. ईश्वर करो, तुम्ही पहिल्या पंक्तीत राहू नका, दुसऱ्या पंक्तीत या.

दुःख विसरण्याचा उपाय म्हणजे एक प्रकारची मूर्च्छा आहे. तुम्ही चोवीस तास दुःख विसरण्याचा उपाय करत आहात. तुम्ही लोकांशी गप्पा करताय, किंवा संगीत ऐकताय, किंवा दारू पिताय, किंवा पत्ते खेळताय, किंवा जुगारात गुंतलाय, किंवा आणखी कुठल्या उपद्रवात गुंतलाय. जिथं तुम्ही स्वतःला

विसराल म्हणजे तुम्हाला आत खूप दुःख आहे हे लक्षात राहू नये.

तुम्ही चोवीस तास स्वतःला विसरण्याच्या उपायात गुंतलेले आहात. दुःख दिसावं असं आपल्याला वाटत नाही. जर आपल्याला दुःख दिसलं तर आपण घाबरून जाऊ. तेव्हा आपण दुःख विसरण्याच्या आणि विलीन करण्याच्या उपायास लागलो आहोत. दुःख विसरून मावळत नाही. कोणी जखमा लपवून ते मावळत नाही आणि चांगल्या कपड्यांनी झाकून काही अंतर पडत नाही; परंतु चांगल्या कपड्यांनी झाकून घेऊन आणखी घातक आणि विषाक्त होत जातं.

तेव्हा जखमा लपवू नका. त्या जखमा उघडा आणि तुमच्या दुःखाचा साक्षात्कार होईल आणि त्या विसरू नका, त्या उघडा, जाणून घ्या आणि ते मिटवण्याच्या उपायातच संलग्न राहा. तेच लोक जीवनाचं रहस्य जाणू शकतील, जे दुःख मिटवण्यात गुंतलेले आहेत, दुःख विसरण्यात नाही.

आणि मी म्हटलं, दोनच प्रकारचे लोक आहेत. त्या लोकांना मी धार्मिक म्हणतो जे दुःख मिटवण्याचा उपाय शोधत आहेत आणि त्या लोकांना मी अधार्मिक म्हणतो, जे दुःख विसरण्याचा उपाय करतायत. आपण काय करतोय, ते लक्षात ठेवा. दुःख विसरण्याचा उपाय शोधताय? तुम्हाला असं वाटतं का, तुमचे सगळे उपाय काढून घेतले तर तुम्ही फार दुःखी होणार नाही?

एका राजाचं एकदा असं झालं. त्याच्या एका वजिरानं– त्याच्या एका मंत्र्यानं त्याला म्हटलं, 'जर एखाद्या माणसाला आपण एकदम एकांतात कोंडून ठेवलं तर तो तीन महिन्यांत वेडा होईल.' राजा म्हणाला, 'कसं होईल? त्याला आपण चांगलं खाणं देऊ, चांगले कपडे देऊ, तरीसुद्धा?' तो वजीर म्हणाला, 'ते होईल. का? कारण त्या एकांतात तो आपलं दुःख विसरू शकणार नाही.' राजा म्हणाला, 'आपण बघू आणि गावात जो सगळ्यात स्वस्थ माणूस असेल, सगळ्यात तरुण आणि सगळ्यात प्रसन्न असेल, त्याला पकडून आणावं.'

गावात एक तरुण होता, ज्याच्या सौंदर्याची, ज्याच्या स्वास्थ्याची चर्चा होती. त्या तरुणाला पकडून एका कोठडीत बंद करण्यात आलं. त्याला सगळ्या सुखसोयी देण्यात आल्या, चांगलं जेवण, चांगलं वस्त्र दिलं गेलं; परंतु वेळ काढण्याचा कुठलाही उपाय दिला गेला नाही. फक्त रिकाम्या भिंती आणि खोली आणि पहाऱ्यावर जो माणूस होता, तोसुद्धा असा ठेवला की त्याची भाषा समजू नये. त्याला रोटी दिली जात होती. जेवण दिलं जात होतं. पाणी पोचवलं जात होतं आणि तो बंद होता.

एक-दोन दिवस तो खूप ओरडला की मला का बंद केलं गेलंय? त्यानं खूप हातपाय झाडले. एक-दोन दिवस त्याला खाणं दिलं गेलं नाही; परंतु हळूहळू जेवण घेऊ लागला आणि त्यानं ओरडणं बंद केलं. पाच-सात दिवसांनंतर

पाहिलं तर तो माणूस बसून आपलं आपल्याशीच बोलत होता.

वजिरानं खिडकीतून पाहिलं, 'बघू या, आता आपण विसरण्याचा अंतिम उपाय करतोय, स्वत:शीच बडबडतोय.'

आपल्यापाशी जेव्हा कोणी नसतं तेव्हा तुम्ही स्वत:शीच बोलू लागता आणि जसजसे लोक वृद्ध होऊ लागतात ते खूपच स्वत:शी बोलू लागतात. तरुण असतात तोपर्यंत तर त्यांचे ओठ बंद असतात. ते जेव्हा वृद्ध होऊ लागतात तेव्हा त्यांचे ओठही फडफडू लागतात. ते स्वत:शीच बोलत राहतात. रस्त्यावरून चालणारे लोक तुम्ही बघितले असतील. ते काय करतायत? ते स्वत:ला विसरण्याचा उपाय करतायत.

तीन महिन्यांपर्यंत तो तरुण बंद होता. तीन महिन्यांनंतर जेव्हा त्याला बाहेर काढलं गेलं तेव्हा तो वेडा झालेला होता. वेड्याचा अर्थ काय? वेड्याचा अर्थ, त्यानं स्वत:ला विसरण्यासाठी एक अगदी काल्पनिक जग उभं केलं होतं. मित्र होते, शत्रू होते, त्यांच्याशी भांडत होता, गप्पा मारत होता. वेड्याचा अर्थ काय आहे? खरं जग तिथं अस्तित्वात नव्हतं. कोणाशी भांडायचं, कोणाशी बोलायचं, कोणाबरोबर गप्पा मारायच्या? तेव्हा त्यानं एक काल्पनिक विश्व उभं केलं होतं. आता त्याला या जगाशी काही घेणं नव्हतं. आता त्याचं स्वत:चं एक जग होतं, त्यात तो हरवून गेला.

तो तरुण वेडा झाला. तुमच्यापैकी कोणीही वेडा होईल. जर तुम्हाला सकाळपासून दुकानावर आणि कामावर जावं लागलं नाही आणि सकाळपासून उठून लोकांशी भांडावं-झगडावं लागलं नाही आणि सकाळपासून उठून तुम्हाला फुकटच्या बडबडीत पलायन करावं लागलं नाही आणि फुकटच्या कामांमध्ये तुम्ही गुंतला नाहीत जर चोवीस तास तुम्ही गुंतलेले राहिला नाहीत आणि मोकळे राहिलात तर वेडे व्हाल. कारण गुंतल्यामुळे जे दु:ख तुमच्या आत आहे ते तुम्हाला दिसणार नाही. जर ते पूर्ण दु:ख दिसलं तर तुम्ही आत्मघात करून घ्याल आणि ज्यात स्वत:चं दु:ख विसरता येईल असा काल्पनिक वेडेपणाचा उपाय शोधून काढाल.

धार्मिक व्यक्ती ती आहे; जी अगदी एकटी राहिली, अगदी एकटी. तरीसुद्धा तिला कुठलं दु:ख होणार नाही, ती कुठला उपाय शोधणार नाही.

जर्मनीत एक साधू होता– इकहार्ट. तो एक दिवस वनात गेला होता आणि एका झाडाखाली एकटा बसलेला होता. त्याचे काही मित्रही वनविहाराला गेले होते. त्यांनी पाहिलं, इकहार्ट एकटा आहे. ते त्याच्या जवळ गेले आणि त्याला म्हणाले, 'मित्रा! आम्ही पाहिलं तुम्ही एकटे बसला आहात, वाटलं, तुम्हाला कंपनी द्यावी, तुम्हाला साथ द्यावी.'

इकहार्टनं त्यांच्या दिशेनं पाहिलं आणि म्हटलं, 'मित्रांनो! इतक्या वेळपर्यंत मी परमात्म्याबरोबर होतो. तुम्ही येऊन मला एकटं केलं.' इकहार्ट म्हणाला, 'इतका वेळी मी परमात्म्याबरोबर होतो कारण स्वत:बरोबर होतो. तुम्ही येऊन मला एकटं केलं.' त्यानं फार अद्‌भुत गोष्ट सांगितली.

आपण त्याच्या उलट आहोत. आपण चोवीस तास कोणाबरोबर तरी असतो. अशासाठी की आपण स्वत:च्या संगतीत राहू नये. आपण चोवीस तास कोणाच्या ना कोणाबरोबर असतो, अशासाठी की स्वत:च्या संगतीत राहू नये. आपण स्वत:ला घाबरलेले आहोत. या जगात सगळे लोक स्वत:ला घाबरलेले आहेत. हे स्वत:ला घाबरणं भयंकर असतं.

मी जी सूत्रं सांगितली, ती तुम्हाला स्वत:शी ओळख करून देतील आणि स्वत:चं भय मिटवतील आणि तुम्ही अशा स्थितीत उभे राहाल की जर तुम्ही या जमिनीवर एकटे असाल, अगदी या भूमीवर कोणी नसल्यासारखे एकटे, तरीसुद्धा तुम्ही तेवढ्याच आनंदात असाल, अगदी ही भूमी भरल्यासारखी. तुम्ही गर्दीत असताना जेवढे आनंदात असता तेवढेच एकटेही आनंदात राहाल. ज्यानं एकटं राहण्यात आनंद घेतलाय, केवळ तोच माणूस मृत्यूला घाबरणार नाही कारण मृत्यू एकाकी करतो; आणखी काय करतो? तुम्ही मृत्यूला एवढे घाबरता, याचं कारण एवढंच की तुम्ही नव्हताच, गर्दी होती आणि मृत्यू गर्दी हिरावून घेईल, सगळे संबंध हिरावून घेईल आणि तुम्ही एकटे व्हाल. एकटेपण घाबरवतं.

या तीन दिवसांमध्ये आपण जी ध्यानाची गोष्ट केली, ते मूलत: अगदी एकांतात– टोटल लोनलीनेसमध्ये जाण्याचे प्रयोग आहेत. एकदम एकांतात– आपल्या आत जाण्याचे प्रयोग आहेत. त्या केंद्रांवर जायचंय, जिथं फक्त तुम्ही असाल, आणखी कोणीही नाही.

आणि ते केंद्र अद्‌भुत आहे. या केंद्राचा जो अनुभव घेतो, तो त्याला समुद्राच्या तळाशी असलेल्या प्रगाढतेचा अनुभव येतो. आपण केवळ समुद्राच्या लाटांवर तरंगतोय आणि आपल्याला कळत नाही की या लाटांखाली अनंत प्रगाढता दडलेली आहे, जिथं कधी कुठली लाट गेली नाही, जिथं कधी कुठल्या लाटेनं प्रवेश केलेला आहे.

आपल्या आत खूप खोली आहे. एकटेपणात, जेवढे तुम्ही दुसऱ्या लोकांपासून दूर होऊन एकटे चालाल, आत्ममग्न चालाल, दुसऱ्यांना सोडाल आणि स्वत:त चालाल, तेवढ्या जास्त खोलीत, तेवढ्या जास्त खोलीत तुम्ही जाल आणि हे मोठं रहस्य आहे की तुमच्या आत तुम्ही जेवढे खोल जाल, तुमचं बाह्य जीवन तेवढ्याच उंचावर जाईल.

हा गणिताचा नियम आहे. हा जीवनाच्या गणिताचा नियम आहे, तुम्हाला

तुमच्या आत जेवढी खोली जाणवेल तेवढीच तुमच्या जीवनात बाहेर उंची उपलब्ध होईल. जो आपल्या आत जेवढा कमी प्रगाढ असेल, तो बाहेर तेवढाच निम्न असेल. जो आपल्या आत अजिबात प्रगाढ नसेल, बाहेर त्याची काहीही उंची नसेल. आपण त्यांना महापुरुष म्हणतो. आपण त्यांना महापुरुष म्हणतो, ज्यांच्या आत गहराई असते आणि ज्यांच्या प्रगाढतेमुळे त्यांच्याबाहेर उंची वाढते.

तेव्हा जर जीवनात उंची हवी असेल तर स्वत:त खोली असावी अशी इच्छा ठेवावी लागेल. स्वत:तल्या खोलीचा उपाय समाधी आहे. समाधी म्हणजे अंतिम खोली आहे. त्या समाधीसाठी आपण कशी पावलं टाकावीत आणि कसं आपल्याला विकसित करावं, सावरावं आणि परमात्म्याच्या आत फुलांमध्ये परिणत होऊ शकणारी बीजं कशी लावावीत, त्याच्या थोड्याशा गोष्टी तुम्हाला सांगितल्या आहेत; परंतु जर त्या थोड्याशा गोष्टींपैकी काही तुमच्या लक्षात राहिल्या आणि कुठलं बी तुमच्या हृदयाच्या भूमीत पडलं तर त्यात अंकुर न येण्याचं आणि तुम्हाला एका नव्या जीवनाचा अनुभव न येण्याचं काहीच कारण नाही.

जे जीवन तुम्ही जगताय, ते तसंच जगण्याची आकांक्षा सोडून द्या. त्यात काही अर्थ नाही. त्यात काही नव्याला जागा द्या, काही नावीन्याला जागा द्या. तुम्ही जसे जगताय तसेच जर जगलात तर मृत्यूशिवाय कुठलाही परिणाम होणार नाही.

ही आकांक्षा आणि ही अतृप्ती निर्माण व्हावी, त्याच्याशिवाय आणखी माझी कुठली इच्छा नाही. साधारणत: लोक म्हणतात, धर्म संतोष आहे आणि मी म्हणतो, धार्मिक लोक फार असंतुष्ट असतात. सगळ्या जीवनाबद्दल त्यांच्या मनात असंतोष असतो आणि त्याच वेळी धर्माबद्दल उत्सुक होतात.

तेव्हा मी तुम्हाला संतुष्ट व्हायला सांगत नाही. तुम्ही संतुष्ट व्हा असं मी म्हणत नाही. मी तुम्हाला सांगेन की असंतुष्ट व्हा, परिपूर्ण आत्म्यावर संतुष्ट राहा, तुमच्या प्राणाचा आणि मनाचा कणन् कण असंतुष्ट व्हायला हवा. दिव्यासाठी असंतुष्ट व्हा, सत्यासाठी असंतुष्ट व्हा. त्या असंतोषाच्या अग्नीत तुमचा नवा जन्म होईल.

या नव्या जन्मासाठी एक क्षणही गमवू नका आणि त्या नव्या जन्मासाठी वेळेचं कुठलं बंधन घालून घेऊ नका आणि या नव्या जन्मासाठी हेही लक्षात ठेवा...

काल कोणीतरी मला विचारत होतं की अशा प्रकारची साधना करून आम्हाला जगापासून दूर जावं लागेल का? आम्हाला संन्यासी व्हावं लागेल का? आम्ही हे शून्य साधलं तर आमच्या संसाराचं काय होईल? आमच्या कुटुंबाचं काय होईल?

या बाबतीतही, या शेवटच्या दिवशी तुम्हाला काही सांगण्याची आवश्यकता आहे. मी तुम्हाला असं सांगेन की, धर्म परिवाराच्या आणि प्रपंचाच्या विरोधात नाही आणि ही जी गोष्ट आपल्या मनात गेल्या काही वर्षांमध्ये, गेल्या शतकांमध्ये निर्माण झालीय त्यामुळे आपलं आणि आपल्या धर्माचं फार नुकसान झालंय.

धर्म प्रपंचाच्या विरोधात नाही. धर्म परिवाराच्या विरोधात नाही. धर्माचा संबंध सगळं सोडून पळून जाण्याशी नाही. धर्म हे एक आत्मिक परिवर्तन आहे. परिस्थितीशी त्याचा कुठला संबंध नाही, मन:स्थितीशी त्याचा संबंध आहे. ती मन बदलण्याची गोष्ट आहे, परिस्थिती बदलण्याची गोष्ट नाहीये. तुम्ही स्वत:ला बदला.

बाहेर जे जग आहे, ते सोडून पळल्यामुळे थोडंच कोणी बदलतं. मी जर घृणेनं भरलोय तर मी जंगलात जाऊन काय करू? मी तिथंही घृणेनं भरलेलो राहीन. मी जर अहंकारानं भरलेलो असेन तर पर्वतांवर जाऊन काय करू? मी तिथंही अहंकारानं भरलेला राहीन. एक धोका असू शकतो. समाजात होतो, गर्दीत होतो तेव्हा अहंकाराची रोज जाणीव होत होती. हिमालयाच्या थंडीत, डोंगरावर बसून तिथं माणसं नसल्यानं अहंकाराची जाणीव होणार नाही. अहंकाराची जाणीव नसणं एक गोष्ट आहे आणि अहंकार मावळणं ही एक अगदी वेगळी गोष्ट आहे.

एका साधूच्या संबंधात मी ऐकलंय, ते तीस वर्षं हिमालयात होते आणि त्या तीस वर्षांमध्ये त्यांना असं वाटलं की ते संपूर्णपणे शांत झाले आहेत; अहंकार विलीन झालाय, पुढे त्यांच्या काही शिष्यांनी एकदा त्यांना सांगितलं, 'खाली जत्रा आहे आणि तुम्ही जत्रेला चला.'

ते खाली जत्रेत आले. ते जेव्हा जत्रेच्या गर्दीत शिरले आणि कुठल्याशा अज्ञात माणसाचा पाय त्यांच्या पायावर पडला तेव्हा त्यांना तत्क्षणी कळलं की त्यांचा अहंकार आणि क्रोध पुन्हा जागा झालाय. ते तर थक्क झाले. तीस वर्षं हिमालय ज्यांना दाखवू शकला नाही, एका माणसाचा पाय पडण्यामुळे त्यांना पुन्हा अहंकाराचं दर्शन झालं.

तेव्हा पळून जाण्यामुळे काही फरक पडत नाही. पळून जायचं नाहीये, बदलायचं आहे. तेव्हा जीवनाचं सूत्र पलायन समजू नये, परिवर्तन हे सूत्र समजा. धर्म जेव्हापासून पलायनावर अवलंबून राहिला, तेव्हापासून धर्म निष्प्राण झालाय. जेव्हा धर्म पुन्हा परिवर्तनावर अवलंबून राहील तेव्हा त्यात पुन्हा प्राण येतील.

हे लक्षात ठेवा, आपल्याला स्वत:ला बदलायचं आहे, जागा बदलायला काही अर्थ नाही. जागा बदलणं म्हणजे धोका आहे, जागा बदलण्यामुळे तुम्हाला

काही गोष्टी न कळण्याची शक्यता आहे. नव्या वातावरणात, शांत वातावरणात तुम्ही शांत झाला असल्याचा तुम्हाला भ्रम होऊ शकेल.

जी शांती प्रतिकूल परिस्थितीत टिकत नाही, ती काही शांती नाही. म्हणून जे समजदार आहेत, ते प्रतिकूल परिस्थितीतही शांतता मिळवतात. कारण जे प्रतिकूल परिस्थितीत शांती साधतात, ते अनुकूल परिस्थितीतही नेहमी शांती प्राप्त करतात.

म्हणून जीवनापासून पलायनाचा मुद्दा नाहीये. जीवन एक परीक्षा समजा आणि हे लक्षात ठेवा की, तुमच्या जवळपास जे लोक आहेत, ते सगळे सहयोगी आहेत. जो सकाळी तुम्हाला शिवी देईल, तो माणूसही तुमचा सहयोगी आहे. त्यानं तुम्हाला एक संधी दिलीय. वाटलं तर आपल्या अंतरंगात प्रेमाचा लाभ करून घेऊ शकता. जो तुमच्यावर क्रोध प्रकट करतो, तो माणूसही तुमचा सहयोगी आहे. जो तुमची निंदा करतो, तो माणूसही तुमचा सहयोगी आहे. जो तुमच्यावर शिंतोडे उडवतो, तो माणूसही तुमचा सहयोगी आहे. जो तुमच्या मार्गात काटे पसरतो, तो माणूसही तुमचा सहयोगी आहे. कारण तीसुद्धा एक संधी आहे. परीक्षा आहे आणि इच्छा करा, त्याच्या पलीकडे जा. तेव्हा तुमच्या मनात त्याच्याबद्दल हिशेबही करता येणार नाही एवढं ऋण असेल. या जगात साधू जे शिकवत नाहीत, ते शत्रू शिकवू शकतात.

मी पुन्हा सांगतो, या जगात साधू जे शिकवू शकत नाहीत, ते शत्रू शिकवू शकतात. जर तुम्ही सावध असाल आणि शिकायची समज असेल तर तुम्ही आयुष्यातल्या प्रत्येक दगडाला पायरी बनवू शकता. अन्यथा असंमजस लोक पायऱ्यांनाही दगड समजतात आणि तिथंच थांबतात. याउलट समज असेल तर प्रत्येक दगडाचीही पायरी होऊ शकते. जर समज असेल तर प्रत्येक दगडाची पायरी होऊ शकते.

यावर थोडा विचार करा. तुम्हाला तुमच्या घरात, परिवारात ज्या-ज्या गोष्टी दगड वाटतील की ज्यांच्यामुळे आपण शांत होऊ शकत नाही, त्यांनाच साधनेचं केंद्र बनवा आणि पाहा की त्याच तुम्हाला शांत व्हायला मदत करतील. कुठली गोष्ट तुम्हाला तयार करत नाही? कुटुंबात काय अडचण आहे? कुठली गोष्ट तुम्हाला रोखून धरते? जी गोष्ट तुम्हाला रोखते जरा विचार करा, तिची पायरी करण्याचा कुठला मार्ग असू शकतो का? योग्य मार्ग असू शकतात आणि जर विचार केलात आणि विवेक दाखवलात तर मार्ग दिसू शकेल.

असं कुठलं कारण आहे की ज्यामुळे परिवार सोडल्यावर आपण शांत होऊ आणि सत्य मिळवू असं तुम्हाला वाटतं? कुठलंही खरं कारण नाहीये. आपल्या जीवनाला, आपल्या चित्ताला नीटपणे समजून घ्या आणि आसपासच्या पूर्ण परिस्थितीचा उपयोग करून घ्या.

आपण काय करतो! परिस्थितीचा उपयोग करत नाही तर परिस्थितीच आपला उपयोग करून घेते. आपण आयुष्यभर तोट्यात राहतो कारण परिस्थितीचा उपयोग करून घेत नाही, परिस्थिती आपला उपयोग करून घेते आणि आपण तोट्यात अशासाठी जातो की, आपण केवळ प्रतिकर्म करत राहतो, रिॲक्शन्स व्यक्त करत राहतो, आपण कुठलं कर्म करत नाही.

तुम्ही मला शिवी दिलीत, तर मी तत्क्षणी त्यापेक्षा वजनदार शिवी तुम्हाला देईन. तुम्ही मला एक शिवी दिलीत, मी त्यापेक्षा वजनदार शिवी– दोन शिव्या तुम्हाला देईन आणि मी असा विचार करणार नाही की, मी हे केवळ एक प्रतिकर्म केलं, एक रिॲक्शन केली, एक शिवी दिली होती, मी दोन परतवल्या. हे काही कर्म नाही.

तुम्ही जर चोवीस तास आयुष्याचं निरीक्षण केलं तर तुमच्या लक्षात येईल की, त्यात सगळ्या प्रतिक्रिया व्यक्त होत आहेत. कोणीतरी काही करतंय, तुम्ही त्याच्या उत्तरादाखल काहीतरी करताय. मी तुम्हाला विचारेन, कशाचंही उत्तर नाही असं काही तुम्ही करताय का? जे कशाचंही उत्तर नाही, जे कुठल्या कारणामुळे रिॲक्शनमध्ये निर्माण झालं नसेल, जे प्रतिक्रिया नसेल, ते कर्म आहे आणि ते कर्मच साधना आहे.

यावर जरा विचार केलात तर तुमच्या लक्षात येईल की, तुम्ही चोवीस तास प्रतिकर्म करत आहात. दुसरं काहीतरी करताय, त्याच्या उत्तरादाखल तुम्ही काही करताय. तुम्ही आजपर्यंत काहीतरी असं केलंय का जे फक्त तुम्ही केलंय? जे तुमच्यात निर्माण झालं आणि तुमच्यातून आलंय? ते थोडं पाहा आणि ते साधाल तर अगदी परिवारात, घरात आणि प्रपंचामध्ये संन्यास फलित होईल.

प्रपंचाचा विरोध संन्यास नाहीये, प्रपंचाची शुद्धी संन्यास आहे. जर प्रपंचात तुम्ही शुद्ध होत चाललात तर एक दिवस लक्षात येईल की, तुम्ही संन्यासी झाला आहात. संन्यासी होणं म्हणजे कुठलं वेष-परिवर्तन नाही की आपण कपडे बदलले आणि संन्यासी झालो. संन्यास म्हणजे पूर्ण अंतरंगाचं परिवर्तन आहे, एक विकास आहे. संन्यास एक ग्रोथ आहे. खूप हळूहळू होणारा एक विकास आहे.

जर एखाद्या व्यक्तीनं योग्यपणे आपल्या जीवनाचा उपयोग केला, परिस्थिती कशीही असो, तिचा उपयोग केला तर क्रमाक्रमानं हळूहळू लक्षात येईल की त्याच्या आत संन्याशाचा जन्म होईल. ही वृत्तींवर विचार करण्याची आणि वृत्ती शुद्ध आणि शून्य करण्याची गोष्ट आहे.

तुमच्या अंतरंगात डोकावून बघा. तुम्हाला संसारी करणाऱ्या वृत्ती कुठल्या आहेत? लक्षात ठेवा, दुसऱ्या कुठल्या माणसांनी तुम्हाला संसारी केलेलं नाही.

मी ज्या घरात आहे, त्या घरात आई-वडिलांनी मला संसारी केलेलं नाही. माझे वडील मला कसे बनवतील? माझा वडिलांबद्दलचा जो मोह असेल, तो मला संसारी करू शकेल. तुम्ही ज्या घरात आहात, तुमची पत्नी तुम्हाला संसारी कसं बनवेल? पत्नीबद्दल तुमचे जे भाव असतील, त्यांनी तुम्हाला संसारी केलेलं आहे.

बायकोला सोडून पळण्यामुळे काय होणार? त्या भावना तर तुमच्या बरोबर येणार. भावना सोडून कोणी पळून जाऊ शकत नाही. जर भावना सोडून तुम्ही पळून जाऊ शकला असतात, तर जग फार सोपं झालं असतं. तुम्ही पळून जाता, सावल्या जशा तुमच्या पाठोपाठ जातात, तशा तुमच्या सगळ्या भावना तुमच्याबरोबर जातात. त्या दुसऱ्या ठिकाणी नव्यानं आरोपित होतील आणि तुम्ही दुसऱ्या ठिकाणी नव्यानं संसार थाटाल.

मोठ्यातले मोठे संन्यासी मोठमोठे संसार थाटतात. त्यांचे संसार तयार होतात, त्यांचे मोह निर्माण होतात, आसक्ती तयार होतात आणि त्यांची सुखदुःखं होतात. कारण ते त्या भावना बरोबर होऊन झाले होते, ते नव्या जागी उभे होतील. त्यामुळे काही फरक पडत नाही. माणसं बदलतील, गोष्टी तशाच राहतील.

तेव्हा मी तुम्हाला असं सांगणार नाही की काही गोष्टी सोडून पळून जा. मी तुम्हाला सांगतो, तुमच्या भावना सोडा. वस्तू जिथं आहेत, त्या तिथंच असतील; भावना मध्येच मावळतील आणि तुम्ही मुक्त व्हाल.

जपानमध्ये एक राजा झाला. त्या राजाच्या गावाच्या बाहेरच एक संन्यासी बरेच दिवस राहत होता. तो एका झाडाखाली पडून राहायचा. अद्भुत संन्यासी होता. त्याचं नाव खूप मोठं, गौरवशाली होतं. त्याचं प्रकाशवलयही आकर्षक होतं. त्याच्या जीवनात सुगंध होता. तो राजासुद्धा त्या आकर्षणानं ओढल्यासारखा हळूहळू त्याच्याजवळ गेला. त्यानं त्याला अनेक दिवस पडलेलं पाहिलं. अनेकदा त्याच्या पायाशी तो जाऊन बसला. त्याचा त्याच्यावरचा प्रभाव दाट होत गेला आणि एक दिवस तो त्याला म्हणाला, 'हे झाड सोडून माझ्याबरोबर आलात तर चांगलं होणार नाही का?' तो संन्यासी म्हणाला, 'माझ्या मनाला वाटेल तसं-तिथं मी जाऊ शकतो.'

राजा जरा चकित झाला. एवढ्या दिवसांच्या आदराला थोडा धक्का बसला. त्याला वाटलं होतं, संन्यासी म्हणेल, 'महाल! आम्ही संन्यासी, आम्ही महालात काय करणार!' संन्याशाची बंधित भाषा हीच आहे. जर संन्यास शिकून घेतला असेल तर हेच उत्तर येईल की आम्ही संन्यासी, आम्हाला महालाशी काय घेणं! आम्ही त्यावर लाथ मारली; परंतु तो संन्यासी म्हणाला, 'माझ्या मनाची इच्छा होईल तिथंच मी जाईन.'

राजाला धक्का बसला. वाटलं, संन्यासी कसे आहेत! परंतु स्वत: आमंत्रण दिलं होतं म्हणून ते तो परतही घेऊ शकत नव्हता. संन्याशाला घेऊन जावं लागलं. संन्यासी गेला. राजानं त्याच्यासाठी सगळी व्यवस्था केली, अगदी आपल्यासारखीच. संन्यासी मजेत तिथं राहू लागला. त्याच्यासाठी मोठी सिंहासनं दिली गेली. मोठे गालिचे पसरले गेले, त्यावरून तो चालू लागला. अगदी स्वादिष्ट भोजन दिलं गेलं, त्याचा त्यानं आस्वाद घेतला. राजाच्या मनात संदेह राहिला नाही. निश्चिती झाली. राजाला वाटलं, हा कसला संन्यासी! एकदाही तो संन्यासी म्हणाला नाही, की गाद्यांवर आम्ही झोपू शकणार नाही. आम्ही तर पटकुरावरच झोपतो. एकदाही त्यानं म्हटलं नाही की एवढे उंची पदार्थ आपण खाऊ शकणार नाही, आम्ही तर 'रुखं-सुखं' खातो. राजाला त्याचं राहणं फार अडचणीचं वाटू लागलं.

दोन-चार-दहा दिवस उलटले आणि राजा संन्याशाला म्हणाला, 'क्षमा करा, माझ्या मनात एक संदेह येतोय.' तो संन्यासी म्हणाला, 'आता काय होतं, ते त्याच दिवशी झालं होत, तरीसुद्धा म्हणाला, 'संदेह काय आहे?' राजा म्हणाला, 'संदेह असा की तुम्ही संन्यासी कसे? आणि माझ्यासारख्या संसारी माणसात आणि तुमच्यासारख्या संन्याशात काय फरक आहे?'

तो म्हणाला, ' फरकच जर बघायचा असेल तर माझ्याबरोबर गावाबाहेर चला.'

राजा म्हणाला, 'मी जाणू इच्छितो. शंकेनं मन फार व्यथित होतं, माझी झोपसुद्धा खराब झालीय. तुम्ही झाडाखाली होतात ते बरं होतं, माझ्या मनात आदर होता आणि तुम्ही इथं महालात आलात, त्यामुळे माझ्या मनातला आदर तर मावळला.'

तो संन्यासी राजाला घेऊन गावाबाहेर गेला. गावाची सीमा असलेली नदी ओलांडल्यावर राजा म्हणाला, 'आता बोला.' तो संन्यासी म्हणाला, 'आणखी थोडं पुढे जाऊ.'

ऊन वाढू लागलं. दुपार झाली. सूर्य वर आला. तो राजा म्हणाला, 'आता तर सांगा. आता आपण खूप पुढे आलोय.' संन्यासी म्हणाला, 'एवढंच सांगायचं की आता आपण मागं फिरायचं नाही, पुढे जायचंय. तू बरोबर येतोयस?' तो राजा म्हणाला, 'मी कसं जाऊ शकतो. मागं माझं कुटुंब आहे, माझी पत्नी आहे, माझं राज्य आहे.' संन्यासी म्हणाला, 'जर फरक बघायचा असेल तर बघून घे. आम्ही पुढे जातो आणि मागं आमचं काहीही नाही आणि जेव्हा आम्ही तुझ्या त्या महालात होतो, तेव्हाही आम्ही तुझ्या महालात होतो परंतु तुझा महाल आमच्या आत नव्हता. आम्ही तुझ्या महालात होतो परंतु तुझा महाल आमच्या आत नव्हता. म्हणून आम्ही आता जातो.'

त्या राजानं पाय पकडले. त्याचा भ्रम दूर झाला. त्याची शंका मिटली. तो म्हणाला, 'क्षमा करा, मला आयुष्यभर, फार पश्चात्ताप होईल. परत चला.' संन्यासी म्हणाला, 'अजूनही परत येईन, परंतु शंका परत येईल.' तो संन्यासी म्हणाला, 'आम्हाला काय, इकडे गेलो नाही, इकडे परतलो. पुन्हा परत येईन, परंतु तुझी शंका परत उगवेल. तुझ्यावर कृपा करून आता मी सरळ जातो.' त्यानं जे वचन सांगितलं, ते स्मरणीय आहे. तो म्हणाला, 'तुझ्यावर कृपा करून आता मी सरळ जातो. माझी करुणा सांगते की आता मला सरळपणे जगू दे.'

आणि मी तुम्हाला स्मरण देतो की नग्न होण्यात त्यांचा नग्न होण्याचा आग्रह कमी, तुमच्यावर करुणा जास्त आहे आणि संन्याशाचं जंगलात पडून राहण्यात, जे खरे संन्यासी आहेत, त्यांचा जंगलाचा मोह कमी आणि तुमच्यावर करुणा जास्त आहे आणि नग्नावस्थेत दारोदारी भिक्षा मागण्यात भिक्षा मागण्याचा आग्रह कमी आहे, तुमच्यावर करुणा जास्त आहे. अन्यथा तो भिक्षा न मागता तुमचं घरही घेऊन जाऊ शकतो आणि बाहेर रस्त्यावर पडून राहण्याऐवजी महालातही झोपू शकतो. संन्याशाच्या दृष्टीनं काही फरक पडत नाही. हा, ढोंगी संन्याशाच्या दृष्टीनं काही फरक पडत असेल.

संन्याशाच्या दृष्टीनं काही फरक पडत नाही. फरक अशासाठी पडत नाही की त्याच्या चित्तात काही प्रविष्ट होत नाही. या चीजवस्तू आपल्या जागी असतात. महालाच्या भिंती आपल्या जागी असतात. ज्यावर आपण बसतो, त्या गाद्या आपल्या जागी असतात. त्यांनी जर माझ्या चित्तात प्रवेश केला नाही, तर मी त्यापासून अस्पर्शित आणि दूर आहे.

तेव्हा तुम्ही जिथं आहात, ते सोडायला मी सांगत नाही. तुम्ही जसे आहात, ते बदलायला सांगतोय. तुम्ही जिथं आहात तिथून पळून जायला सांगत नाही. कमजोर लोक पळून जात असतील, तुम्हाला मी बदलायला सांगतोय आणि बदल ही खरी गोष्ट आहे.

आपल्या चित्तस्थितीबद्दल सावध राहा आणि ती बदलायला लागा. कुठलातरी एक बिंदू पकडा आणि तो बदलायला लागा. थेंबाथेंबानं, थेंबाथेंबानं समुद्र भरत जातो. थेंब-थेंब चालून परमात्मा उपलब्ध होतो. एक-एक थेंब चला, जास्त चालायला सांगत नाही. फार विचार करू नका की माझ्यात जास्त सामर्थ्य नाहीये, मी कसा पोचणार!

मला कोणीतरी म्हणत होतं, आम्ही कमजोर आहोत, आमचं सामर्थ्य कमी आहे, आपण कसे पोचणार?

कितीही कमजोर असाल, एक पाऊल टाकण्याएवढं सामर्थ्य सगळ्यांमध्ये आहे आणि मी तुम्हाला विचारेन मोठ्यातले मोठे समर्थ लोकसुद्धा एका पावलापेक्षा

एका वेळी जास्त कधी चालले आहेत? मोठ्यातले मोठे समर्थ लोक सुद्धा एकावेळी एका पावलापेक्षा कधी जास्त चाललेले नाहीत आणि एक पाऊल चालण्याएवढं सामर्थ्य सगळ्यांमध्ये आहे आणि नेहमी आहे.

तेव्हा एक पाऊल चला आणि पुन्हा एक पाऊल चला आणि पुन्हा एक पाऊल टाका. नेहमी एकच पाऊल टाका; परंतु एकच पाऊल जो चालत जातो, तो अनंत अंतर पूर्ण करतो आणि जो असा विचार करतो की, 'एक पाऊल टाकणारे आपण कुठे पोचणार,' तो थांबतो, तो कुठेच पोचू शकत नाही.

तेव्हा ते एक पाऊल टाकण्यासाठी मी आमंत्रण देतोय आणि या दिवसांमध्ये इतक्या प्रेमानं माझं बोलणं तुम्ही ऐकलं आहात, इतक्या शांतपणे ते ऐकलंय, त्यामुळे किती आनंद, किती कृतज्ञता मी अनुभवलीय. खूपच कृतज्ञ झालोय. हृदयात जी जागा दिलीय, त्यानं खूप अनुग्रहित झालोय. तुमच्या हृदयात जी जागा दिलीय, त्यामुळे खूप कृतज्ञ झालोय. त्यासाठी खूप-खूप धन्यवाद आणि माझ्या प्रेमाचा स्वीकार करा.

आता आपण आजच्या अंतिम ध्यानाच्या प्रयोगासाठी बसू आणि त्यानंतर निरोप घेऊ. अशा आशेनं निरोप घेतो की, जेव्हा आपण पुन्हा भेटू, तेव्हा माझ्या लक्षात येईल, तुमची शांती वाढलीय आणि तुमचा आनंद वाढलाय आणि माझ्या लक्षात येईल, जे पाऊल उचलायला मी सांगितलं होतं, ते तुम्ही उचललंय आणि माझ्या लक्षात येईल की, अमृताचे काही थेंब तुमच्याजवळ आले आहेत आणि तुम्ही थोडेफार अमृताजवळ पोचला आहात.

ईश्वर करो, एक पाऊल, कमीत कमी एक पाऊल उचलायचं सामर्थ्य तुम्हाला मिळावं. बाकीची पावलं त्यानंतर आपोआप पडतात.

रात्रीच्या ध्यानानंतर आपण गुपचूप निघू. सकाळी कदाचित मी तुम्हाला भेटू शकणार नाही, पाच वाजता निघून जाईन. म्हणून हा माझा अखेरचा निरोप समजा आणि प्रत्येक व्यक्तीनं आपल्या अंतरंगातल्या परमात्म्यासाठी माझा प्रणाम स्वीकारा. माझा प्रणाम स्वीकारा.

■

ओशो – एक परिचय

आत्मसाक्षात्काराच्या जगात ओशोंचे अद्वितीय योगदान त्यांना प्रत्येक श्रेणीच्या पलीकडे घेऊन जाते. ते एक गूढवादी आहेत आणि वैज्ञानिकही आहेत. आणि अशी विद्रोही चेतनादेखील आहेत, जी मानवतेला जगण्याचा नवीन मार्ग शोधण्याच्या आवश्यकतेसाठी प्रवृत्त करते. भूतकाळाला पुढे रेटणे म्हणजे या अनोख्या आणि सुंदर ठिकाणी आपल्या अस्तित्वाच्या विनाशाला आमंत्रण देणे होय.

ओशोंची प्रवचने, जीवनाच्या अर्थाच्या वैयक्तिक शोधापासून ते समाज, राजकारण आणि पर्यावरणाच्या सध्याच्या गंभीर समस्यांपर्यंत सर्व विषयांना स्पर्श करतात. ओशोंनी पुस्तके लिहिली नाहीत; परंतु आंतरराष्ट्रीय श्रोत्यांसमोर त्यांनी दिलेल्या प्रवचनांची ऑडिओ-मुद्रित संकलने पुस्तकरूपात आहेत. ओशो म्हणतात, ''लक्षात ठेवा, मी जे बोलतोय ते केवळ तुमच्यासाठी नाही... मी पुढच्या पिढ्यांसाठीही बोलत आहे.''

'द संडे टाइम्स ऑफ लंडन' ने ओशोंचे वर्णन 'विसाव्या शतकातील एक हजार निर्मात्यांपैकी एक' म्हणून केले आहे. प्रसिद्ध अमेरिकन लेखक टॉम रॉबिन्स यांनी लिहिले आहे, की येशू ख्रिस्तानंतरचा सर्वांत dangerous (खतरनाक) माणूस आहे. भारताच्या 'संडे मिड-डे'ने भारताचे भाग्य बदलविणाऱ्या गांधी, नेहरू आणि बुद्ध अशा दहा लोकांबरोबर ओशो यांचे नाव घेतले आहे.

आपल्या कार्याबद्दल, ओशोंनी म्हटले आहे, ''मी येणाऱ्या सुसंस्कृत पिढीसाठी अनुकूल परिस्थिती तयार करत आहे.'' या नवीन माणसाला ते 'झोरबा द बुद्ध' म्हणतात, जो 'झोरबा द ग्रीक' प्रमाणे पृथ्वीवरील सर्व सुखांचा उपभोग घेण्याची क्षमता असलेला आणि गौतम बुद्धांप्रमाणे शांततेत, मौनात राहणारा असेल.

ओशोंच्या प्रत्येक पैलूमध्ये पूर्वेकडील कालातीत शहाणपणा आणि पश्चिमेकडील विज्ञान आणि तंत्रज्ञानाच्या सर्वोच्च शक्यतांचा समन्वय आहे.

आधुनिक जीवनाचा वेग लक्षात घेऊन ध्यानाची प्रक्रिया ओशो सुचवतात. ज्या ध्यानप्रक्रियेमुळे एखाद्याला दैनंदिन जीवनात शांतता प्राप्त होईल आणि विचारमुक्त विश्रांतीचा अनुभव घेता येईल, अशा आंतरिक परिवर्तनाच्या विज्ञानातील क्रांतिकारक योगदानासाठीच ओशो ओळखले जातात.

ओशोंच्या दोन आत्मचरित्रात्मक कृती :
ऑटोबायोग्राफी ऑफ ए स्पिरिचूअली इनकरेक्ट मिस्टिक,
(सेंट मार्टिंस प्रेस, यूएसए)
ग्लिम्प्सेस ऑफ ए गोल्डन चाइल्डहुड, (हिंदी पुस्तक : स्वर्णिम बचपन)
(ओशो मीडिया इंटरनॅशनल, पुणे, भारत)

◆

ओशो इन्टरनॅशनल मेडिटेशन रिसॉर्ट

मेडिटेशन रिझॉर्ट दरवर्षी १०० हून अधिक देशांतील हजारो मित्रांचे स्वागत करते. रिसॉर्टचे अद्वितीय कॉम्प्लेक्स अधिक जागरूक, आरामशीर, उत्सवपूर्ण आणि सर्जनशील जीवन जगण्याचा एक नवीन मार्ग स्वत: अनुभवण्याची संधी प्रदान करत असते. चोवीस तास आणि पूर्ण वर्षभर चालणाऱ्या भव्य, वैविध्यपूर्ण इव्हेन्ट्समधून (कार्यक्रमांमधून) तुम्ही कोणताही निवडू शकता – काहीही न करणे आणि फक्त आराम करणे हा त्यांपैकी एक!

येथील सर्व कार्यक्रम ओशोंच्या 'झोरबा द बुद्ध'च्या अंतर्दृष्टीवर आधारित आहेत. झोरबा, हा गुणात्मकरीत्या एक नवीन प्रकारचा असा मनुष्य आहे ज्याच्याकडे दैनंदिन जीवन सर्जनशीलपणे जगण्याची क्षमता आहे. त्याचबरोबर तो मौनात आणि ध्यानात राहू शकतो.

स्थळ

मुंबईच्या आग्नेयेस शंभर मैलांवर असलेल्या पुण्यासारख्या भरभराटीच्या आधुनिक शहरात ओशो इन्टरनॅशनल मेडिटेशन रिझॉर्ट वसले आहे. ते इतर कोणत्याही ठिकाणापेक्षा वेगळे आहे. वृक्षाच्छादित निवासी भागात, निसर्गरम्य वातावरणात २८ एकर जागेत मेडिटेशन रिझॉर्टचा विस्तार आहे.

ओशो ध्यान

सक्रिय आणि निष्क्रिय, पारंपरिक आणि क्रांतिकारी आणि विशेषत: ओशो डायनॅमिक ध्यान यासह प्रत्येक व्यक्तीसाठी दिवसभर चालणारे ध्यान कार्यक्रम इथे उपलब्ध आहेत. ही सर्व ध्यानतंत्रे 'ओशो ऑडिटोरियम' मध्ये होतात. हे ऑडिटोरियम कदाचित जगातील सर्वांत भव्य आणि प्रशस्त ध्यान सभागृह आहे.

ओशो मल्टिव्हर्सिटी

इथे होणारी विविध वैयक्तिक सत्रे, अभ्यासक्रम आणि कार्यशाळा ही सर्जनशील कला ते सर्वांगीण आरोग्य, वैयक्तिक परिवर्तन, मानवी नातेसंबंध आणि जीवनाबद्दलचे शिक्षण देतात.

यात परिवर्तन, कार्य-ध्यान, गूढ विज्ञान, खेळ आणि मनोरंजनासाठी 'झेन' दृष्टिकोनापर्यंत सर्वकाही समाविष्ट आहे. मल्टिव्हर्सिटीच्या यशाचे रहस्य यामध्ये आहे की त्याचे सर्व क्रियाकलाप ध्यानाशी जोडलेले आहेत. माणूस हा नुसता शरीराच्या अवयवांची बेरीज नाही, तर त्यापेक्षा काहीतरी अधिक आहे, असे समजून घेण्यास या कार्यशाळा प्रोत्साहन देतात.

भोजन

विविध जेवणाच्या ठिकाणी दिल्या जाणाऱ्या स्वादिष्ट आणि शाकाहारी, पाश्चात्त्य, आशियाई आणि भारतीय खाद्यपदार्थांत मेडिटेशन रिझॉर्टसाठी केवळ उगवलेल्या सेंद्रिय भाज्या वापरल्या जातात. रिझॉर्टच्या स्वत:च्या बेकरीमध्ये ब्रेड आणि केक वगैरे तयार केले जातात.

सांजक्रियाकलाप

संध्याकाळच्या क्रियाकलाप निवडण्यासाठीची यादी तशी मोठी आहे, ज्यामध्ये नृत्य शीर्षस्थानी आहे. इतर क्रियाकलापांमध्ये ताऱ्यांच्या सावलीत पौर्णिमा ध्यान, विविध कार्यक्रम, संगीतमैफिली आणि दैनंदिन जीवनासाठी ध्यान यांचा समावेश होतो.

सुविधा

मेडिटेशन रिझॉर्टच्या गॅलेरियामधून दैनंदिन वापरातील मूलभूत वस्तू तुम्ही खरेदी करू शकता. ओशोंचे सर्व मीडिया साहित्य मल्टिमीडिया गॅलरीत उपलब्ध आहे. हौशी खरेदीदार मित्रांसाठी, पुण्यात सर्वकाही उपलब्ध आहे. पारंपरिक भारतीय वस्तूंपासून ते आंतरराष्ट्रीय ब्रॅन्डच्या दुकानांपर्यंत.

राहण्याची सोय

ओशो गेस्टहाउसच्या सुरुचीपूर्ण खोल्या आपण राहण्यासाठी निवडू शकता. तुम्हाला जास्त काळ राहायचे असल्यास, तुम्ही 'लिव्हिंग-इन' प्रोग्राम पॅकेजदेखील निवडू शकता. याशिवाय अनेक प्रकारची हॉटेल्स आणि सर्व्हिस अपार्टमेन्ट्सही ओशो रिझॉर्टच्या जवळपास उपलब्ध आहेत.

www.osho.com/meditationresort
www.osho.com/guesthouse
www.osho.com/livingin
Facebook: osho.international.meditation.resort

◆

अधिक माहितीसाठी

ओशो इंटरनॅशनल यांची अधिकृत वेबसाईट : OSHO.com

ही एक बहुभाषिक वेबसाईट असून, यावर मासिके, ओशोंची पुस्तके, ऑडिओ आणि व्हिडीओ स्वरूपातील OSHO Talks इंग्रजी आणि हिंदी भाषेतील डिजिटल स्वरूपात जतन केलेली पुस्तके. तसेच ओशोंच्या ध्यानधारणेच्या प्रक्रियेसंदर्भात विस्तृत अशी माहिती उपलब्ध आहे. यासोबतच ओशो मल्टिवर्सिटी प्रोग्रामची वेळापत्रके व ओशो मेडिटेशन रिसॉर्टबाबत माहिती मिळवता येऊ शकते.

* OshoTimes.com
* OSHO.com/shop
* OSHO.com/iosho
* YouTube : OSHO
* Twitter : OSHO
* Instagram : oshointernational
* Facebook : OSHO.International

Facebook : osho.internatinal.meditation.resort

ओशो का हिंदी साहित्य

उपनिषद
सर्वसार उपनिषद
कैवल्य उपनिषद
अध्यात्म उपनिषद
कठोपनिषद
ईशावास्य उपनिषद
निर्वाण उपनिषद
आत्म-पूजा उपनिषद
केनोपनिषद

महावीर
महावीर-वाणी (दो भागों में)
जिन-सूत्र (दो भागों में)
महावीर या महाविनाश
महावीर : मेरी दृष्टि में
ज्यों की त्यों धरि दीन्हीं चदरिया

कृष्ण
गीता-दर्शन
(आठ भागों में अठारह अध्याय)
कृष्ण-स्मृति

बुद्ध
एस धम्मो सनंतनो (बारह भागों में)

अष्टावक्र
अष्टावक्र महागीता (नौ भागों में)

लाओत्से
ताओ उपनिषद (छह भागों में)

च्वांगत्सु
संसार और मार्ग
सत्य असत्य

मीरा
मैंने राम रतन धन पायो
झुक आई बदरिया सावन की

जगजीवन
नाम सुमिर मन बावरे
अरी, मैं तो नाम के रंग छकी

कबीर
सुनो भई साधो
कस्तूरी कुंडल बसै
कहै कबीर दीवाना
मेरा मुझमे कुछ नही
गूंगे केरी सरकरा
कहै कबीर मैं पूरा पाया
होनी होय सो होय

शांडिल्य
अथातो भक्ति जिज्ञासा (दो भागों में)

दादू
सबै सयाने एक मत
पिव पिव लागी प्यास

पलटू
अजहूं चेत गंवार
सपना यह संसार
काहे होत अधीर

दरिया
कानों सुनी सो झूठ सब
अमी झरत बिगसत कंवल

सुंदरदास
हरि बोलौ हरि बोल
ज्योति से ज्योति जले

धरमदास
जस पनिहार धरे सिर गागर
का सोवै दिन रैन

मलूकदास
कन थोरे कांकर घने
रामदुवारे जो मरे

बाउल संत
प्रेम योग
आनंद योग

अन्य रहस्यदर्शी
भक्ति-सूत्र (नारद)
शिव-सूत्र (शिव)
भजगोविन्दम् मूढ़मते (आदि शंकराचार्य)
एक ओंकार सतनाम (नानक)
जगत तरैया भोर की (दयाबाई)
बिन घन परत फुहार (सहजोबाई)
नहीं सांझ नहीं भोर (चरणदास)
संतो, मगन भया मन मेरा (रज्जब)
कहै वाजिद पुकार (वाजिद)
मरौ हे जोगी मरौ (गोरख)
सहज-योग (सरहपा-तिलोपा)
बिरहिनी मंदिर दियना बार (यारी)
प्रेम-रंग-रस ओढ़ चदरिया (दूलन)
दरिया कहै सब्द निरबाना (दरियादास बिहारवाले)
हंसा तो मोती चुगैं (लाल)
गुरु-परताप साध की संगति (भीखा)
मन ही पूजा मन ही धूप (रैदास)
झरत दसहुं दिस मोती (गुलाल)
अकथ कहानी प्रेम की (फरीद)

झेन, सूफी और उपनिषद की कहानियाँ
बिन बाती बिन तेल
सहज समाधि भली
दीया तले अंधेरा
मनुष्य होने की कला
सदगुरु समर्पण
उस पथ के पथिक
अंतर्यात्रा के पथ पर

विचार-पत्र
क्रांति-बीज
पथ के प्रदीप

पत्र-संकलन
अंतर्वीणा
प्रेम की झील में अनुग्रह के फूल
ढाई आखर प्रेम का
पग घुंघरू बांध
प्रेम के फूल
प्रेम के स्वर
पाथेय

बोध-कथा
मिट्टी के दीये

ध्यान, साधना

ध्यान विज्ञान
ध्यानयोग : प्रथम और अंतिम मुक्ति
मैं कौन हूँ
चित चकमक लागे नाहिं
समाधि के द्वार पर
तृषा गई एक बूंद से
जीवन सत्य की खोज
माटी कहै कुम्हार सूं
जीवन रस गंगा
अमृत की दिशा
समाधि के तीन चरण

साधना शिबिर

साधना-पथ
साधना-पथ
अंतर्यात्रा
प्रभु की पगडंडियाँ
साक्षी की साधना
साक्षी की साधना
साक्षी का बोध
मैं मृत्यु सिखाता हूँ
जिन खोजा तिन पाइयां
समाधि के सप्त द्वार (ब्लावट्स्की)
साधना-सूत्र (मेबिल कॉलिन्स)
ध्यान-सूत्र
जीवन ही है प्रभु
असंभव क्रांति
ध्यान दर्शन
ध्यान के कमल
शून्य की नाव
शून्य के पार
सत्य की खोज
संभावनाओं की आहट
समाधि कमल
जो घर बारे आपना
प्रेम दर्शन
गिरह हमारा सुन्न में
अपने माहिं टटोल
जीवन संगीत
रोम-रोम रस पीजिए

योग

पतंजलि : योग-सूत्र (पाँच भागों में)
योग : नये आयाम

तंत्र

संभोग से समाधि की ओर
संभोग से समाधि की ओर
युवक और यौन
क्रांति-सूत्र
तंत्र-सूत्र (पाँच भागों में)

राष्ट्रीय और सामाजिक समस्याएँ

फिर अमरित की बूंद पड़ी
एक एक कदम
देख कबीरा रोया
अस्वीकृति में उठा हाथ
भारत के जलते प्रश्न
समाजवाद से सावधान
समाजवाद अर्थात आत्मघात
स्वर्ण पाखी था जो कभी
नये समाज की खोज
नये भारत की खोज
नये भारत का जन्म
भारत का भविष्य

अंतरंग वार्ताएँ

संबोधि के क्षण
प्रेम नदी के तीरा
सहज मिले अविनाशी
उपासना के क्षण
अनंत की पुकार

प्रश्नोत्तर

नहिं राम बिन ठांव
प्रेम-पंथ ऐसो कठिन
उत्सव आमार जाति, आनंद आमार गोत्र
मृत्योर्मा अमृतं गमय
प्रीतम छवि नैनन बसी
रहिमन धागा प्रेम का
उड़ियो पंख पसार
सुमिरन मेरा हरि करैं
पिय को खोजन मैं चली
साहेब मिल साहेब भये
जो बोलैं तो हरिकथा
बहुरि न ऐसा दांव
ज्यूं था त्यूं ठहराया
ज्यूं मछली बिन नीर
दीपक बारा नाम का
अनहद में बिसराम
लगन महूरत झूठ सब
सहज आसिकी नाहिं
पीवत रामरस लगी खुमारी
रामनाम जान्यो नहीं
सांच सांच सो सांच
आपुई गई हिराय
बहुतेरे हैं घाट
कोंपलें फिर फूट आईं
क्या सोवै तू बावरी

कहा कहूँ उस देस की
पंथ प्रेम को अटपटो
फिर पत्तों की पांजेब बजी
मैं धार्मिकता सिखाता हूँ, धर्म नहीं
ओशो उपनिषद
एक नई मनुष्यता का जन्म
भविष्य की आधारशिलाएँ

विविध

अमृत-कण
अमृत वाणी
कुछ ज्योतिर्मय क्षण
नये संकेत
चेति सकै तो चेति
हसिबा, खेलिबा, धरिबा ध्यानम्
धर्म साधना के सूत्र
मैं कहता आंखन देखी
जीवन क्रांति के सूत्र
जीवन रहस्य
करुणा और क्रांति
विज्ञान, धर्म और कला
प्रभु मंदिर के द्वार पर
तमसो मा ज्योतिर्गमय
प्रेम है द्वार प्रभु का
अंतर की खोज
अमृत वर्षा
अमृत द्वार
एक नया द्वार
प्रेम गंगा
समुंदर समाया बूंद में
सत्य की प्यास
शून्य समाधि
व्यस्त जीवन में ईश्वर की खोज

अज्ञात की ओर	नव संन्यास क्या
धर्म और आनंद	सत्य का अन्वेषण
जीवन-दर्शन	सत्य का दर्शन
जीवन की खोज	घाट भुलाना बाट बिनु
क्या ईश्वर मर गया है	पथ की खोज
क्या मनुष्य एक यंत्र है	जीवन अलोक
नानक दुखिया सब संसार	जीवन की कला
नये मुनष्य का धर्म	जीवन क्रांति की दिशा
धर्म की यात्रा	जीवन गीत
स्वयं की सत्ता	मन का दर्पण
सुख और शांति	आँखों देखी सांच
नारी और क्रांति	आनंद की खोज
सम्यक शिक्षा	स्वर्णिम बचपन
शिक्षा में क्रांति	मेरी प्रिय पुस्तकें
गहरे पानी पैठ	बुद्धत्व का मनोविज्ञान
ज्योतिष विज्ञान	शून्य की किताब

ओशोंच्या साहित्यासंबंधी माहितीसाठी तसेच मागणीकरीता संपर्क :

ओशो मीडिया इंटरनॅशनल

१७ कोरेगाव पार्क, पुणे ४११००१, महाराष्ट्र, भारत

फोन नं. +९१ (२०) ६६०१९९८१

email : distribution@osho.net

श्रोत्यांसमोर प्रत्यक्ष दिलेल्या तत्कालीन प्रवचनांचा समावेश असणारी ही ओशोंची पुस्तकं आहेत. ओशोंची सर्व प्रवचनं पुस्तकरूपात, तसेच, ऑडिओ रेकॉर्डिंगच्या रूपात उपलब्ध आहेत. ही रेकॉर्डिंग्ज, तसंच पुस्तकं यांच्याबाबतची माहिती www.OSHO.com/library या संकेतस्थळावरून प्राप्त करता येईल.

नानक
सूर संगीत एक धून

ओशो

अनुवाद

स्वाती चांदोरकर

...आणि गंमत अशी आहे की, तुमचा धर्म हा तुमच्या भीतीचा विस्तार आहे. तुमचे सगळे तथाकथित भगवान, तुमच्या भीतीची धारणा आहेत. तुम्ही तीर्थस्नानं करा; मंदिर, गुरुद्वारा करा; पूजा-प्रार्थना सर्व व्यर्थ आहे. कारण जोपर्यंत तुमच्या हृदयातून आस्थेचा स्वर उमटत नाही, तोपर्यंत तुम्ही त्याला हाक मारलेली नाही. जिथे शंका आहे, तिथे परीक्षा आहे. आस्थावान व्यक्ती कधी परमात्म्याची परीक्षा घेत नाही. ती काही मागतही नाही. ज्या दिवशी तुमच्या शंका संपतील, तुम्हाला त्याचा प्रतिसाद मिळेल. प्रार्थना न करताही तो तुम्हाला प्राप्त होईल.